சுராவின்

திருக்குறள் மூலமும் உரையும்

'தமிழ்ச் செம்மல்', 'கலைமாமணி'
பேராசிரியர்
டாக்டர் ந. சுப்பு ரெட்டியார்
M.A., B.Sc., L.T., Vidvan, Ph.D., D.Lit.

சுரா பதிப்பகம்

சுரா பதிப்பகம்
(An imprint of Sura College of Competition)

சென்னை

© வெளியீட்டாளர்கள்

இந்தப் பதிப்பு : டிசம்பர், 2022

அளவு : 1/8 கேப்

பக்கங்கள் : 304

குறியீட்டு எண் : W 405

ISBN: 978-93-93130-96-9

(வெளியீட்டாளர்களின் எழுத்து மூலமான அனுமதி இன்றி இப்புத்தகத்தை மறுபதிப்புச் செய்யவோ, வேறு மொழிகளில் மொழிபெயர்க்கவோ, அச்சடிக்கவோ, போட்டோகாபி செய்யவோ கூடாது)

சுரா பதிப்பகம்

[An imprint of Sura College of Competition]

தலைமை அலுவலகம்: 1620, 'ஜே' பிளாக், 16-ஆவது பிரதான சாலை, அண்ணா நகர், சென்னை-600 040. ☎ 91-44-48629977, 42043273

சங்கர் பிரிண்டர்ஸ், சென்னை – 600 042–இல் அச்சடிக்கப்பட்டு,
சுரா பதிப்பகத்திற்காக [An imprint of Sura College of Competition],
1620, 'ஜே' பிளாக், 16–ஆவது பிரதான சாலை, அண்ணா நகர், சென்னை – 600 040 இல்
திரு. வி.வி.கே. சுப்புராசு அவர்களால் வெளியிடப்பட்டது.

தொலைபேசி எண்: 91–44–48629977

email: enquiry@surabooks.com; suracollege@gmail.com website: www.surabooks.com

12 22 3W000

திருக்குறளின் சிறப்புகள்

- திருக்குறளுக்கு முதலில் வைத்த பெயர் முப்பால். உலகம் ஏற்கும் கருத்துகளைக் கொண்டுள்ளதால் 'உலகப் பொதுமறை' என வழங்கப் பெறுகிறது.
- முதன்முதலில் அச்சிடப்பட்ட ஆண்டு கி.பி.1812.
- முதன் முதலில் அச்சிட்டவர் தஞ்சாவூர் மலையத்துவசன் மகனார் ஞானப்பிரகாசம்.
- திருக்குறளில் இரண்டு அதிகாரங்கள் ஒரே பெயரில் அமைந்துள்ளன.

  குறிப்பறிதல் – அதிகாரம் 71 (பொருட்பால்)

  குறிப்பறிதல் – அதிகாரம் 110 (காமத்துப்பால்)
- திருக்குறளை முதன்முதலில் மொழிபெயர்த்தவர் வீரமாமுனிவர் (இலத்தீன்) ஆண்டு – 1730.
- திருக்குறள் 107 மொழிகளில் மொழிபெயர்க்கப்பட்டுள்ளது.
- திருக்குறள், நரிக்குறவர்கள் பேசும் 'வக்போலி' மொழியிலும் மொழிபெயர்க்கப்பட்டுள்ளது.
- திருக்குறள் மொழிபெயர்க்கப்பட்டுள்ள இந்திய மொழிகள் 14. அவையாவன, குஜராத்தி, இந்தி, வங்காளமொழி, கன்னடம், கொங்கணி, மலையாளம், மராத்தி, மணிப்புரியம், ஒரியா, பஞ்சாபி, இராஜஸ்தானி, சமஸ்கிருதம், சௌராஷ்டிரம், தெலுங்கு.
- திருக்குறளில் 12,000 சொற்கள் இடம் பெற்றுள்ளன.
- இந்நூலில் இடம் பெறாத சொற்கள் 'தமிழ்', 'கடவுள்'.
- இந்நூலில் இடம் பெற்றுள்ள மலர்கள் அனிச்சம், குவளை.
- இந்நூலில் இடம் பெற்றுள்ள பழம், நெருஞ்சிப்பழம்
- இந்நூலில் இடம் பெற்றுள்ள விதை, குன்றிமணி.
- இந்நூலில் இடம் பெற்றுள்ள மரங்கள் பனை, மூங்கில்.
- இந்நூலில் இடம் பெறாத ஒரே உயிரெழுத்து 'ஔ'.
- இந்நூலில் அதிகம் பயன்படுத்தப்பட்ட எழுத்து 'னி'
- ஒரேயொருமுறை மட்டும் பயன்படுத்தப்பட்ட எழுத்து 'ளீ'
- தமிழில் உள்ள 247 எழுத்துகளில் 37 எழுத்துகள் மட்டுமே பயன்படுத்தப்படவில்லை.

❖ இந்நூலில் '9' என்ற எண் இடம் பெறவில்லை. 'ஏழு' என்ற எண் 8 முறை பயன்படுத்தப்பட்டுள்ளது.

❖ 'கோடி' என்ற எண் ஏழு முறை பயன்படுத்தப்பட்டுள்ளது.

❖ 'எழுபது கோடி' என்ற எண் ஒரு முறை பயன்படுத்தப்பட்டுள்ளது.

❖ இந்நூலின் பெருமையை விளக்குவதற்காக 'திருவள்ளுவமாலை' என்ற ஒரு தனி நூலே இயற்றப்பட்டுள்ளது.

❖ உலக மொழிகளில் அதிகமான மொழிகளில் மொழிபெயர்க்கப்பட்ட நூல்களில் உலக அளவில் 3–ஆவது இடத்தையும், தமிழ் நூல்களுள் முதலிடத்தையும் இந்நூல் பெற்றுள்ளது.

❖ இந்நூல் தமிழ் மொழியின் முதல் எழுத்தான 'அ'–வில் ஆரம்பித்து தமிழின் கடைசி எழுத்தான 'ன்'–இல் முடிந்துள்ளது.

"அகர முதல எழுத்தெல்லாம் ஆதி
பகவன் முதற்றே உலகு" – குறள்–1.

ஊடுதல் காமத்திற்கு இன்பம் அதற்கின்பம்
கூடி முயங்கப் பெறின் – குறள்–1330.

❖ இந்நூலில் ஒரேயொரு அதிகாரத்தைக் கொண்ட இயல்கள் ஊழியல், (371 – 380), கூழியல் (751 – 760)

❖ ஆலும் வேலும் பல்லுக்குறுதி, நாலுமிரண்டும் சொல்லுக்குறுதி.

❖ இடைக்காடர் கூற்று – கடுகைத் துளைத்தேழ் கடலைப் புகட்டிக் குறுகத் தரித்த குறள்
– **திருவள்ளுவமாலை (54)**

❖ ஔவையார் கூற்று – அணுவைத் துளைத்தேழ் கடலைப் புகட்டிக் குறுகத் தரித்த குறள்
– **திருவள்ளுவமாலை (55)**

❖ வள்ளுவன் தன்னை உலகினுக்கே தந்து வான்புகழ் கொண்ட தமிழ்நாடு
– **பாரதியார்.**

❖ 'பொதுமறை தந்த – தேவன் பொய் சொல்லாப் புலவன்'
– **கவிமணி தேசிக விநாயகம் பிள்ளை**

❖ 'தமிழ்மொழி அழகான சித்திர வேலைப்பாடமைந்த வெள்ளித்தட்டு ; திருக்குறள் அதில் வைக்கப்பட்டுள்ள தங்க ஆப்பிள் ; தமிழ் என்னை ஈர்த்தது; குறளோ என்னை இழுத்தது'
– **டாக்டர் கிரௌல்**

❖ 'தமிழுக்கு கதி எனப்படுபவை கம்பராமாயணமும் திருக்குறளும் ஆகும்'
– **செல்வ கேசவராய முதலியார்**

- இங்கிலாந்து நாட்டு மகாராணியார் விக்டோரியா, காலையில் கண் விழித்ததும் முதலில் படித்த நூல் திருக்குறள்.
- உருசிய நாட்டில் அணு துளைக்காத கிரெம்ளின் மாளிகையில் உள்ள சுரங்கப்பாதுகாப்புப் பெட்டகத்தில் திருக்குறளும் இடம்பெற்றுள்ளது.
- இங்கிலாந்து நாட்டிலுள்ள அருங்காட்சியகத்தில் திருக்குறள் விவிலியத்துடன் வைக்கப்பட்டுள்ளது.

பற்றுக பற்றற்றான் பற்றினை அப்பற்றைப்
பற்றுக பற்று விடற்கு - திருக்குறள், 350

மேற்கண்ட இக்குறளைப் படிக்கும்போது உதடுகள் ஒட்டும், இதன் பொருளோ இறைவனைப் பற்றி நிற்கும்.

அறன் ஈனும் இன்பமும் ஈனும் திறனறிந்து
தீதின்றி வந்த பொருள் - திருக்குறள், 754

மேற்கண்ட குறளில் அறம், பொருள், இன்பம் என்ற மூன்றும் அமைந்துள்ளன.

- திருக்குறளில் பத்து அதிகாரங்கள் 'உடைமை' என்னும் பெயரில் அமைந்துள்ளன.

1. அன்புடைமை
2. அடக்கமுடைமை
3. ஒழுக்கமுடைமை
4. பொறையுடைமை
5. அருளுடைமை

6. அறிவுடைமை
7. ஊக்கமுடைமை
8. ஆள்வினையுடைமை
9. பண்புடைமை
10. நாணுடைமை

※※※

என்னை நன்றாக இறைவன் படைத்தான்
தன்னை நன்றாகத் தமிழ்செய்யு மாறே.
—திருமூலர் (திருமந்திரம் 81)

'தமிழ்ச்செம்மல்', 'கலைமாமணி'
பேராசிரியர், டாக்டர்
ந. சுப்பு ரெட்டியார்
27.08.1916 – 01.05.2006

நூல்முகம்

பொதுமறை தந்த – தேவன் பொய் சொல்லாப் புலவன் என்று கவிமணியால் பாராட்டப்பெறும் திருவள்ளுவர் ஓர் உலகப் பெருங் கவிஞர்; ஒப்பற்ற கவிஞர். அவர் உள்ளத்துத் தோன்றிய அழகிய கருத்துகள் மக்கள் வாழ வழிகாட்டும் பொய்யா மொழிகள். இவை நாடு, மொழி, இனம், அறம், சமயம் இவற்றிற்கு அப்பாற்பட்ட பொன்மொழிகள்.

வள்ளுவர் பெருமான் தமிழன்னை பெற்றெடுத்த தவப் புதல்வர். அவரை உலகுக்குக் கொடுத்துத் தமிழ்நாடு வான் புகழை ஈட்டிக் கொண்டது. மன்பதைக்கு வாழ்வியலை உணர்த்துவதற்காக எழுந்தது அவரது நூல். இதுவே அவரது தலையாய நோக்கம். எனினும் அரசியலை அறிய விரும்புவார்க்கு ஓர் அரசியல் நூல்; ஞானத்தை விரும்புவார்க்கு ஒரு ஞானக் கருவூலம்; கவிச்சுவை விரும்புவார்க்கு ஒரு காவியம். அக இலக்கியச் சுவையை விரும்புவார்க்கு ஓர் அருமைப் பெட்டகம்; பேரின்பம் நாடுவோர்க்கு ஒரு பேரின்ப நூல். மக்களின் வயது நிலைகட்கேற்ப, மேற்கொண்ட வாழ்க்கை நெறிகட்கேற்ப ஒளி காட்டும் கலங்கரைவிளக்கம். இம்மைக்கும் இன்பம் நல்கி, மறுமைக்கும் வீடுபேற்றினை அளிக்கும் நூல்.

திருக்குறளுக்குப் பல அரிய உரைகள் உள்ளன. அவை அறிஞர்கட்கே உரியவை. எனினும் 'திருக்குறள் – மூலமும் உரையும்' என்ற இந்த நூலில் பள்ளி மாணவர்கள் முதல் பெரியோர்கள் வரை எளிதாக அறிந்து கொள்ளும் வகையில், சுருங்கக் கூறி தெளிவாகப் புரிய வைத்துள்ளார் இந்நூலின் ஆசிரியர்.

தொன்மையான தமிழ்மொழியை பல ஆண்டுகள் ஆய்வு செய்து பல நூல்களை எழுதியுள்ளார் இந்தப் பெருந்தகை. இவர் எழுதியுள்ள 130–ற்கும் மேற்பட்ட நூல்களைத் தமிழக அரசு நாட்டுடைமையாக்கியுள்ளது. தமிழறிஞரும், எழுத்தாளரும், பேராசிரியருமான திரு. ந. சுப்புரெட்டியார் அவர்கள் 1960–இல், திருப்பதி திருவேங்கடவன் பல்கலைக்கழகத்தில் தமிழ்த்துறையை நிறுவிய பெருமைக்குரியவர், அங்கு 17 ஆண்டுகள் பேராசிரியராகப் பணியாற்றியுள்ளார்.

அவருடைய இந்த நூலைப் படிப்பவர்கள் வள்ளுவப் பெருந்தகை கூறியுள்ள அறங்களில் ஒரு சிலவற்றையேனும் கடைப்பிடித்து வாழ்ந்தால் அதுவே வள்ளுவருக்கு நாம் செய்யும் கைம்மாறாகும்.

வாழ்க வள்ளுவம்!

– பதிப்பகத்தார்

• உள்ளுறை •

	பக்கம்
அதிகார அகராதி	x

1. அறத்துப்பால்

பாயிரம்	2
இல்லறவியல்	10
துறவறவியல்	50
ஊழியல்	76
திருவள்ளுவ மாலை (பொருக்கு மணிகள்)	78

2. பொருட்பால்

அரசியல்	80
அமைச்சியல்	130
அரணியல்	150
கூழியல்	155
படையியல்	156
நட்பியல்	160
குடியியல்	194
திருவள்ளுவ மாலை (பொருக்கு மணிகள்)	220

3. இன்பத்துப்பால்

களவியல்	222
கற்பியல்	236
திருவள்ளுவ மாலை (பொருக்கு மணிகள்)	272
செய்யுள் முதற்குறிப்பு	273
திருவள்ளுவர் - வேறு பெயர்கள்	292

• அதிகார அகராதி •

எண் : பக்க எண்

அடக்கமுடைமை	26
அமைச்சு	130
அரண்	152
அருளுடைமை	50
அலர் அறிவுறுத்தல்	234
அவர்வயின் விதும்பல்	258
அவா அறுத்தல்	74
அவை அஞ்சாமை	148
அவை அறிதல்	146
அழுக்காறாமை	34
அறன் வலியுறுத்தல்	8
அறிவுடைமை	88
அன்புடைமை	16
ஆள்வினையுடைமை	126
இகல்	174
இடன் அறிதல்	102
இடுக்கண் அழியாமை	128
இரவச்சம்	216
இரவு	214
இல்வாழ்க்கை	10
இறைமாட்சி	80
இனியவை கூறல்	20
இன்னா செய்யாமை	64
ஈகை	46
உட்பகை	180
உழவு	210
உறுப்புநலன் அழிதல்	252
ஊக்கம் உடைமை	122
ஊடலுவகை	270
ஊழ்	76
ஒப்புரவறிதல்	44
ஒழுக்கமுடைமை	28
ஒற்றாடல்	120
கடவுள் வாழ்த்து	2
கண்ணோட்டம்	118
கண் விதுப்பழிதல்	240
கயமை	218
கல்லாமை	84
கல்வி	82
கள்ளாமை	58
கள்ளுண்ணாமை	188
கனவுநிலை உரைத்தல்	248
காதற் சிறப்புரைத்தல்	230
காலம் அறிதல்	100

குடி செயல்வகை	208
குடிமை	194
குறிப்பறிதல் (பொ)	144
குறிப்பறிதல் (இ)	224
குறிப்பறிவுறுத்தல்	260
குற்றங்கடிதல்	90
கூடா ஒழுக்கம்	56
கூடா நட்பு	168
கேள்வி	86
கொடுங்கோன்மை	114
கொல்லாமை	66
சான்றாண்மை	200
சிற்றினம் சேராமை	94
சுற்றந் தழால்	108
சூது	190
செங்கோன்மை	112
செய்ந்நன்றி அறிதல்	22
சொல்வன்மை	132
தகையணங்குறுத்தல்	222
தவம்	54
தனிப்படர் மிகுதி	244
தீ நட்பு	166
தீவினையச்சம்	42
துறவு	70
தூது	140
தெரிந்து செயல்வகை	96
தெரிந்து தெளிதல்	104
தெரிந்து வினையாடல்	106
நடுவு நிலைமை	24
நட்பாராய்தல்	162
நட்பு	160
நலம் புனைந்துரைத்தல்	228
நல்குரவு	212
நன்றியில் செல்வம்	204
நாடு	150
நாணுடைமை	206
நாணுத் துறவுரைத்தல்	232
நிலையாமை	68
நிறையழிதல்	256
நினைந்தவர் புலம்பல்	246
நீத்தார் பெருமை	6
நெஞ்சொடு கிளத்தல்	254
நெஞ்சொடு புலத்தல்	264
பகைத்திறம் தெரிதல்	178
பகைமாட்சி	176
பசப்புறு பருவரல்	242
படர் மெலிந்திரங்கல்	238
படைச்செருக்கு	158
படை மாட்சி	156
பண்புடைமை	202
பயனில சொல்லாமை	40
பழைமை	164

பிரிவாற்றாமை	236
பிறனில் விழையாமை	30
புகழ்	48
புணர்ச்சி மகிழ்தல்	226
புணர்ச்சி விதும்பல்	262
புலவி	266
புலவி நுணுக்கம்	268
புலால் மறுத்தல்	52
புல்லறிவாண்மை	172
புறங்கூறாமை	38
பெண்வழிச்சேரல்	184
பெரியாரைத் துணைக்கோடல்	92
பெரியாரைப் பிழையாமை	182
பெருமை	198
பேதைமை	170
பொச்சாவாமை	110
பொருள் செயல்வகை	154
பொழுதுகண்டு இரங்கல்	250
பொறையுடைமை	32
மக்கட்பேறு	14
மடியின்மை	124
மருந்து	192
மன்னரைச் சேர்ந்தொழுகல்	142
மானம்	196
மெய்யுணர்தல்	72
வரைவின் மகளிர்	186
வலியறிதல்	98
வாய்மை	60
வாழ்க்கைத் துணைநலம்	12
வான் சிறப்பு	4
விருந்தோம்பல்	18
வினைசெயல்வகை	138
வினைத்திட்பம்	136
வினைத் தூய்மை	134
வெகுளாமை	62
வெஃகாமை	36
வெருவந்த செய்யாமை	116

1

அறத்துப்பால்

பாயிரம்	:	1 முதல் 40 முடிய
இல்லறவியல்	:	41 முதல் 240 முடிய
துறவறவியல்	:	241 முதல் 370 முடிய
ஊழியல்	:	371 முதல் 380 முடிய

1. கடவுள் வாழ்த்து

அகர முதல எழுத்தெல்லாம் ஆதி
பகவன் முதற்றே உலகு. 1

கற்றதனா லாய பயனென்கொல் வாலறிவன்
நற்றாள் தொழாஅர் எனின். 2

மலர்மிசை ஏகினான் மாணடி சேர்ந்தார்
நிலமிசை நீடுவாழ் வார். 3

வேண்டுதல் வேண்டாமை இலான்அடி சேர்ந்தார்க்கு
யாண்டும் இடும்பை இல. 4

இருள்சேர் இருவினையும் சேரா இறைவன்
பொருள்சேர் புகழ்புரிந்தார் மாட்டு. 5

பொறிவாயில் ஐந்தவித்தான் பொய்தீர் ஒழுக்க
நெறிநின்றார் நீடுவாழ் வார். 6

தனக்குவமை இல்லாதான் தாள்சேர்ந்தார்க் கல்லால்
மனக்கவலை மாற்றல் அரிது. 7

அறவாழி அந்தணன் தாள்சேர்ந்தார்க் கல்லால்
பிறவாழி நீந்தல் அரிது. 8

கோளில் பொறியில் குணமிலவே எண்குணத்தான்
தாளை வணங்காத் தலை. 9

பிறவிப் பெருங்கடல் நீந்துவர் நீந்தார்
இறைவன் அடிசேரா தார். 10

கடவுள் வாழ்த்து

1. எழுத்துகள் எல்லாம் அகர ஒலியை முதலாகக் கொண்டவை; அதுபோல் உலகிலுள்ள உயிர்கள் எல்லாம் ஆதியாகிய கடவுளை முதல்வனாகக் கொண்டவை.

2. தூய அறிவு வடிவான இறைவனின் திருவடிகளைத் தொழாதவருக்கு அவர் கற்ற கல்வியினால் உண்டாகும் பயன் ஒன்றும் இல்லை.

3. அன்பரின் நெஞ்சமாகிய இதயத்தாமரையில் வீற்றிருக்கும் இறைவனின் சிறந்த திருவடிகளை இடைவிடாமல் நினைப்பவர்களே இன்ப உலகில் நிலையாக வாழ்வார்கள்.

4. விருப்பு வெறுப்பு இல்லாத இறைவனின் திருவடிகளைப் பொருந்தி நினைக்கின்றவர்களுக்கு எப்பொழுதும் எவ்விடத்தும் துன்பம் இல்லை.

5. இறைவனின் உண்மை சேர்ந்த புகழை விரும்பி அன்பு செலுத்தினவர்களிடம் அறியாமையால் விளையும் நல்வினை, தீவினை ஆகிய இருவகை வினைகளும் வந்து சேரா.

6. ஐம்பொறி வாயிலாக எழுகின்ற ஆசைகளை ஒழித்த இறைவனின் பொய்யற்ற ஒழுக்க நெறியில் நின்றவரே நிலைபெற்ற வாழ்வினர் ஆவர்.

7. தனக்கு ஒப்புமை இல்லாத இறைவனின் திருவடிகளைப் பொருந்தி நினைக்கின்றவர்களுக்கு அன்றிப் பிறர்க்கு மனக்கவலை மாற்றுதல் அரிதாகும்.

8. அறக்கடலாக விளங்கும் இறைவனின் திருவடிகளைச் சேர்ந்தவர்கட்கு அல்லாமல் பிறர்க்குப் பொருளும் இன்பமும் ஆகிய மற்றக் கடல்களைக் கடத்தல் அரிது.

9. கேட்காத செவியும், காணாத கண்ணும் போல எண்வகைக் குணங்களின் உருவான இறைவனின் திருவடிகளை வணங்காத தலை பயனற்றது.

10. இறைவனின் திருவடிகளைச் சேர்ந்தவர்களே பிறவிப் பெருங்கடலைக் கடப்பர்; சேராதவர்களால் கடக்க இயலாது.

2. வான் சிறப்பு

வான்நின்று உலகம் வழங்கி வருதலால்
தான்அமிழ்தம் என்றுணரற் பாற்று.   11

துப்பார்க்குத் துப்பாய துப்பாக்கித் துப்பார்க்குத்
துப்பாய தூஉம் மழை.   12

விண்இன்று பொய்ப்பின் விரிநீர் வியனுலகத்து
உள்நின்று உடற்றும் பசி.   13

ஏரின் உழாஅர் உழவர் புயலென்னும்
வாரி வளங்குன்றிக் கால்.   14

கெடுப்பதூஉங் கெட்டார்க்குச் சார்வாய்மற் றாங்கே
எடுப்பதூஉம் எல்லாம் மழை.   15

விசும்பின் துளிவீழின் அல்லால்மற் றாங்கே
பசும்புல் தலைகாண்பு அரிது.   16

நெடுங்கடலும் தன்நீர்மை குன்றும் தடிந்தெழிலி
தான்நல்கா தாகி விடின்.   17

சிறப்பொடு பூசனை செல்லாது வானம்
வறக்குமேல் வானோர்க்கும் ஈண்டு.   18

தானம் தவம்இரண்டும் தங்கா வியன்உலகம்
வானம் வழங்கா தெனின்.   19

நீர்இன்று அமையாது உலகெனின் யார்யார்க்கும்
வான்இன்று அமையாது ஒழுக்கு.   20

வான் சிறப்பு

11. மழை தவறாது பெய்தலால்தான் உலகம் (உயிர்கள்) வாழ்ந்து வருகின்றது. ஆகையால், அந்த மழை உயிர்களுக்குச் சாவா மருந்து (அமிழ்தம்) என்று உணரத் தக்கது.

12. உண்பவர்கட்குத் தக்க உணவுப் பொருள்களை விளைத்துத் தந்து, பருகுவார்க்குத் தானும் ஓர் உணவாக இருப்பது மழையாகும்.

13. மழை பெய்யாமல் பொய்படுமானால் கடல்சூழ்ந்த பரந்த இவ்வுலகத்தில் பசி நிலைத்து நின்று உயிர்களை வருத்தும்.

14. மழை என்னும் வருவாயின் வளம் குன்றி விட்டால் பயிர் செய்யும் உழவரும் ஏர் கொண்டு உழமாட்டார்கள்.

15. பெய்யாமல் வாழ்வைக் கெடுக்க வல்லதும் மழை; மழையின்றி வளங்கெட்டு நொந்தவர்க்குத் துணையாக அமைந்து காக்க வல்லதும் மழையாகும்.

16. வானத்திலிருந்து மழைத்துளி வீழ்ந்தால் அன்றி, உலகில் ஓரறிவுயிராகிய பசும்புல்லின் தலையையும் காண முடியாது.

17. மேகம் கடலிலிருந்து நீரை முகந்து சென்று மீண்டும் அதனிடத்திலே பெய்யாதொழியுமானால், அப்பெரிய கடலும் தன் வளம் குன்றிப்போகும்.

18. மழை முறையாகப் பெய்யவில்லையானால் இவ்வுலகத்தில் வானோர்க்காக நடத்தப்பெறும் திருவிழாக்களும் பூசனைகளும் நடைபெறாமல் நின்று போகும்.

19. மழை பெய்யவில்லையானால் இப்பரந்த உலகில் பிறர் பொருட்டுச் செய்யப்படும் தானமும், தம்பொருட்டுச் செய்யப்படும் தவமும் இல்லையாகி விடும்.

20. நீர் இல்லாமல் எத்தகையோர்க்கும் உலக வாழ்க்கை அமையாது; அதுபோல மழையில்லையானால் ஒழுக்கமும் நிலைபெறாது.

3. நீத்தார் பெருமை

ஒழுக்கத்து நீத்தார் பெருமை விழுப்பத்து
வேண்டும் பனுவல் துணிவு. 21

துறந்தார் பெருமை துணைக்கூறின் வையத்து
இறந்தாரை எண்ணிக்கொண் டற்று. 22

இருமை வகைதெரிந்து ஈண்டுஅறம் பூண்டார்
பெருமை பிறங்கிற்று உலகு. 23

உரனென்னும் தோட்டியான் ஓரைந்தும் காப்பான்
வரனென்னும் வைப்பிற்கோர் வித்து. 24

ஐந்தவித்தான் ஆற்றல் அகல்விசும்பு உளார்கோமான்
இந்திரனே சாலுங் கரி. 25

செயற்கரிய செய்வார் பெரியர் சிறியர்
செயற்கரிய செய்கலா தார். 26

சுவைஒளி ஊறுஓசை நாற்றமென்று ஐந்தின்
வகைதெரிவான் கட்டே உலகு. 27

நிறைமொழி மாந்தர் பெருமை நிலத்து
மறைமொழி காட்டி விடும். 28

குணமென்னும் குன்றேறி நின்றார் வெகுளி
கணமேயும் காத்தல் அரிது. 29

அந்தணர் என்போர் அறவோர்மற் றெவ்வுயிர்க்கும்
செந்தண்மை பூண்டொழுக லான். 30

நீத்தார் பெருமை

21. ஒழுக்க நெறியில் நிலையாக நின்று பற்று விட்டவர்களின் பெருமையைச் சிறந்ததாகப் போற்றிக் கூறுவது நூல்களின் துணிவு.

22. பற்றுகளை விட்டவர்களின் பெருமையை அளந்து கூறுதல் உலகில் இதுகாறும் பிறந்து இறந்தவர்களைக் கணக்கெடுத்தாற் போன்றது.

23. பிறப்பு வீடுபேறு இவற்றின் துன்ப இன்பக் கூறுபாடுகளை ஆராய்ந்து அறிந்து இப்பிறப்பில் துறவறத்தை மேற்கொண்டவரின் பெருமையே உலகத்தில் உயர்ந்து விளங்குவது.

24. அறிவு என்னும் அங்குசத்தால் ஐம்பொறிகளாகிய யானைகளை அடக்கிக் காப்பவனே மேலான வீட்டுலகிற்கு வித்து போன்றவன்.

25. ஐம்பொறிவழியாக எழும் ஆசைகளை ஒழித்தவனுடைய வல்லமைக்கு வானுலகக் கோமானாகிய இந்திரனே போதுமான சான்றாவான்.

26. செய்வதற்கு அரியதானவற்றைச் செய்பவர் பெரியோர், செய்வதற்கு அரிதானவற்றைச் செய்யமாட்டாதவர் சிறியோர்.

27. சுவை ஒளி ஊறு ஓசை நாற்றம் என்று சொல்லப்படும் ஐந்தின் வகைகளையும் ஆராய்ந்து அறிய வல்லவனுடைய அறிவிற்குள் உள்ளது உலகம்.

28. பயன் நிறைந்த மொழிகளில் வல்ல சான்றோரின் பெருமையை உலகில் நிலையாக விளங்கும் அவர்களுடைய மறை மொழிகளே காட்டிவிடும்.

29. நல்ல பண்புகளாகிய மலையின்மேல் ஏறி நின்ற பெரியோரின் சினம் சிறுபொழுதே என்றாலும் அதன் விளைவை எவராலும் தாங்குதல் அரியதாகும்.

30. எவ்வகைப்பட்ட உயிர்களிடத்திலும் செம்மையான அருளை மேற்கொண்டு ஒழுகுவதால் அந்தணர் என்போரே அறவோர் ஆவர்.

4. அறன் வலியுறுத்தல்

சிறப்புஈனும் செல்வமும் ஈனும் அறத்தினூஉங்கு
ஆக்கம் எவனோ உயிர்க்கு. 31

அறத்தினூஉங்கு ஆக்கமும் இல்லை அதனை
மறத்தலின் ஊங்கில்லை கேடு. 32

ஒல்லும் வகையான் அறவினை ஓவாதே
செல்லும்வா யெல்லாம் செயல். 33

மனத்துக்கண் மாசிலன் ஆதல் அனைத்துஅறன்
ஆகுல நீர பிற. 34

அழுக்காறு அவாவெகுளி இன்னாச்சொல் நான்கும்
இழுக்கா இயன்றது அறம். 35

அன்றறிவாம் என்னாது அறஞ்செய்க மற்றது
பொன்றுங்கால் பொன்றாத் துணை. 36

அறத்தாறு இதுவென வேண்டா சிவிகை
பொறுத்தானோடு ஊர்ந்தான் இடை. 37

வீழ்நாள் படாஅமை நன்றாற்றின் அஃதொருவன்
வாழ்நாள் வழியடைக்குங் கல். 38

அறத்தான் வருவதே இன்பம்மற் றெல்லாம்
புறத்த புகழும் இல. 39

செயற்பால தோரும் அறனே ஒருவற்கு
உயற்பால தோரும் பழி. 40

அறன் வலியுறுத்தல்

31. அறம் மக்களுக்குச் சிறப்பையும் செல்வத்தையும் நல்கும்; அதனால் அறத்தைவிட உயிருக்கு நன்மை தருவது வேறு இல்லை.

32. ஒருவருடைய வாழ்க்கைக்கு அறத்தை விட நன்மையானதும் இல்லை; அந்த அறத்தைப் போற்றாமல் மறப்பதைவிடக் கேடும் வேறு இல்லை.

33. செய்யக்கூடிய வகையால் இயன்றவரை அறச் செயலைச் செய்யக்கூடிய இடங்களிலெல்லாம் இடைவிடாமல் தொடர்ந்து செய்து வருதல் வேண்டும்.

34. ஒருவன் தன் மனத்திடத்துக் குற்றமிலனாக இருத்தல் வேண்டும்; அவ்வளவே அறம் எனப்படும்; மனத்தூய்மை இல்லாத மற்றவை யாவும் ஆரவாரத் தன்மையுடையவை.

35. பொறாமை ஆசை சினம் கடுஞ்சொல் என்னும் நான்கிற்கும் ஒரு சிறிதும் இடம்தராமல் ஒழுகி வருவதே அறமாகும்.

36. இளைஞராக உள்ளவர் பிற்காலத்தில் பார்த்துக் கொள்ளலாம் என்று தள்ளி வைக்காமல் அறத்தை அன்றே செய்தல் வேண்டும்; அதுவே உடல் அழியும் காலத்தில் அழியாத் துணையாகும்.

37. பல்லக்கை சுமப்பவனும் அதன் மேல் அமர்ந்து செல்பவனும் ஆகிய அவர்களிடையே அறத்தின் பயன் இஃது எனக் கூறவேண்டா.

38. செய்யத் தவறிய நாள் என்றில்லாமல் ஒருவன் அறம் செய்வானாயின் அதுவே அவன் பிறவி வரும் வழியை அடைக்கும் கல்லாகும்.

39. அறநெறியில் வாழ்வதன் பயனாக வருவதே இன்பமாகும்; மற்ற வகையில் வருவன எல்லாம் இன்பம் இல்லாதவை; புகழும் அற்றவை.

40. ஒருவன் தன் வாழ்நாளில் செய்ய வேண்டியது எல்லாம் அறமே; அவன் செய்யாமல் காக்கவேண்டியது எல்லாம் பழியே.

5. இல்வாழ்க்கை

இல்வாழ்வான் என்பான் இயல்புடைய மூவர்க்கும்
நல்லாற்றின் நின்ற துணை. 41

துறந்தார்க்கும் துவ்வா தவர்க்கும் இறந்தார்க்கும்
இல்வாழ்வான் என்பான் துணை. 42

தென்புலத்தார் தெய்வம் விருந்தொக்கல் தானென்றாங்கு
ஐம்புலத்தாறு ஓம்பல் தலை. 43

பழியஞ்சிப் பாத்தூண் உடைத்தாயின் வாழ்க்கை
வழிஎஞ்சல் எஞ்ஞான்றும் இல். 44

அன்பும் அறனும் உடைத்தாயின் இல்வாழ்க்கை
பண்பும் பயனும் அது. 45

அறத்தாற்றின் இல்வாழ்க்கை ஆற்றின் புறத்தாற்றில்
போஒய்ப் பெறுவது எவன். 46

இயல்பினான் இல்வாழ்க்கை வாழ்பவன் என்பான்
முயல்வாருள் எல்லாம் தலை. 47

ஆற்றின் ஒழுக்கி அறனிழுக்கா இல்வாழ்க்கை
நோற்பாரின் நோன்மை உடைத்து. 48

அறன்எனப் பட்டதே இல்வாழ்க்கை அஃதும்
பிறன்பழிப்பது இல்லாயின் நன்று. 49

வையத்துள் வாழ்வாங்கு வாழ்பவன் வானுறையும்
தெய்வத்துள் வைக்கப் படும். 50

இல்வாழ்க்கை

41. இல்லறத்தில் வாழ்பவனாகச் சொல்லப்படுபவன் அறத்தின் இயல்பையுடைய முத்திறத்தார்க்கும் நல்வழியில் நிலையான துணையாவான்.

42. துறந்தவர்க்கும் வறியவர்க்கும் தனக்குத் தொடர்புடைய இறந்தவர்க்கும் இல்வாழ்வினனே துணையாவான்.

43. இறந்த மூதாதையர்கள், தெய்வம், விருந்தினர், சுற்றத்தார், தன்குடும்பம் என்ற ஐந்திடத்தும் அறநெறி வழுவாமல் பேணுதல் (இல்வாழ்வானின்) சிறந்த கடமையாகும்.

44. பொருள் சேர்க்கும்போது பழிக்கு அஞ்சுதல், செலவு செய்யும்போது பகுத்து உண்ணுதல் ஆகிய இரண்டும் ஒருவனிடத்து இருந்தால் அவனது வாழ்க்கையில் ஒழுங்கு எப்போதும் குறைவதில்லை.

45. ஒருவனது இல்வாழ்க்கையில் கணவன் மனைவியரிடையே அன்புப் பிணைப்பும் அறநெறியில் ஒழுகுதலும் இருக்குமாயின் அந்த வாழ்க்கையின் பண்பும் பயனும் அதுவேயாகும்.

46. ஒருவன் இல்வாழ்க்கையை அறநெறிப்படி நடத்து வானாயின், அவன் வேறு நெறியில் சென்று பெறத்தக்கது ஒன்றுமே இல்லை.

47. அறநெறியின் இயல்போடு இல்வாழ்க்கை வாழ்கின்றவன் வாழ்வு முயற்சியில் ஈடுபடுவாருள் எல்லாம் தலைசிறந்தவன் ஆவான்.

48. பிறரையும் அறநெறிப்படி நடக்கச் செய்து, தானும் அறநெறியில் தவறாது வாழ்பவனின் இல்வாழ்க்கை தவசியரின் நோன்பைவிட வலிமையுடையது.

49. அறம் என்று சிறப்பித்துச் சொல்லப் பெற்றது இல் வாழ்க்கையே; அதுவும் பிறன் பழிக்கும் குற்றம் இல்லையாயின் சிறப்புடையதாகும்.

50. உலகில் வாழவேண்டிய அறநெறியில் நின்று வாழ்பவன் வானுலகிலுள்ள தேவர்களுள் ஒருவனாக மதிக்கப்படுவான்.

6. வாழ்க்கைத் துணைநலம்

மனைத்தக்க மாண்புடையள் ஆகித்தற் கொண்டான்
வளத்தக்காள் வாழ்க்கைத் துணை. 51

மனைமாட்சி இல்லாள்கண் இல்லாயின் வாழ்க்கை
எனைமாட்சித் தாயினும் இல். 52

இல்லதென் இல்லவள் மாண்பானால் உள்ளதென்
இல்லவள் மாணாக் கடை. 53

பெண்ணிற் பெருந்தக்க யாவுள கற்பென்னும்
திண்மையுண் டாகப் பெறின். 54

தெய்வந் தொழாஅள் கொழுநன் தொழுதெழுவாள்
பெய்யெனப் பெய்யும் மழை. 55

தற்காத்துத் தற்கொண்டான் பேணித் தகைசான்ற
சொற்காத்துச் சோர்விலாள் பெண். 56

சிறைகாக்குங் காப்புஎவன் செய்யும் மகளிர்
நிறைகாக்குங் காப்பே தலை. 57

பெற்றாற் பெறின்பெறுவர் பெண்டிர் பெருஞ்சிறப்புப்
புத்தேளிர் வாழும் உலகு. 58

புகழ்புரிந்த இல்லிலோர்க்கு இல்லை இகழ்வார்முன்
ஏறுபோல் பீடு நடை. 59

மங்கலம் என்ப மனைமாட்சி மற்றுஅதன்
நன்கலம் நன்மக்கட் பேறு. 60

வாழ்க்கைத் துணைநலம்

51. இல்வாழ்க்கைக்குத் தகுந்த நற்பண்பு உடையவளாகித் தன் கணவனின் பொருள் வளத்துக்குத்தக்க வாழ்க்கை நடத்து கின்றவளே சிறந்த வாழ்க்கைத் துணைவியாவாள்.

52. இல்வாழ்க்கைக்குத் தக்க நற்பண்பு மனைவியிடம் இல்லையாயின், அந்த இல்வாழ்க்கையில் எவ்வளவு சிறப்பிருந்தாலும் அது வாழ்வு ஆகாது.

53. மனைவி நற்குண நற்செய்கைகள் உடையவளானால் கணவனிடத்தில் இல்லாதது ஒன்றும் இல்லை; அவள் நற்பண்பு இல்லாதவளானால் வாழ்க்கையில் ஒன்றும் இல்லையாகும்.

54. கற்பு என்னும் மனவுறுதி இல்லாளிடம் இருக்கப் பெற்றால் அந்தப் பெண்ணைவிடப் பெருமைமிக்கவை வேறு ஒன்றும் இல்லை.

55. வேறு தெய்வத்தைத் தொழாதவளாய்த் தன் கணவனையே தெய்வமாகக் கொண்டு தொழுது துயிலெழுகின்றவள் 'பெய்' என்றால் மழை பெய்யும்.

56. கற்பு நெறியில் தன்னையும் காத்துக் கொண்டு, தன் கணவனையும் பாதுகாத்து இருவரிடமும் புகழ் நீங்காமல் காத்துச் சோர்வு அடையாதவளே சிறந்த பெண்ணாவாள்.

57. மகளிரைக் காவல் வைத்துக் காப்பதால் பயன் இல்லை. அவர்கள் நிறை என்னும் பண்பால் தம்மைத் தாமே காக்கும் காப்பே சிறப்பானதாகும்.

58. தம் கணவனைப் போற்றிக் கடமை செய்யும் மகளிர் பெருஞ் சிறப்புடைய புத்தேளிர் வாழும் மேலுலக வாழ்வினைப் பெறுவர்.

59. புகழைக் காப்பாற்ற விரும்பும் மனைவி இல்லாதவருக்குத் தம்மை இகழ்ந்து பேசும் பகைவர் முன்னே ஏறுபோல் நடக்கும் பெருமித நடையும் இல்லை.

60. மனைவியின் மாண்புடைய நற்பண்பே இல்வாழ்க்கையின் மங்கலம் (நன்மை) என்று கூறுவர்; நல்ல மக்களைப் பெறுதலே அதற்கு நல்ல அணிகலம் என்றும் மொழிவர்.

7. மக்கட்பேறு

பெறுமவற்றுள் யாமறிவது இல்லை அறிவறிந்த
மக்கட்பேறு அல்ல பிற. 61

எழுபிறப்பும் தீயவை தீண்டா பழிபிறங்காப்
பண்புடை மக்கட் பெறின். 62

தம்பொருள் என்பதம் மக்கள் அவர்பொருள்
தம்தம் வினையான் வரும். 63

அமிழ்தினும் ஆற்ற இனிதேதம் மக்கள்
சிறுகை அளாவிய கூழ். 64

மக்கள்மெய் தீண்டல் உடற்கின்பம் மற்றுஅவர்
சொற்கேட்டல் இன்பம் செவிக்கு. 65

குழல்இனிது யாழ்இனிது என்பதம் மக்கள்
மழலைச்சொல் கேளா தவர். 66

தந்தை மகற்குஆற்றும் நன்றி அவையத்து
முந்தி யிருப்பச் செயல். 67

தம்மின்தம் மக்கள் அறிவுடைமை மாநிலத்து
மன்னுயிர்க் கெல்லாம் இனிது. 68

ஈன்ற பொழுதிற் பெரிதுவக்கும் தன்மகனைச்
சான்றோன் எனக்கேட்ட தாய். 69

மகன்தந்தைக்கு ஆற்றும் உதவி இவன்தந்தை
என்னோற்றான் கொல்எனுஞ் சொல். 70

மக்கட்பேறு

61. ஒருவன் பெறத்தக்க பேறுகளில் அறியவேண்டியவற்றை அறியவல்ல மக்களைப் பெறுவதைவிடச் சிறந்ததொன்று இருப்பதாக யாம் மதிப்பதில்லை.

62. பிறர் பழித்தற்கு இடமில்லாத நல்ல பண்புடைய மக்களைப் பெற்றால் ஒருவனுக்கு எழுவகைப் பிறப்புகளிலும் தீவினைப் பயனாகிய துன்பங்கள் சென்றணுகாது.

63. தம் மக்களே தம்முடைய பொருள்கள் என்று அறிஞர் கூறுவர்; மக்களாகிய அவர்தம் பொருள்கள் அவரவருடைய வினைப்பயனால் வந்து அடையும்.

64. தம்முடைய மக்களின் சிறு கைகளால் அளாவப்பெற்ற மிகவும் எளிமையான கூழானாலும், அது பெற்றோர்க்கு அமிழ்தினும் இனிமையுடையதாகும்.

65. தம் மக்களின் உடம்பைத் தொடுதல் உடலுக்கு இன்பமாகும்; அவர்களின் மழலைச் சொற்களைக் கேட்டல் செவிக்கு மிகவும் இன்பம் தருவதாகும்.

66. தம் மக்களின் மழலைச் சொற்களைக் கேட்டு அதன் இனிமையை நுகராதவரே 'குழல் இசை இனியது', 'யாழ் இசை இனியது' என்று மொழிவர்.

67. தந்தை தன் மகனுக்குச் செய்ய வேண்டிய நல்லுதவி அவனைக் கற்றவர் அவையில் முதன்மை பெறும் தகுதியுடைய வனாகச் செய்தலாகும்.

68. தம் மக்கள் தம்மைவிட அறிவுடையவராக இருத்தல் தமக்கு இன்பம் பயப்பதை விட உலகத்து உயிர்கட்கெல்லாம் மிக்க இன்பம் பயப்பதாகும்.

69. தன் மகன் நற்பண்பு நிறைந்தவன் என்று பிறர் சொல்லக் கேட்ட தாய் அவனைப் பெற்றபொழுது அடைந்த மகிழ்ச்சியை விடப் பெரிதும் மகிழ்ச்சியுறுவாள்.

70. மகன் தன் தந்தைக்குச் செய்யத்தக்க கைம்மாறு 'இவனைப் பெறுவதற்கு இவன் தந்தை என்ன நோன்பு நோற்றானோ ?' என்று பிறர் புகழ்ந்து கூறும் சொல்லேயாகும்.

8. அன்புடைமை

அன்பிற்கும் உண்டோ அடைக்குந்தாள் ஆர்வலர்
புன்கணீர் பூசல் தரும். 71

அன்பிலார் எல்லாம் தமக்குரியர் அன்புடையார்
என்பும் உரியர் பிறர்க்கு. 72

அன்போடு இயைந்த வழக்கென்ப ஆருயிர்க்கு
என்போடு இயைந்த தொடர்பு. 73

அன்புஈனும் ஆர்வம் உடைமை அதுஈனும்
நண்பென்னும் நாடாச் சிறப்பு. 74

அன்புற்று அமர்ந்த வழக்கென்ப வையகத்து
இன்புற்றார் எய்துஞ் சிறப்பு. 75

அறத்திற்கே அன்புசார் பென்ப அறியார்
மறத்திற்கும் அஃதே துணை. 76

என்பி லதனை வெயில்போலக் காயுமே
அன்பி லதனை அறம். 77

அன்பகத் தில்லா உயிர்வாழ்க்கை வன்பாற்கண்
வற்றல் மரந்தளிர்த் தற்று. 78

புறத்துறுப் பெல்லாம் எவன்செய்யும் யாக்கை
அகத்துறுப்பு அன்பி லவர்க்கு. 79

அன்பின் வழியது உயிர்நிலை அஃதிலார்க்கு
என்புதோல் போர்த்த உடம்பு. 80

அன்புடைமை

71. அன்புடையாரின் துன்பத்தைக் கண்டபோது ஒருவர் கண்களிலிருந்து சிந்துகின்ற சிறு கண்ணீரே உள்ளத்தின் அன்பைப் பலரும் அறியப் புலப்படுத்தும். ஆதலால், அன்புக்கு அடைத்து வைக்கும் தாழ்ப்பாள் இல்லை.

72. அன்பில்லாதவர் எல்லாப் பொருள்களையும் தாமே அநுபவிப்பர். அன்புடையவர் தம் உடம்பையும் பிறர்க்கு உரிமையாக்கி வாழ்வர்.

73. அருமையான உயிர்க்கு உடம்போடு பொருந்தியிருக்கும் உறவு, அன்போடு பொருந்தி வாழும் வாழ்க்கையின் பயனே என்று அறிஞர் கூறுவர்.

74. அன்பு பிறரிடம் விருப்பம் உடையவராக வாழும் பண்பை நல்கும்; அஃது எல்லோரிடத்திலும் நட்பு எனப்படும் அளவு கடந்த சிறப்பையும் தரும்.

75. உலகில் இன்பம் உற்று வாழ்கின்றவர் எய்தும் சிறப்பு, அன்புடையவராகப் பொருந்தி வாழும் வாழ்க்கையின் பயனே என்று பகர்வர்.

76. அறத்திற்கு மட்டுமே அன்பு துணையாகும் என்று கூறுவர் அறியாதார்; ஆராய்ந்து நோக்கினால் வீரச் செயல்களுக்கும் அதுவே துணையாக இருப்பது புலனாகும்.

77. எலும்பற்ற உடலோடு வாழும் புழுவை வெயில் காய்ந்து வருத்துவதுபோல அன்பற்ற உயிரை அறம் வருத்தும்.

78. அகத்தில் அன்பு இல்லாமல் வாழும் உயிர் வாழ்க்கை வளமற்ற பாலைவனத்தில் பட்டமரம் தளிர்த்தல் போன்றதாகும்.

79. உடம்பின் அகத்து உறுப்பாகிய அன்பு இல்லாதவர்க்கு அதன் புறத்து உறுப்புகளால் யாதொரு பயனும் இராது.

80. அன்பின்வழி இயங்கும் உடம்பே உயிர்நிலை பெறும் உடம்பாகும்; அன்பு இல்லாதவர் உடல் எலும்பைத் தோல் போர்த்த கூடேயாகும்.

9. விருந்தோம்பல்

இருந்தோம்பி இல்வாழ்வ தெல்லாம் விருந்தோம்பி
வேளாண்மை செய்தற் பொருட்டு. 81

விருந்து புறத்ததாத் தானுண்டல் சாவா
மருந்தெனினும் வேண்டற்பாற் றன்று. 82

வருவிருந்து வைகலும் ஓம்புவான் வாழ்க்கை
பருவந்து பாழ்படுதல் இன்று. 83

அகனமர்ந்து செய்யாள் உறையும் முகனமர்ந்து
நல்விருந்து ஓம்புவான் இல். 84

வித்தும் இடல்வேண்டும் கொல்லோ விருந்தோம்பி
மிச்சில் மிசைவான் புலம். 85

செல்விருந்து ஓம்பி வருவிருந்து பார்த்திருப்பான்
நல்விருந்து வானத் தவர்க்கு. 86

இனைத்துணைத் தென்பதொன் றில்லை விருந்தின்
துணைத்துணை வேள்விப் பயன். 87

பரிந்தோம்பிப் பற்றற்றேம் என்பர் விருந்தோம்பி
வேள்வி தலைப்படா தார். 88

உடைமையுள் இன்மை விருந்தோம்பல் ஓம்பா
மடமை மடவார்கண் உண்டு. 89

மோப்பக் குழையும் அனிச்சம் முகந்திரிந்து
நோக்கக் குழையும் விருந்து. 90

விருந்தோம்பல்

81. மனைவியுடன் வீட்டில் இருந்து பொருள்களைப் பேணி இல்வாழ்க்கை நடத்துவதெல்லாம் விருந்தினரைப் போற்றி உதவி செய்யும் பொருட்டேயாகும்.

82. விருந்தாக வந்தவர் வீட்டின் வெளியே இருக்கத் தான் மட்டும் உண்பது சாவாமருந்தாகிய அமிழ்தமேயாயினும் அது விரும்பத்தக்கது அன்று.

83. நாள்தோறும் தன்னை நாடிவரும் விருந்தினரைப் போற்று கின்றவனுடைய வாழ்க்கை துன்பத்தால் வருந்திக் கெடுதல் என்றுமே இல்லை.

84. முகமலர்ச்சியுடன் நல்ல விருந்தினரைப் போற்றுகின்றவ னுடைய வீட்டில் திருமகள் மனம் மகிழ்ந்து வாழ்வாள்.

85. விருந்தினரைப் போற்றியபின் எஞ்சியதைத் தான் உண்ணு கின்றவனுடைய நிலத்தில் விதைக்காமலேயே பயன் விளையும்.

86. வந்த விருந்தினரைப் போற்றி இனி வரும் விருந்தினரை எதிர்பார்த்திருக்கின்றவன் வானுலகத்திலுள்ள தேவர்க்கும் நல்ல விருந்தினனாவான்.

87. விருந்தோம்பலாகிய வேள்வியின் பயன் இன்ன அளவி லானது என்று கூறமுடியாது. விருந்தினரின் தகுதிக்கு ஏற்ற அளவாக அஃது அமையும்.

88. விருந்தினரை ஓம்பி அந்த வேள்வியில் ஈடுபடாதவர், பின்னர் பொருளை வருந்திக் காத்துப் (பின்பு இழந்து) பயனை அடையாமற் போனோமே என வருந்தும் நிலையை அடைவர்.

89. செல்வச் செழிப்புடன் இருக்குங் காலத்தில் வறுமை என்பது விருந்தோம்பலைப் போற்றாத அறியாமையாகும்; அஃது அறிவிலிகளிடமே காணப்படும்.

90. அனிச்சமலர் முகர்ந்தவுடன் வாடிவிடும். விருந்தினரோ விருந்தளிப்பவரின் முகம் மலராமல் வேறுபட்டுத் தோன்றிய வுடனேயே வாடி நிற்பர்.

10. இனியவை கூறல்

இன்சொலால் ஈரம் அளைஇப் படிறுஇலவாம்
செம்பொருள் கண்டார்வாய்ச் சொல். 91

அகனமர்ந்து ஈதலின் நன்றே முகனமர்ந்து
இன்சொல னாகப் பெறின். 92

முகத்தான் அமர்ந்துஇனிது நோக்கி அகத்தானாம்
இன்சொ லினதே அறம். 93

துன்புறூஉந் துவ்வாமை இல்லாகும் யார்மாட்டும்
இன்புறூஉம் இன்சொ லவர்க்கு. 94

பணிவுடையன் இன்சொலன் ஆதல் ஒருவற்கு
அணியல்ல மற்றுப் பிற. 95

அல்லவை தேய அறம்பெருகும் நல்லவை
நாடி இனிய சொலின். 96

நயன்ஈன்று நன்றி பயக்கும் பயன்ஈன்று
பண்பின் தலைப்பிரியாச் சொல். 97

சிறுமையுள் நீங்கிய இன்சொல் மறுமையும்
இம்மையும் இன்பந் தரும். 98

இன்சொல் இனிதீன்றல் காண்பான் எவன்கொலோ
வன்சொல் வழங்கு வது. 99

இனிய உளவாக இன்னாத கூறல்
கனியிருப்பக் காய்கவர்ந் தற்று. 100

இனியவை கூறல்

91. செம்மையான பொருளை அறிந்தவர்களின் வாய்ச் சொற்கள் இனிய சொற்களாய், அன்பு கலந்தனவாய், வஞ்சம் இல்லாதனவாய் இருக்கும்.

92. முகம் மலர்ச்சியுடன் இன்சொல் உடையவனாக இருப்பது மனம் மகிழ்ந்து பொருள் கொடுப்பதைவிடச் சிறந்ததாகும்.

93. முகத்தோற்றத்தால் விருப்பத்துடன் இனிமையுடன் நோக்கி உளம் கலந்த இன்சொற்களைக் கூறுவதே அறமாகும்.

94. எவரிடத்தும் இன்பத்தை நல்கும் இன்சொல் வழங்குவோர்க்குத் துன்பத்தை மிகுதிப்படுத்தும் வறுமையும் இல்லாமற் போகும்.

95. பணிவு உடையவனாகவும், இன்சொல் வழங்குவோனாகவும் இருத்தல் ஒருவனுக்கு அணிகலனாகும்; இவையன்றி உடம்பில் அணிபவை அணிகளாகா.

96. பிறர்க்கு நன்மையானவற்றை நாடி, இனிமையுடைய சொற் களைச் சொல்லின், பாவங்கள் தேய்ந்து போகும்; அறம் வளர்ந்து பெருகும்.

97. பிறர்க்கு நற்பயனை நல்கி இனிமைப்பண்பிலிருந்து நீங்காத சொற்கள், வழங்குவோனுக்கும் இன்பம் தந்து நன்மை பயக்கும்.

98. துன்பம் விளைவிக்கும் சிறுமையிலிருந்து நீங்கிய சொற்கள் வழங்குவோனுக்கு, மறுமையிலும் இம்மையிலும் இன்பம் நல்கும்.

99. இனிய சொற்கள் தனக்கு மிகுந்த இன்பம் தருதலைக் காண்பவன் வன்சொற்களை வழங்குவது என்ன பயன் கருதியோ?

100. இனிய சொற்கள் உள்ளபோது ஒருவன் இன்னாத சொற்களைக் கூறுதல், இனிய கனி இருக்கவும் அதனை உண்ணாமல் காயைப் பறித்துத் தின்பதை ஒத்தது.

11. செய்ந்நன்றி அறிதல்

செய்யாமற் செய்த உதவிக்கு வையகமும்
வானகமும் ஆற்ற லரிது. 101

காலத்தி னாற்செய்த நன்றி சிறிதெனினும்
ஞாலத்தின் மாணப் பெரிது. 102

பயன்தூக்கார் செய்த உதவி நயன்தூக்கின்
நன்மை கடலிற் பெரிது. 103

தினைத்துணை நன்றி செயினும் பனைத்துணையாக்
கொள்வர் பயன்தெரி வார். 104

உதவி வரைத்தன்று உதவி உதவி
செயப்பட்டார் சால்பின் வரைத்து. 105

மறவற்க மாசற்றார் கேண்மை துறவற்க
துன்பத்துள் துப்பாயார் நட்பு. 106

எழுமை எழுபிறப்பும் உள்ளுவர் தங்கண்
விழுமந் துடைத்தவர் நட்பு. 107

நன்றி மறப்பது நன்றன்று நன்றல்லது
அன்றே மறப்பது நன்று. 108

கொன்றன்ன இன்னா செயினும் அவர்செய்த
ஒன்றுநன்று உள்ளக் கெடும். 109

எந்நன்றி கொன்றார்க்கும் உய்வுண்டாம் உய்வில்லை
செய்ந்நன்றி கொன்ற மகற்கு. 110

செய்ந்நன்றி அறிதல்

101. தான் எதுவுமே செய்யாதிருக்கவும் பிறர் தனக்குச் செய்த உதவிக்கு மண்ணுலகையும் விண்ணுலகையும் கொடுப்பினும் ஈடாக முடியாது.

102. உற்ற காலத்தில் செய்த உதவி சிறிதளவாக இருப்பினும் அதன் தன்மையை ஆராய்ந்தால் அதன் பெருமையோ உலகத்தை விட மிகப் பெரியதாகும்.

103. பயனைக் கருதாதவர் செய்த உதவியின் நன்மையை ஆராய்ந்தால் அதன் நன்மை கடலையும்விட அளவினால் மிகப் பெரியதாகும்.

104. ஒருவன் தினையளவு நன்மை செய்தானாயினும் அதன் பயனை ஆராய்கின்றவர் அதனை பனையளவாக மதித்துப் போற்றுவர்.

105. ஒருவர் செய்த உதவி அதன் அளவையே எல்லையாக உடையது அன்று; அது உதவி செய்யப்பட்டவரின் பண்புக்கு ஏற்ற அளவை உடையதாகும்.

106. மன மாசு இல்லாதவரின் நட்பினை ஒருபோதும் மறத்தலாகாது; துன்பம் உற்ற காலத்தில் உறுதுணையாய் உதவியவர்களின் நட்பை எப்போதும் விடலாகாது.

107. தம்முடைய துன்பத்தைத் துடைத்தவரின் நட்பினை ஏழேழ் பிறப்பிலும் மறவாது நினைந்து போற்றுவர் நன்றியுடையோர்.

108. ஒருவர் செய்த நன்மையை மறப்பது அறம் ஆகாது; அவர் செய்த தீமையை செய்த அப்பொழுதே மறந்து விடுவது அறம் ஆகும்.

109. முன்பு நன்மை செய்த ஒருவர் கொன்றாற்போன்ற துன்பத்தைச் செய்தாரானாலும், அவர், முன்பு செய்த நன்மை ஒன்றை நினைத்தாலும் அந்தத் துன்பம் மறைந்து போகும்.

110. எத்தகைய அறத்தை அழித்தவர்க்கும் தப்புவதற்கு வழி உண்டு; ஆயின். ஒருவர் செய்த உதவியை மறந்து அழித்தவனுக்கு உய்யும் வழியே இல்லை.

12. நடுவு நிலைமை

தகுதி எனஒன்று நன்றே பகுதியால்
பாற்பட்டு ஒழுகப் பெறின். 111

செப்பம் உடையவன் ஆக்கம் சிதைவின்றி
எச்சத்திற் கேமாப்பு உடைத்து. 112

நன்றே தரினும் நடுவிகந்தாம் ஆக்கத்தை
அன்றே ஒழிய விடல். 113

தக்கார் தகவிலர் என்பது அவரவர்
எச்சத்தாற் காணப் படும். 114

கேடும் பெருக்கமும் இல்லல்ல நெஞ்சத்துக்
கோடாமை சான்றோர்க் கணி. 115

கெடுவல்யான் என்பது அறிகதன் நெஞ்சம்
நடுவுஒரீஇ அல்ல செயின். 116

கெடுவாக வையாது உலகம் நடுவாக
நன்றிக்கண் தங்கியான் தாழ்வு. 117

சமன்செய்து சீர்தூக்கும் கோல்போல் அமைந்தொருபால்
கோடாமை சான்றோர்க் கணி. 118

சொற்கோட்டம் இல்லது செப்பம் ஒருதலையா
உட்கோட்டம் இன்மை பெறின். 119

வாணிகம் செய்வார்க்கு வாணிகம் பேணிப்
பிறவும் தம்போற் செயின். 120

நடுவு நிலைமை

111. பகைவர், நண்பர், அயலார் என்னும் வேறுபாடின்றி எல்லோரிடமும் முறையோடு பொருந்தி ஒழுகப்பெற்றால் ‘தகுதி’ என்று கூறப்படும் நடுவு நிலைமை என்னும் அறம் நன்மையைத் தரும்.

112. நடுவு நிலைமை உடையவனின் செல்வ வளம் இடையில் அழிந்து போகாமல் அவனுடைய வழியினர்க்கும் உறுதியாக நன்மை தரும்.

113. தீமையைத் தராது நன்மையே தருவதாயினும் நடுவு நிலைமை தவறி உண்டாகும் வளத்தை அப்போதே கைவிட வேண்டும்.

114. ஒருவர் நடுவு நிலைமை உடையவர், அல்லது இல்லாதவர் என்பதை அவரவருக்குப் பின் எஞ்சி நிற்கும் புகழாலும் பழியாலும் அறியலாம்.

115. பொருட்கேடும் பொருட்பெருக்கமும் வாழ்வில் இல்லா தவை அல்ல; ஆகையால் நெஞ்சில் நடுவுநிலைமை கோணாமல் இருத்தலே சான்றோர்க்கு அழகாகும்.

116. தன்நெஞ்சம் நடுவுநிலைமையினின்று நீங்கி முறை யல்லாதவற்றைச் செய்ய நினைத்தால் அந்நினைப்பு அவன் கெட்டுப்போவதற்கு அறிகுறியாகும்.

117. நடுவுநிலைமை தவறாத அறநெறியை மேற்கொண் டொழுகும் ஒருவன் அடைந்த வறுமை நிலையை அறிவுடையோர் தாழ்வாகக் கருதார்.

118. முன்னே தான் சமமாக இருந்து பொருளைச் சீர்தூக்கிக் காட்டும் துலாக்கோல் போல் அமைந்து நடுவுநிலைமையிலிருந்து ஒருபக்கம் சாயாதிருத்தல் சான்றோர்க்கு அழகு.

119. உள்ளத்தில் கோணுதலற்ற பண்பை உறுதியாகப் பெற்றிருந் தால் சொல்லிலும் கோணுதல் இல்லாத நிலைமை உண்டாகும்.

120. பிறர் பொருளையும் தம் பொருள்போல் போற்றிச் செய் தால், அதுவே வாணிகம் செய்வோர்க்குரிய நல்ல முறையாகும்.

13. அடக்கமுடைமை

அடக்கம் அமரருள் உய்க்கும் அடங்காமை
ஆரிருள் உய்த்து விடும். 121

காக்க பொருளா அடக்கத்தை ஆக்கம்
அதனினூஉங் கில்லை உயிர்க்கு. 122

செறிவறிந்து சீர்மை பயக்கும் அறிவறிந்து
ஆற்றின் அடங்கப் பெறின். 123

நிலையில் திரியாது அடங்கியான் தோற்றம்
மலையினும் மாணப் பெரிது. 124

எல்லார்க்கும் நன்றாம் பணிதல் அவருள்ளும்
செல்வர்க்கே செல்வந் தகைத்து. 125

ஒருமையுள் ஆமைபோல் ஐந்தடக்கல் ஆற்றின்
எழுமையும் ஏமாப் புடைத்து. 126

யாகாவா ராயினும் நாகாக்க காவாக்கால்
சோகாப்பர் சொல்லிழுக்குப் பட்டு. 127

ஒன்றானும் தீச்சொல் பொருட்பயன் உண்டாயின்
நன்றாகா தாகி விடும். 128

தீயினாற் சுட்டபுண் உள்ளாறும் ஆறாதே
நாவினாற் சுட்ட வடு. 129

கதங்காத்துக் கற்றடங்கல் ஆற்றுவான் செவ்வி
அறம்பார்க்கும் ஆற்றின் நுழைந்து. 130

அடக்கமுடைமை

121. அடக்கம் ஒருவனை உயர்த்தித் தேவருள் சேர்க்கும்; அடங்காமை பேரிருள் ஆகிய நரகத்தில் தள்ளிவிடும்.

122. அடக்கத்தை உறுதிப் பொருளாகக் கொண்டு பேணிப் பாதுகாத்து வருக; உயிருக்கு ஆக்கம் தருவது அதனினும் மேம்பட்ட செல்வம் இல்லை.

123. அறிய வேண்டியவற்றை அறிந்து நல்வழியில் அடக்கத் துடன் ஒழுகும் பண்பைப் பெற்றால், அந்த அடக்கம் பிறரால் அறியப்பட்டு மேன்மை பயக்கும்.

124. தன் நிலையிலிருந்து திரிந்து போகாமல் அடங்கியிருப் பவனின் உயர்வு மலையின் உயர்வைவிட மிகவும் பெரியதாகும்.

125. பணிவுடையவராக ஒழுகுதல் பொதுவாக எல்லார்க்கும் நன்மை பயப்பதாகும்; அவருள்ளும் செல்வர்க்குச் சிறப்பாக மற்றொரு செல்வம் போன்றதாகும்.

126. ஒரு பிறப்பில் ஆமைபோல் ஐம்பொறிகளையும் அடக்கியாள வல்லவனானால், அஃது அவனுக்கு பல பிறப்பிலும் காப்பாக அமையும்.

127. காக்க வேண்டியவற்றுள் எவற்றைக் காக்காவிட்டாலும் நாவையாவது காக்கவேண்டும்; காக்கத் தவறியவர்கள் சொற் குற்றத்தில் சிக்கித் தவிப்பர்.

128. தீய சொற்களின் பொருளால் விளையும் தீமை ஒன்றா யினும் ஒருவனிடம் உண்டானால் அதனால் மற்ற அறங்களாலும் நன்மை விளையாமற் போய்விடும்.

129. தீயினால் சுட்டபுண் புறத்தே வடுவாக இருந்தாலும் உள்ளே ஆறிவிடும்; ஆனால், நாவினால் தீயசொல் கூறிச் சுடும் வடு என்றும் மறையவே மறையாது.

130. சினத்தை அடக்கி, கற்க வேண்டியவற்றைக் கற்று, அடக்கத்தையும் ஒருவன் மேற்கொண்டால், அவனிடம் அறக்கடவுள் சென்றடையும் சமயத்தை நோக்கி இருக்கும்.

14. ஒழுக்கமுடைமை

ஒழுக்கம் விழுப்பம் தரலான் ஒழுக்கம்
உயிரினும் ஓம்பப் படும். 131

பரிந்தோம்பிக் காக்க ஒழுக்கம் தெரிந்தோம்பித்
தேரினும் அஃதே துணை. 132

ஒழுக்கம் உடைமை குடிமை இழுக்கம்
இழிந்த பிறப்பாய் விடும். 133

மறப்பினும் ஓத்துக் கொளலாகும் பார்ப்பான்
பிறப்பொழுக்கங் குன்றக் கெடும். 134

அழுக்கா றுடையான்கண் ஆக்கம்போன்று இல்லை
ஒழுக்க மிலான்கண் உயர்வு. 135

ஒழுக்கத்தின் ஒல்கார் உரவோர் இழுக்கத்தின்
ஏதம் படுபாக் கறிந்து. 136

ஒழுக்கத்தின் எய்துவர் மேன்மை இழுக்கத்தின்
எய்துவர் எய்தாப் பழி. 137

நன்றிக்கு வித்தாகும் நல்லொழுக்கம் தீயொழுக்கம்
என்றும் இடும்பை தரும். 138

ஒழுக்க முடையவர்க்கு ஒல்லாவே தீய
வழுக்கியும் வாயாற் சொலல். 139

உலகத்தோடு ஒட்ட ஒழுகல் பலகற்றும்
கல்லார் அறிவிலா தார். 140

ஒழுக்கமுடைமை

131. ஒழுக்கம் எல்லோர்க்கும் மேன்மை தருவதாக இருப்பதனால், அது உயிரைவிடச் சிறந்ததாகச் சான்றோரால் காக்கப்படும்.

132. ஒழுக்கத்தை வருந்தியேனும் போற்றிக் காக்க வேண்டும்; அறங்கள் பலவற்றுள்ளும் ஆராய்ந்து தெளிந்தாலும், ஒழுக்கமே வாழ்க்கையில் சிறந்த துணையாக உள்ளது.

133. ஒழுக்கம் உடையவராக இருப்பதே உயர்ந்த குடிப்பிறப்பின் தன்மையாகும்; ஒழுக்கம் தவறுதல் இழிந்த பிறப்பின் தன்மையாகி விடும்.

134. கற்ற மறைப்பொருளை மறந்தாலும் மீண்டும் அதனை ஓதிக் கற்றுக் கொள்ளலாம். ஆனால், மறை ஓதுவானின் குடிப் பிறப்பின் உயர்வு, ஒழுக்கம் குறைவுபட்டால் கெட்டொழியும்.

135. பொறாமையுள்ளவனிடம் செல்வம் இல்லாதது போல, ஒழுக்கம் இல்லாதவனுடைய வாழ்க்கையிலும் உயர்வு இல்லை யாகும்.

136. ஒழுக்கம் தவறுதலால் குற்றம் உண்டாவதை அறிந்து மனவலிமையுடைய சான்றோர் ஒழுக்கத்தில் வழுவாமல் காத்துக் கொள்வர்.

137. ஒழுக்கத்தால் எல்லோரும் மேன்மை அடைவர்; ஒழுக்கக் கேட்டால் அடையக் கூடாத பழியை அடைவர்.

138. நல்லொழுக்கம் இன்பமான நல்வாழ்க்கைக்குக் காரண மாக அமையும்; தீயொழுக்கம் எப்பொழுதும் துன்பத்தையே தரும்.

139. மறந்தும் தீய சொற்களை வாயினால் சொல்லும் குற்றம் நல்லொழுக்கம் உடையவர்களுக்கு ஒருபோதும் பொருந்தாத பண்பாகும்.

140. உலகத்து உயர்ந்தவரோடு பொருந்த ஒழுகும் முறையை அறியாதவர் பல நூல்களைக் கற்றவராயினும் அறிவில்லாதவரே ஆவர்.

15. பிறனில் விழையாமை

பிறன்பொருளாள் பெட்டொழுகும் பேதைமை ஞாலத்து
அறம்பொருள் கண்டார்கண் இல். 141

அறன்கடை நின்றாருள் எல்லாம் பிறன்கடை
நின்றாரின் பேதையார் இல். 142

விளிந்தாரின் வேறல்லர் மன்ற தெளிந்தாரில்
தீமை புரிந்துஒழுகு வார். 143

எனைத்துணையர் ஆயினும் என்னாம் தினைத்துணையும்
தேரான் பிறனில் புகல். 144

எளிதென இல்லிறப்பான் எய்துமெஞ் ஞான்றும்
விளியாது நிற்கும் பழி. 145

பகைபாவம் அச்சம் பழியென நான்கும்
இகவாவாம் இல்லிறப்பான் கண். 146

அறனியலான் இல்வாழ்வான் என்பான் பிறனியலாள்
பெண்மை நயவாத வன். 147

பிறன்மனை நோக்காத பேராண்மை சான்றோர்க்கு
அறனொன்றோ ஆன்ற ஒழுக்கு. 148

நலக்குரியார் யாரெனின் நாமநீர் வைப்பின்
பிறற்குரியாள் தோள்தோயா தார். 149

அறன்வரையான் அல்ல செயினும் பிறன்வரையாள்
பெண்மை நயவாமை நன்று. 150

பிறனில் விழையாமை

141. பிறனுக்கு உரியவளாகிய ஒருத்தியை விரும்பி நடக்கும் அறியாமை உலகில் அறம் பொருள் இவற்றின் இயல்புகளை அறிந்தவரிடத்தில் இல்லை.

142. நல்ல அறநெறியை விட்டுத் தீயநெறியில் நின்றவர் எல்லாரிலும் பிறன் மனைவியை விரும்பி அவன் தலைவாயிலில் நிற்பவனைப்போல் அறிவிலிகள் இலர்.

143. ஐயப்படாமல் தெளிந்து நம்பியவர் வீட்டில் தீமையைச் செய்து நடப்பவர் செத்தாரை விட வேறுபட்டவர் அல்லர்.

144. தினையளவும் ஆராய்ந்து பார்க்காமல் பிறனுடைய மனைவியிடம் செல்லுதல் எவ்வளவு பெருமையுடையவராயினும் என்னவாக முடியும் ?

145. இச்செயல் எளியது என எண்ணிப் பிறனுடைய மனைவியிடம் நெறிதவறிச் செல்லுகின்றவன் எப்போதும் நீங்காது நிலைத்து நிற்கும் பழியை அடைவான்.

146. பிறன் மனைவியை விரும்பி நெறிதவறி நடப்பவனிடத்தில் பகை, பாவம், அச்சம், பழி என்ற நான்கு குற்றங்களும் நீங்காமல் நிலைத்து நிற்கும்.

147. அறத்தின் இயல்போடு கூடி இல்வாழ்க்கை வாழ்பவன் பிறனுக்கு உரிமையானவளை விரும்பாதவனாவான்.

148. பிறன் மனைவியை இச்சித்துப் பார்க்காத பேராண்மை சான்றோர்க்கு அறம் மட்டும் அன்று; நிரம்பிய ஒழுக்கமும் ஆகும்.

149. அச்சந்தரும் கடல் சூழ்ந்த உலகில் 'நன்மைக்கு உரியவர் யார் ?' எனில், பிறனுக்கு உரிமையானவளின் தோளை நச்சித் தழுவாதவரே ஆவர்.

150. ஒருவன் அறநெறியில் ஒழுகாமல் அறமல்லாதவற்றையே செய்தாலும் பிறனுக்கு உரியவளை விரும்பவில்லை என்றால் அஃது அவனுக்கு மிகவும் நன்மை பயப்பதாகும்.

16. பொறையுடைமை

அகழ்வாரைத் தாங்கும் நிலம்போலத் தம்மை
இகழ்வார்ப் பொறுத்தல் தலை. 151

பொறுத்தல் இறப்பினை என்றும் அதனை
மறத்தல் அதனினும் நன்று. 152

இன்மையுள் இன்மை விருந்தொரால் வன்மையுள்
வன்மை மடவார்ப் பொறை. 153

நிறையுடைமை நீங்காமை வேண்டின் பொறையுடைமை
போற்றி ஒழுகப் படும். 154

ஒறுத்தாரை ஒன்றாக வையாரே வைப்பர்
பொறுத்தாரைப் பொன்போற் பொதிந்து. 155

ஒறுத்தார்க்கு ஒருநாளை இன்பம் பொறுத்தார்க்குப்
பொன்றுந் துணையும் புகழ். 156

திறனல்ல தற்பிறர் செய்யினும் நோநொந்து
அறனல்ல செய்யாமை நன்று. 157

மிகுதியான் மிக்கவை செய்தாரைத் தாம்தம்
தகுதியான் வென்று விடல். 158

துறந்தாரின் தூய்மை உடையர் இறந்தார்வாய்
இன்னாச்சொல் நோற்கிற் பவர். 159

உண்ணாது நோற்பார் பெரியர் பிறர்சொல்லும்
இன்னாச்சொல் நோற்பாரின் பின். 160

பொறையுடைமை

151. தன்மேல் நின்று தன்னைத் தோண்டுபவரையும் தாங்கு கின்ற நிலம்போல், தம்மை இகழ்வாரையும் பொறுத்தலே மிகச் சிறந்த பண்பாகும்.

152. வரம்புகடந்து ஒருவர் இழைத்த தீங்கையும் எப்போதும் பொறுத்துக்கொள்ள வேண்டும்; அதனை நினையாமலே மறந்து விடுதல் அந்தப் பொறுமையைவிட நல்லதாகும்.

153. வறுமையுள் வறுமையாவது விருந்தினரைப் போற்றாமல் விடுதல்; வலிமையுள் வலிமையாவது அறிவிலார் தீங்கு செய்தலைப் பொறுத்தலாகும்.

154. ஒருவன் நற்குணங்கள் தன்னைவிட்டு நீங்காதிருக்க விரும்பினால் பொறுமையைப் போற்றி ஒழுக வேண்டும்.

155. பிறர் தீங்கு இழைத்தபோது அதனைப் பொறுத்துக் கொள்ளாமல், வருத்தினவரை அறிவுடையோர் ஒரு பொருளாக மதியார். ஆனால், பொறுத்தவரைப் பொன்போல் மனத்தில் வைத்து மதிப்பர்.

156. தீமை இழைத்தாரைப் பொறுக்காமல் வருத்தினவருக்கு ஒரு நாளைய இன்பமாகும்; அதனைப் பொறுத்துக் கொண்ட வர்க்கு உலகம் அழியும் வரை புகழ் உண்டு.

157. தகுதியில்லாதவற்றைப் பிறர் தனக்குச் செய்தாலும் அதனால் மனம் மிகவும் நொந்து அவருக்கு அறமற்ற செயல்களைச் செய்யாதிருத்தல் நல்லது.

158. மனச் செருக்கினால் தீமை செய்தவரைத் தாம் தம்முடைய பொறுமைப் பண்பினால் பொறுத்து வென்றுவிடுதல் வேண்டும்.

159. எல்லைமீறி நடப்பவரின் வாயில் பிறக்கும் கொடுஞ் சொற்களைப் பொறுத்துக் கொள்பவர்கள் துறவியரைப் போலத் தூய்மையானவர் ஆவர்.

160. உணவு கொள்ளாமல் நோன்பு கிடப்பவர் பெரியவர்; ஆனால், பிறர் தம்மை நோக்கிச் சொல்லும் கொடுஞ் சொற்களைப் பொறுத்துக் கொள்பவருக்கு அடுத்த நிலையில்தான் பெரியவர் ஆவர்.

17. அழுக்காறாமை

ஒழுக்காறாக் கொள்க ஒருவன்தன் நெஞ்சத்து
அழுக்காறு இலாத இயல்பு. 161

விழுப்பேற்றின் அஃதொப்பது இல்லையார் மாட்டும்
அழுக்காற்றின் அன்மை பெறின். 162

அறனாக்கம் வேண்டாதான் என்பான் பிறனாக்கம்
பேணாது அழுக்கறுப் பான். 163

அழுக்காற்றின் அல்லவை செய்யார் இழுக்காற்றின்
ஏதம் படுபாக்கு அறிந்து. 164

அழுக்காறு உடையார்க்கு அதுசாலும் ஒன்னார்
வழுக்கியும் கேடுஈன் பது. 165

கொடுப்பது அழுக்கறுப்பான் சுற்றம் உடுப்பதூஉம்
உண்பதூஉம் இன்றிக் கெடும். 166

அவ்வித்து அழுக்காறு உடையானைச் செய்யவள்
தவ்வையைக் காட்டி விடும். 167

அழுக்காறு எனஒரு பாவி திருச்செற்றுத்
தீயுழி உய்த்து விடும். 168

அவ்விய நெஞ்சத்தான் ஆக்கமும் செவ்வியான்
கேடும் நினைக்கப் படும். 169

அழுக்கற்று அகன்றாரும் இல்லை அஃதில்லார்
பெருக்கத்தில் தீர்ந்தாரும் இல். 170

அழுக்காறாமை

161. ஒருவன் தன் நெஞ்சில் பொறாமை இல்லாதிருக்கும் நல்லியல்பினையே தனக்குரிய ஒழுக்க நெறியாகக் கொள்ளல் வேண்டும்.

162. எவரிடத்திலும் பொறாமை இல்லாதிருக்கும் குணத்தை ஒருவன் பெற்றால் அவன் பெறுதற்கரிய பேறுகளுள் அதற்கு ஒப்பானது வேறொன்றும் இல்லை.

163. தனக்கு அறமும் ஆக்கமும் விரும்பாதவன் என்று கருதத் தக்கவனே பிறனுடைய ஆக்கத்தைக் கண்டு மகிழாமல் அதற்காகப் பொறாமைப் படுவான்.

164. பொறாமைப் படுதலாகிய தவறான நெறியில் துன்பம் ஏற்படுதலை அறிந்து அறிவாளர் பொறாமை காரணமாக அறமல்லாதவற்றைச் செய்யார்.

165. பொறாமை உடையவருக்கு வேறு பகை வேண்டா, அஃது ஒன்றே போதும். பகைவர் கேடு செய்யத் தவறினாலும், அது தவறாமல் கேட்டைத் தந்து விடும்.

166. ஒருவன் பிறர்க்குக் கொடுப்பதைப் பார்த்து பொறாமைப் பட்டால் அவனுடைய சுற்றம் உண்ண உணவும் உடுக்க உடையும் இல்லாமல் கெட்டொழியும்.

167. பொறாமை உடையவனைக் கண்டு திருமகள் பொறுக்காமல் அவனைத் தன் தமக்கையான மூதேவிக்குக் காட்டித் தான் நீங்கி விடுவாள்.

168. பொறாமை எனப்படும் ஒப்பற்ற பாவி தன்னை உடையவனுடைய செல்வத்தையும் கெடுத்து அவனைத் தீயவழியிலும் உய்த்து விடும்.

169. பொறாமை கொண்ட நெஞ்சத்தானுடைய ஆக்கமும், பொறாமை இல்லாத நல்லவனுடைய 'கேடும்' ஆராயத்தக்கவை.

170. உலகில் பொறாமையினால் பெருமை அடைந்தவரும் இல்லை; பொறாமை இல்லாததனால் மேம்பாட்டிலிருந்து நீங்கியவரும் இல்லை.

18. வெஃகாமை

நடுவின்றி நன்பொருள் வெஃகின் குடிபொன்றிக்
குற்றமும் ஆங்கே தரும். 171

படுபயன் வெஃகிப் பழிப்படுவ செய்யார்
நடுவன்மை நாணு பவர். 172

சிற்றின்பம் வெஃகி அறனல்ல செய்யாரே
மற்றின்பம் வேண்டு பவர். 173

இலமென்று வெஃகுதல் செய்யார் புலம்வென்ற
புன்மையில் காட்சி யவர். 174

அஃகி அகன்ற அறிவென்னாம் யார்மாட்டும்
வெஃகி வெறிய செயின். 175

அருள்வெஃகி ஆற்றின்கண் நின்றான் பொருள்வெஃகிப்
பொல்லாத சூழக் கெடும். 176

வேண்டற்க வெஃகியாம் ஆக்கம் விளைவயின்
மாண்டற் கரிதாம் பயன். 177

அஃகாமை செல்வத்திற்கு யாதெனின் வெஃகாமை
வேண்டும் பிறன்கைப் பொருள். 178

அறனறிந்து வெஃகா அறிவுடையார்ச் சேரும்
திறன்அறிந் தாங்கே திரு. 179

இறல்ஈனும் எண்ணாது வெஃகின் விறல்ஈனும்
வேண்டாமை என்னும் செருக்கு. 180

வெஃகாமை

171. நடுவு நிலைமையின்றி பிறரது நல்ல பொருளைக் கவர ஆசை கொண்டால் அந்த ஆசை அவனது குடியைக் கெடுக்கும்; அப்பொழுதே குற்றமும் வந்து சேரும்.

172. நடுவுநிலைமை அல்லாதவற்றைக் கண்டு நாணி ஒதுங்குகின்றவர் பிறர் பொருளைக் கவர்வதால் வரும் பயனை விரும்பி அறன் அல்லாத செயல்களைச் செய்யார்.

173. நிலையான இன்பத்தை விரும்புகின்றவர் நிலையில்லாத சிறிய இன்பத்தை விரும்பி அறம் அல்லாதவற்றைச் செய்யார்.

174. ஐம்புலன்களையும் வென்ற குறையில்லாத அறிவாளர்கள் தாம் வறியர் என நினைத்து அதைத் தீர்க்க பிறர் பொருளை விரும்பார்.

175. ஒருவர் எவ்விடத்தும் பொருளைக் கவர நினைத்துப் பொருந்தாதவற்றைச் செய்தால் நுட்பமாகவும் விரிவாகவும் வளர்ந்த அவரது அறிவினால் ஏதும் பயனில்லை.

176. அருளை விரும்பி அறநெறியில் நின்றவன் பிறனுடைய பொருளை விரும்பிப் பொல்லாத செயல்களைச் செய்ய நினைத் தால் கெட்டொழிவான்.

177. பிறர் பொருளைக் கவர விரும்புவதால் வரும் ஆக்கத்தை எவருமே விரும்பவேண்டா; அது பயன் விளைவிக்கும்போது அப்பயன் நன்மையாவது அரிதாகும்.

178. ஒருவனது செல்வவளம் குறையாமல் இருப்பதற்குரிய வழி யாதென்றால், அவன் பிறன் பொருளைக் கவர விரும்பா திருத்தலேயாகும்.

179. பிறன் பொருளை விரும்பாததே அறமென அறிந்து அதன் படி நடக்கும் அறிவுடையாரைத் திருமகள் தானே சென்றடைவாள்.

180. பின் நிகழ்வதைக் கருதாமல் ஒருவன் பிறன் பொருளைக் கவர விரும்பினால் அஃது அழிவைத் தரும்; அப்பொருளை விரும்பாமல் வாழும் பெருமை வெற்றியைத் தரும்.

19. புறங்கூறாமை

அறங்கூறான் அல்ல செயினும் ஒருவன்
புறங்கூறான் என்றல் இனிது. *181*

அறனழீஇ அல்லவை செய்தலின் தீதே
புறனழீஇப் பொய்த்து நகை. *182*

புறங்கூறிப் பொய்த்துயிர் வாழ்தலின் சாதல்
அறங்கூறும் ஆக்கந் தரும். *183*

கண்நின்று கண்ணறச் சொல்லினும் சொல்லற்க
முன்இன்று பின்நோக்காச் சொல். *184*

அறஞ்சொல்லும் நெஞ்சத்தான் அன்மை புறஞ்சொல்லும்
புன்மையாற் காணப் படும். *185*

பிறன்பழி கூறுவான் தன்பழி யுள்ளும்
திறன்தெரிந்து கூறப் படும். *186*

பகச்சொல்லிக் கேளிர்ப் பிரிப்பர் நகச்சொல்லி
நட்பாடல் தேற்றா தவர். *187*

துன்னியார் குற்றமும் தூற்றும் மரபினார்
என்னைகொல் ஏதிலார் மாட்டு. *188*

அறன்நோக்கி ஆற்றுங்கொல் வையம் புறன்நோக்கிப்
புன்சொல் உரைப்பான் பொறை. *189*

ஏதிலார் குற்றம்போல் தம்குற்றங் காண்கிற்பின்
தீதுண்டோ மன்னும் உயிர்க்கு. *190*

புறங்கூறாமை

181. ஒருவன் அறத்தைப் போற்றிக் கூறாதவனாய்த் தீய செயல் களையே செய்தொழுகுபவனானாலும் அவன் பிறனைப் பழித்துப் புறங்கூறாதவன் என்று மற்றவர் சொல்லும்படி நடத்தல் நல்லது.

182. அறத்தையே அழித்துத் தீமைகளைச் செய்து வருவதை விட, ஒருவன் இல்லாத விடத்து அவனைப் பழித்துப் பேசி நேரில் பொய்யாக முகம் மலர்ந்து பேசுதல் தீமையாகும்.

183. புறங்கூறிப் பொய்யாக நடந்து உயிர் வாழ்தலைவிட, அவ்வாறு செய்யாமல் இறந்து விடுதல் அறநூல்கள் சொல்லும் ஆக்கத்தைத் தரும்.

184. நேரில் நின்று இரக்கமின்றிக் கடுமையாகப் பேசினாலும் பேசலாம்; நேரில் இல்லாதபோது பின் விளைவைக் கருதாமல் எந்தப் பழியையும் எடுத்துக் கூறுதல் ஆகாது.

185. அறத்தை நல்லதென்று போற்றும் நெஞ்சம் இல்லாத தன்மையினை, ஒருவன் மற்றவனைப் பற்றி புறங்கூறுகின்ற சிறுமையால் அறிந்து கொள்ளலாம்.

186. பிறருடைய குற்றங்களைக் கூறுகின்றவனது பழிச் செயல்களுள்ளும் இழிவானதைத் தெரிந்தெடுத்துக் கூறிப் பிறரால் மிகவும் பழிக்கப்படுவான்.

187. மகிழும்படியாகப் பேசி நட்புக்கொள்ளுதல் நன்மை என்று தெளியாதவர் பிறர் தம்மை விட்டு நீங்கும்படிப் புறங்கூறி நண்பரை யும் பிரித்து விடுவர்.

188. நெருங்கிப் பழகியவரின் குற்றத்தைப் புறங்கூறித் தூற்றும் இயல்புடையவர், பழகாத அயலாரிடத்து என்ன செய்வாரோ ?

189. ஒருவர் நேரில் இல்லாதது கண்டு பழிச்சொல் கூறுபவனின் உடலை இவ்வுலகம் அறத்தை எண்ணிச் சுமக்கின்றது போலும்.

190. அயலாரது குற்றங்களைக் காண்பது போலவே, தம் குற்றங்களையும் காண்பாரானால், நிலைபெற்ற உயிர் வாழ்க்கைக்கு எத்தகைய தீமையும் உண்டாகுமோ ?

20. பயனில சொல்லாமை

பல்லார் முனியப் பயனில சொல்லுவான்
எல்லாரும் எள்ளப் படும். 191

பயனில பல்லார்முன் சொல்லல் நயனில
நட்டார்கண் செய்தலின் தீது. 192

நயனிலன் என்பது சொல்லும் பயனில
பாரித் துரைக்கும் உரை. 193

நயன்சாரா நன்மையின் நீக்கும் பயன்சாராப்
பண்பில்சொல் பல்லா ரகத்து. 194

சீர்மை சிறப்பொடு நீங்கும் பயனில
நீர்மை யுடையார் சொலின். 195

பயனில்சொல் பாராட்டு வானை மகன்எனல்
மக்கட் பதடி யெனல். 196

நயனில சொல்லினுஞ் சொல்லுக சான்றோர்
பயனில சொல்லாமை நன்று. 197

அரும்பயன் ஆயும் அறிவினார் சொல்லார்
பெரும்பயன் இல்லாத சொல். 198

பொருள்தீர்ந்த பொச்சாந்துஞ் சொல்லார் மருள்தீர்ந்த
மாசறு காட்சி யவர். 199

சொல்லுக சொல்லிற் பயனுடைய சொல்லற்க
சொல்லிற் பயனிலாச் சொல். 200

பயனில சொல்லாமை

191. பலரும் வெறுக்கும்படியாகப் பயனில்லாத சொற்களைப் பேசுவோன் உலகினர் எல்லோராலும் இகழப்பெறுவான்.

192. பலர் முன்பாகப் பயனற்ற சொற்களைப் பேசுதல், நண்பர்களிடத்தில் அறம் இல்லாத செயல்களைச் செய்தலைவிடத் தீமையுடையது.

193. ஒருவன் பயனல்லாத ஒன்றைப் பற்றியே விரிவாகப் பேசும் பேச்சானது அவன் நல்ல பண்பற்றவன் என்பதை உலகிற்கு அறிவிக்கும்.

194. ஒருவன் பயனோடு பொருந்தாத பண்பற்ற சொற்களைப் பலரிடத்தும் சொல்லுதல், அச்செயல் அறத்தோடு பொருந்தாத தாகி அவனை நன்மையிலிருந்து நீங்கச் செய்யும்.

195. நல்ல பண்புடையவர்களும் பயனில்லாத சொற்களைச் சொல்வார்களாயின் அவர்களுடைய மதிப்பும் சிறப்பும் ஒருங்கே நீங்கி விடும்.

196. பயனில்லாத சொற்களைப் பலமுறையும் பேசுகின்றவனை 'மனிதன்' என்று சொல்லற்க; மக்களுள் 'பதர்' என்று சொல்லுக.

197. அறன் இல்லாதவற்றைச் சொன்னாலும் சொல்லலாம்; சான்றோர் பயன் இல்லாத சொற்களை எப்போதுமே சொல்லாம லிருத்தல் நல்லது.

198. அருமையான பயன்களை ஆராயவல்ல அறிவாளர்கள் மிக்க பயனற்ற சொற்களை ஒருபோதுமே சொல்லார்.

199. மன மயக்கம் நீங்கிய குற்றமற்ற அறிவுடையோர் பயனில்லாத சொற்களை ஒருகால் மறந்தும்கூடச் சொல்லார்.

200. சொற்களில் பயனுடைய சொற்களை மட்டுமே சொல்லுக; பயனற்ற சொற்களை ஒருபோதுமே சொல்லற்க.

21. தீவினையச்சம்

தீவினையார் அஞ்சார் விழுமியார் அஞ்சுவர்
தீவினை என்னுஞ் செருக்கு 201

தீயவை தீய பயத்தலால் தீயவை
தீயினும் அஞ்சப் படும். 202

அறிவினுள் எல்லாந் தலையென்ப தீய
செறுவார்க்கும் செய்யா விடல். 203

மறந்தும் பிறன்கேடு சூழற்க சூழின்
அறஞ்சூழும் சூழ்ந்தவன் கேடு. 204

இலன்என்று தீயவை செய்யற்க செய்யின்
இலனாகும் மற்றும் பெயர்த்து. 205

தீப்பால தான்பிறர்கண் செய்யற்க நோய்ப்பால
தன்னை அடல்வேண்டா தான். 206

எனைப்பகை யுற்றாரும் உய்வர் வினைப்பகை
வீயாது பின்சென்று அடும். 207

தீயவை செய்தார் கெடுதல் நிழல்தன்னை
வீயாது அடிஉறைந் தற்று. 208

தன்னைத்தான் காதல னாயின் எனைத்தொன்றும்
துன்னற்க தீவினைப் பால். 209

அருங்கேடன் என்பது அறிக மருங்கோடித்
தீவினை செய்யான் எனின். 210

தீவினையச்சம்

201. தீயவை செய்தலாகிய இறுமாப்பைத் தீவினையுடைய பாவிகள் அஞ்சார்; ஆனால், தீவினை இல்லாத மேலோர் மட்டுமே அதற்கு அஞ்சுவார்கள்.

202. தீய செயல்கள் தமக்கும் பிறர்க்கும் தீமை விளைவித்தலால் அத்தீயச் செயல்கள் தீயினும் கொடியனவாகச் சான்றோரால் அஞ்சப்படும்.

203. தமக்குத் தீமை செய்தவருக்கும் தாம் பதிலுக்குத் தீமை செய்யாது மன்னித்து விடுவதை அறிவுடைய செயல்கள் எல்லா வற்றிலும் தலையானது என்று கூறுவர்.

204. பிறர்க்குக் கேட்டினை விளைவிக்கும் தீய செயல்களை ஒருவன் மறந்தும் எண்ணாதிருக்க வேண்டும்; எண்ணினால் எண்ணியவனுக்குக் கேடு விளையுமாறு அறக்கடவுள் எண்ணும்.

205. தான் வறுமையுடையவன் என்று கருதி அதனைப் போக்கிக் கொள்ளத் தீய செயல்களைச் செய்யக் கூடாது; செய்தால் மேலும் வறியனாகி வருந்துவான்.

206. துன்பம் தருவனவான தீவினைகள் தன்னைத் தொடர்ந்து வருத்துதலை விரும்பாதவன் பிறருக்குத் தீய செயல்களைச் செய்தலாகாது.

207. எவ்வளவு கொடிய பகையை உடையவரும் தப்பி உய்வர்; ஆனால், தீவினையாகிய பகையோ ஒருவனை விடாது தொடர்ந்து துன்புறுத்தும்.

208. தீய செயல்களைச் செய்தவர் கேட்டை அடைதல் ஒருவ னுடைய நிழல் அவனை விடாது தொடர்ந்து வந்து அவனது காலடியில் தங்கியிருத்தலை ஒத்தது.

209. ஒருவன் தன்னுடைய நலனை விரும்புபவனானால் அவன் எத்தகையதொரு சிறிய தீய செயலிலும் ஒருபோதும் ஈடுபடாமல் இருத்தல் வேண்டும்.

210. ஒருவன் தவறான வழியில் சென்று தீய செயல்களைச் செய்யாதிருப்பானானால் அவன் கேடற்றவன் என்பது தெளிவு.

22. ஒப்புரவறிதல்

கைம்மாறு வேண்டா கடப்பாடு மாரிமாட்டு
என்ஆற்றுங் கொல்லோ உலகு. 211

தாளாற்றித் தந்த பொருளெல்லாம் தக்கார்க்கு
வேளாண்மை செய்தற் பொருட்டு. 212

புத்தே ளுலகத்தும் ஈண்டும் பெறலரிதே
ஒப்புரவின் நல்ல பிற. 213

ஒத்த தறிவான் உயிர்வாழ்வான் மற்றையான்
செத்தாருள் வைக்கப் படும். 214

ஊருணி நீர்நிறைந் தற்றே உலகுஅவாம்
பேரறி வாளன் திரு. 215

பயன்மரம் உள்ளூர்ப் பழுத்தற்றால் செல்வம்
நயனுடை யான்கண் படின். 216

மருந்தாகித் தப்பா மரத்தற்றால் செல்வம்
பெருந்தகை யான்கண் படின். 217

இடனில் பருவத்தும் ஒப்புரவிற்கு ஒல்கார்
கடனறி காட்சி யவர். 218

நயனுடையான் நல்கூர்ந்தா னாதல் செயும்நீர
செய்யாது அமைகலா வாறு. 219

ஒப்புரவி னால்வரும் கேடெனின் அஃதொருவன்
விற்றுக்கோள் தக்க துடைத்து. 220

ஒப்புரவறிதல்

211. இந்த உலகத்தார் தமக்கு நீரைக் கொடுக்கின்ற மழைக்கு என்ன கைம்மாறு செய்கின்றனர் ? அவ்வண்ணமே மழை போன்றவர் செய்யும் உதவிகளும் கைம்மாறு வேண்டாதவை.

212. ஒருவன் பலவகையிலும் முயற்சி செய்து ஈட்டிய பொருள் முழுவதும் தக்கவர்க்கு உதவி செய்வதற்கேயாகும்.

213. பிறருக்கு உதவி செய்து வாழ்தலான ஒப்புரவைப் போல நல்லனவாகிய வேறு அறப் பகுதிகளை இவ்வுலகத்திலும் வான் உலகத்திலும் பெறுதல் அரிது.

214. உலகத்திற்கு ஏற்ற கடமைகளை அறிந்து நடப்பவன் உயிரோடு வாழ்பவனாவான்; அவ்வாறு செய்யாதவன் செத்தவருள் ஒருவனாகக் கருதப்பெறுவான்.

215. உலகினர் எல்லாரும் விரும்புமாறு உதவி செய்து வாழும் பேரறிவாளனுடைய செல்வம் ஊரில் வாழ்வார் நீருண்ணும் குளம் நீர் நிறைந்தாற் போன்றது.

216. பிறருக்கு உதவி செய்பவனிடத்தில் செல்வம் உண்டாகு மானால் அஃது ஊரின் நடுவேயுள்ள பழமரத்தின் பழங்கள் பழுத்தாற் போன்றது.

217. செல்வம் ஒப்புரவாகிய பெருந்தகுதியுடையவனிடம் சேர்தல் எல்லா உறுப்புகளும் பிணி தீர்க்கும் மருந்தாகிப் பயன்தரத் தவறாத மருந்து மரம் போன்றது.

218. ஒப்புரவு செய்தலாகிய கடமையை அறிந்த அறிவுடையவர், செல்வ வளம் சுருங்கிய காலத்திலும் இயன்றவரை உதவத் தவற மாட்டார்கள்.

219. ஒப்புரவாகிய நற்பண்புடையவன் பொருளற்று வறுமை உடையவனாதல், செய்யத்தக்க உதவிகளைச் செய்ய இயலாது வருந்துகின்ற நிலைமையாகும்.

220. பிறர்க்கு உதவி செய்வதால் பொருள் கேடு வரும் என்றால், அக்கேடு ஒருவன் தன்னை விற்றாவது வாங்கிக் கொள்ளும் தகுதி உடையதாகும்.

23. ஈகை

வறியார்க்கொன்று ஈவதே ஈகைமற் றெல்லாம்
குறியெதிர்ப்பை நீர துடைத்து. 221

நல்லாறு எனினும் கொளல்தீது மேலுலகம்
இல்லெனினும் ஈதலே நன்று. 222

இலனென்னும் எவ்வம் உரையாமை ஈதல்
குலனுடையான் கண்ணே உள. 223

இன்னாது இரக்கப் படுதல் இரந்தவர்
இன்முகங் காணும் அளவு. 224

ஆற்றுவார் ஆற்றல் பசிஆற்றல் அப்பசியை
மாற்றுவார் ஆற்றலின் பின். 225

அற்றார் அழிபசி தீர்த்தல் அஃதொருவன்
பெற்றான் பொருள்வைப் புழி. 226

பாத்தூண் மரீஇ யவனைப் பசிஎன்னும்
தீப்பிணி தீண்டல் அரிது. 227

ஈத்துவக்கும் இன்பம் அறியார்கொல் தாமுடைமை
வைத்திழக்கும் வன்க ணவர். 228

இரத்தலின் இன்னாது மன்ற நிரப்பிய
தாமே தமியர் உணல். 229

சாதலின் இன்னாத தில்லை இனிததூஉம்
ஈதல் இயையாக் கடை. 230

ஈகை

221. இல்லாதவர்கட்கு ஒரு பொருளை நல்குவதே ஈகையாகும்; மற்றவர்க்குத் தருவதெல்லாம் பயனை எதிர்பார்த்துத் தருவதாகும்.

222. பிறரிடமிருந்து பொருளைப் பெறுதல் நல்லாதாயினும் இரந்து பெறுதல் தீமையானது; மேலுலகம் இல்லையென்றாலும் பிறருக்குக் கொடுத்தல் நன்மையானது.

223. 'தான் வறியன்' என்ற துன்பச் சொல்லை ஒருவன் சொல்லுவதற்கு முன்பாகவே, அவனுக்கு உதவும் தன்மை நல்ல குடிப்பிறப்பு உடையவனிடமே உள்ளது.

224. உதவியை நாடி வந்து இரந்தவருடைய மகிழ்ச்சியான முகத்தைக் காணும் வரைக்கும் இரந்து கேட்கப்படுதலும் ஈகையாளனுக்குத் துன்பம் தருவதாகும்.

225. தவ வலிமையுடையவரின் ஆற்றல் பசியைப் பொறுத்துக் கொள்ளல்; ஆயின் அதுவும் அப்பசி நோயை உணவளித்து மாற்றுவாரின் ஆற்றலை விடத் தாழ்ந்ததே.

226. எதுவுமே இல்லாத ஏழையரின் கொடிய பசிநோயைப் போக்க வேண்டும்; அதுதான் பொருளையுடையவன் அப்பொருளைத் தனக்குப் பிற்காலத்தில் உதவுமாறு சேமித்து வைக்கும் இடமுமாகும்.

227. தான் பெற்ற உணவைப் பலரோடும் பகுத்து உண்ணும் பழக்கம் உடையவனைப் 'பசி' எனப்படும் தீயநோய் சென்று அணுகுதல் இல்லை.

228. தாம் சேமித்து வைத்துள்ள பொருளை பிறர்க்குத் தராமல் வைத்திருந்து பிறகு இழந்துவிடும் வன்கண்மை உடையவர் கொடுத்து மகிழ்வதால் உண்டாகும் இன்பத்தை அறியார்கள்.

229. தாம் முயன்று தேடி வைத்துள்ள உணவைப் பிறர்க்கு ஈயாமல் தனியராய் உண்பது வறுமையால் இரப்பதைவிடத் துன்பம் தருவதாகும்.

230. சாதலைவிடத் துன்பமானது வேறொன்றும் இல்லை. ஆனால், வறியருக்குக் கொடுத்து உதவமுடியாத நிலை வந்த போது அச்சாதலும் இனியதேயாகும்.

24. புகழ்

ஈதல் இசைபட வாழ்தல் அதுவல்லது
ஊதியம் இல்லை உயிர்க்கு. 231

உரைப்பார் உரைப்பவை எல்லாம் இரப்பார்க்கொன்று
ஈவார்மேல் நிற்கும் புகழ். 232

ஒன்றா உலகத்து உயர்ந்த புகழல்லால்
பொன்றாது நிற்பதொன்று இல். 233

நிலவரை நீள்புகழ் ஆற்றின் புலவரைப்
போற்றாது புத்தேள் உலகு. 234

நத்தம்போல் கேடும் உளதாகும் சாக்காடும்
வித்தகர்க் கல்லால் அரிது. 235

தோன்றின் புகழொடு தோன்றுக அஃதிலார்
தோன்றலின் தோன்றாமை நன்று. 236

புகழ்பட வாழாதார் தந்நோவார் தம்மை
இகழ்வாரை நோவது எவன். 237

வசையென்ப வையத்தார்க் கெல்லாம் இசையென்னும்
எச்சம் பெறாஅ விடின். 238

வசையிலா வண்பயன் குன்றும் இசையிலா
யாக்கை பொறுத்த நிலம். 239

வசையொழிய வாழ்வாரே வாழ்வார் இசையொழிய
வாழ்வாரே வாழா தவர். 240

புகழ்

231. வறியவர்க்கு ஈதல் வேண்டும். அதனால் புகழோடு வாழ வேண்டும். அப்புகழன்றி உயிர்க்கு ஊதியம் என்பது வேறொன்றும் இல்லை.

232. புகழ்ந்து பேசுகின்றவர் பேச்செல்லாம் வறுமையால் இரப்பவர்கட்கு ஒரு பொருள் கொடுத்து உதவுகின்றவரின்மேல் நிற்கின்ற புகழே எப்போதும் நிலையானது.

233. உயர்ந்த புகழ் அல்லாமல் உலகத்தில் ஒப்பற்ற ஒரு பொருளாக அழிவில்லாமல் நிலைத்து நிற்க வல்லது வேறொன்றும் இல்லை.

234. நிலவுகின்ற எல்லைவரை நெடுங்காலம் நிற்கவல்ல புகழ்தரும் செயல்களைச் செய்தால் வானுலகமும் தேவர்களைப் போற்றாது. அப்புகழாளனையே விரும்பிப் போற்றும்.

235. புகழால் மேன்மை பெறக்கூடிய கேடும், புகழால் நிலை நிற்பதாகிய சாவும், அறிவிற் சிறந்தோருக்கு அல்லாமல் பிறருக்கு ஒருபோதும் இல்லை.

236. உலகத்தார் முன்பாக ஒருவர் தோன்றினால் புகழோடு தான் தோன்ற வேண்டும். அத்தகைய சிறப்பு இல்லாதவர் தோன்றுவதைவிடத் தோன்றாமல் இருப்பதே நல்லது.

237. தமக்குப் புகழ் உண்டாகுமாறு வாழ இயலாதவர்கள் தம்மைத்தாமே நொந்து கொள்ளாமல் தம்மை இகழ்கின்றவரை நொந்து கொள்வது ஏனோ ?

238. தமக்குப் பின்னரும் எஞ்சி நிற்கும் புகழை ஒருவர் பெறா விட்டால், அதுவே உலகத்தார் எல்லார்க்கும் பெரிய வசையாகும் என்பார்கள்.

239. புகழ் இல்லாதவருடைய உடம்பைத் தாங்கிக் கொண் டிருக்கும் நிலம் கூட வசையற்ற வளமான பயனைத் தருவதில் குறைபாடு அடையும்.

240. வாழ்க்கையில் பழி உண்டாகாமல் வாழ்கின்றவரே முறையாக வாழ்கின்றவர் ஆவர்; புகழின்றி வாழ்கின்றவரோ உயிரோடிருந்தும் உயிர் வாழாதவர் ஆவர்.

25. அருளுடைமை

அருட்செல்வம் செல்வத்துள் செல்வம் பொருட்செல்வம்
பூரியார் கண்ணும் உள. 241

நல்லாற்றால் நாடி அருளாள்க பல்லாற்றால்
தேரினும் அஃதே துணை. 242

அருள்சேர்ந்த நெஞ்சினார்க் கில்லை இருள்சேர்ந்த
இன்னா உலகம் புகல். 243

மன்னுயிர் ஓம்பி அருளாள்வார்க்கு இல்லென்ப
தன்னுயிர் அஞ்சும் வினை. 244

அல்லல் அருளாள்வார்க்கு இல்லை வளிவழங்கும்
மல்லல்மா ஞாலம் கரி. 245

பொருள்நீங்கிப் பொச்சாந்தார் என்பர் அருள்நீங்கி
அல்லவை செய்தொழுகு வார். 246

அருளில்லார்க்கு அவ்வுலகம் இல்லை பொருளில்லார்க்கு
இவ்வுலகம் இல்லாகி யாங்கு. 247

பொருளற்றார் பூப்பர் ஒருகால் அருளற்றார்
அற்றார்மற் றாதல் அரிது. 248

தெருளாதான் மெய்ப்பொருள் கண்டற்றால் தேரின்
அருளாதான் செய்யும் அறம். 249

வலியார்முன் தன்னை நினைக்கதான் தன்னின்
மெலியார்மேல் செல்லும் இடத்து. 250

அருளுடைமை

241. அருளாகிய செல்வமே செல்வத்துள் எல்லாம் சிறந்த செல்வமாகும்; பொருள்களாகிய பிறவகைச் செல்வங்கள் எல்லாம் இழிந்தவர்களிடத்திலும் உள்ளன.

242. நல்ல வழியினால் ஆராய்ந்து அருளுடையவர்களாக விளங்க வேண்டும். பல வழிகளால் ஆராய்ந்தாலும் அப்படி அருள் செய்தலே உயிருக்கு உறுதுணையாகும்.

243. அறியாமையாகிய இருள் பொருந்திய துன்ப உலகில் இருந்து வாழும் வாழ்க்கை அருள் பொருந்திய நெஞ்சம் உடையவர்கட்கு ஒருபோதும் இல்லை.

244. நிலைபெற்ற உலகில் உள்ள உயிர்களைக் காத்து அருள் புரிந்து வாழ்கின்றவர்களுக்கு தம் உயிரைக் குறித்து அஞ்சுகின்ற தீவினைகள் இல்லை.

245. அருளுடையவர்களாக வாழ்கின்றவர்களுக்கு எவ்விதத் துன்பமும் இல்லை; காற்று இயங்குகின்ற வளம் பொருந்திய பெரிய உலகில் வாழ்வோரே இதற்குச் சான்று ஆவர்.

246. அருள் இல்லாதவராய் அறமற்றவற்றைச் செய்து வாழ் கின்றவர்களை உறுதிப் பொருளாகிய அறத்திலிருந்து நீங்கித் தம் வாழ்க்கையின் குறிக்கோள்களை மறந்தவர்கள் என்பர்.

247. பொருளற்றவர்கட்கு இவ்வுலக வாழ்க்கை இல்லாதவாறு போல, உயிர்களிடத்தில் அருளற்றவர்கட்கு மேலுலகத்து வாழ்க்கை இல்லையாகும்.

248. பொருள் இல்லாதவர் ஒருகாலத்தில் பொருள் வளமுடன் பொலிவர்; அருள் இல்லாதவரோ வாழ்க்கையின் பயன் அற்றவர் கள், அவர்கள் எக்காலத்திலும் சிறந்து விளங்குதல் இல்லை.

249. அருளை மேற்கொள்ளாதவன் செய்கின்ற அறச் செயலை ஆராய்ந்தால், அது தெளிந்த அறிவில்லாதவன் ஒரு நூலின் உண்மைப் பொருளைக் கண்டாற் போன்றதாகும்.

250. தன்னைவிட மெலிந்தவர்கள்மீது பகைத்துச் செல்லும் போது தன்னைவிட வலியார் முன்பாகத் தான் அஞ்சி நிற்கும் நிலைமையை நினைவிற் கொள்ள வேண்டும்.

26. புலால் மறுத்தல்

தன்னூன் பெருக்கற்குத் தான்பிறிது ஊனுண்பான்
எங்ஙனம் ஆளும் அருள். 251

பொருளாட்சி போற்றாதார்க்கு இல்லை அருளாட்சி
ஆங்கில்லை ஊன்தின் பவர்க்கு. 252

படைகொண்டார் நெஞ்சம்போல் நன்றூக்காது ஒன்றன்
உடல்சுவை உண்டார் மனம். 253

அருளல்லது யாதெனின் கொல்லாமை கோறல்
பொருளல்லது அவ்வூன் தினல். 254

உண்ணாமை உள்ளது உயிர்நிலை ஊனுண்ண
அண்ணாத்தல் செய்யாது அளறு. 255

தினற்பொருட்டால் கொல்லாது உலகெனின் யாரும்
விலைப்பொருட்டால் ஊன்தருவார் இல். 256

உண்ணாமை வேண்டும் புலாஅல் பிறிதொன்றன்
புண்ணது உணர்வார்ப் பெறின். 257

செயிரின் தலைப்பிரிந்த காட்சியார் உண்ணார்
உயிரின் தலைப்பிரிந்த ஊன். 258

அவிசொரிந்து ஆயிரம் வேட்டலின் ஒன்றன்
உயிர்செகுத் துண்ணாமை நன்று. 259

கொல்லான் புலாலை மறுத்தானைக் கைகூப்பி
எல்லா உயிரும் தொழும். 260

புலால் மறுத்தல்

251. தன் தசையைப் பெருகச் செய்வதற்காகத் தான் பிறிதோர் உயிரின் தசையைத் தின்கின்றவன் எப்படி உயிர்கட்கெல்லாம் அருளுடையவனாக இருத்தல் முடியும்?

252. பொருளுடையவராக இருக்கும் தகுதி அப்பொருளைக் காப்பாற்றாதவர்க்கு இல்லை; அருளுடையவராக இருக்கும் தகுதி புலாலை உண்பவர்க்கு இல்லை.

253. ஒன்றன் உடலைச் சுவையாக உண்டவரின் மனம் கொலைக் கருவியை ஏந்தினவரது நெஞ்சத்தைப்போல் பிற உயிர்க்கு அருள் செய்தலைப்பற்றியே நினையாது.

254. ஓர் உயிரைக் கொல்லாமலிருத்தலே அருள் ஆகும்; ஒருயிரைக் கொல்லுதலோ அருளற்ற தன்மையாகும்; அதன் உடம்பை உண்ணுதல் அறம் அல்லாதது.

255. உயிர்களின் நிலைத்த வாழ்வு ஊன் உண்ணாத இயல்பில் தான் உள்ளது; ஊன் உண்டால் அவனை நரகம் வெளிவிடாது.

256. புலாலை உண்ணும்பொருட்டு உயிர்களை உலகினர் கொல்லாதிருந்தால் விலையின் பொருட்டு எவரும் கொலை செய்து ஊனை விற்கமாட்டார்கள்.

257. புலால் பிறிதோர் உயிரின் புண் என்று உணர்பவர், அதனைத் தாம் பெற்றபோதும் அதன் இழிநிலை அறிந்து அதனை உண்ணாதிருத்தல் வேண்டும்.

258. பிறிதோர் உயிரின் உடலிலிருந்து பிரிந்து வந்த ஊனைக் குற்றத்திலிருந்து நீங்கிய அறிவையுடையவர் உண்ணமாட்டார்.

259. நெய் முதலிய பொருள்களைத் தீயில் சொரிந்து ஆயிரம் வேள்விகள் இயற்றுதலைவிட, ஒன்றன் உயிரைக் கொன்று அதன் உடலைத் தின்னாமலிருத்தல் மிகவும் நன்மையானதாகும்.

260. ஓர் உயிரைக் கொல்லாமலும் புலால் உண்ணாமலும் வாழும் உயர்ந்த பண்பாளனை உலகில் உள்ள எல்லா உயிர்களும் கைகூப்பிப் போற்றும்.

27. தவம்

உற்றநோய் நோன்றல் உயிர்க்குறுகண் செய்யாமை
அற்றே தவத்திற் குரு. 261

தவமும் தவமுடையார்க்கு ஆகும் அவம்அதனை
அஃதிலார் மேற்கொள் வது. 262

துறந்தார்க்குத் துப்புரவு வேண்டி மறந்தார்கொல்
மற்றை யவர்கள் தவம். 263

ஒன்னார்த் தெறலும் உவந்தாரை ஆக்கலும்
எண்ணின் தவத்தான் வரும். 264

வேண்டிய வேண்டியாங் கெய்தலால் செய்தவம்
ஈண்டு முயலப் படும். 265

தவஞ்செய்வார் தங்கருமஞ் செய்வார்மற் றல்லார்
அவஞ்செய்வார் ஆசையுட் பட்டு. 266

சுடச்சுடரும் பொன்போல் ஒளிவிடும் துன்பஞ்
சுடச்சுட நோற்கிற் பவர்க்கு. 267

தன்னுயிர் தான்அறப் பெற்றானை ஏனைய
மன்னுயி ரெல்லாம் தொழும். 268

கூற்றம் குதித்தலும் கைகூடும் நோற்றலின்
ஆற்றல் தலைப்பட் டவர்க்கு. 269

இலர்பல ராகிய காரணம் நோற்பார்
சிலர்பலர் நோலா தவர். 270

தவம்

261. தமக்கு உற்ற துன்பத்தைப் பொறுத்தலும் பிறவுயிருக்குத் துன்பம் இழைக்காதிருத்தலும் ஆகிய அவ்வளவே தவத்திற்கு உள்ளதான வடிவமாகும்.

262. தவநெறிக்கு ஏற்ற மனவியல்பு கொண்டவர்க்கே தவக் கோலமும் பொருந்துவதாகும்; தவ ஒழுக்கம் இல்லாதவர்கள் அக்கோலத்தை மேற்கொள்வது வீணான முயற்சியாகும்.

263. துறவியர்க்கு உணவு முதலாயின தந்து உதவுவதன் பொருட்டாகவே இல்லறத்தார்கள் தவம் செய்தலை மறந்தனரோ ?

264. பொருந்தாத பகைவரை அடக்குதலும் தம்மை விரும்பும் நண்பரை உணர்த்துதலும் நினைத்த அளவில் தவ வாழ்வின் பயனால் கைகூடும்.

265. விரும்பிய பயன்களை விரும்பியவாறே பெற முடியு மாகையால் செய்வதற்குரிய தவம் இல்லற வாழ்விலும் முயன்று செய்வதற்குரியதாகும்.

266. தவம் செய்கின்றவரே தமக்குரிய கடமைகளைச் செய்கின்றவர் ஆவர்; அல்லாத மற்றையோர் ஆசை வலையுள் சிக்கித் தம் உயிருக்குத் தீமை செய்தவராவர்.

267. புடமிடப்பட்ட பொன் சுடச்சுட ஒளிவிடுதல் போல, தவம் செய்கின்றவரைத் துன்பம் வருத்த, வருத்த உண்மையான மெய்யுணர்வு ஒளிபெற்று வரும்.

268. தான் என்னும் செருக்கு தன்னிடமிருந்து நீங்கிய தவ வலிமை பெற்றவனை மற்ற உயிர்கள் எல்லாம் தொழுது போற்றும்.

269. தவ நெறியால் ஆன்ம வலிமை பெற்ற ஞானிகட்குத் தம்மிடமிருந்தே வருகின்ற கூற்றத்தையும் எதிராக நின்று வெல்லுதலும் இயலும்.

270. உலகில் மெய்யறிவற்றவர்கள் பலராக இருப்பதற்குக் காரணம் தவம் செய்கின்றவர் சிலராகவும், செய்யாதவர்கள் பலராகவும் இருப்பதேயாகும்.

28. கூடா ஒழுக்கம்

வஞ்ச மனத்தான் படிற்றொழுக்கம் பூதங்கள்
ஐந்தும் அகத்தே நகும். 271

வானுயர் தோற்றம் எவன்செய்யும் தன்நெஞ்சம்
தான்அறி குற்றப் படின். 272

வலியில் நிலைமையான் வல்லுருவம் பெற்றம்
புலியின்தோல் போர்த்துமேய்ந் தற்று. 273

தவமறைந்து அல்லவை செய்தல் புதல்மறைந்து
வேட்டுவன் புள்சிமிழ்த் தற்று. 274

பற்றற்றேம் என்பார் படிற்றொழுக்கம் எற்றெற்றென்று
ஏதம் பலவுந் தரும். 275

நெஞ்சில் துறவார் துறந்தார்போல் வஞ்சித்து
வாழ்வாரின் வன்கணார் இல். 276

புறங்குன்றி கண்டனைய ரேனும் அகங்குன்றி
மூக்கிற் கரியார் உடைத்து. 277

மனத்தது மாசாக மாண்டார்நீ ராடி
மறைந்தொழுகு மாந்தர் பலர். 278

கணைகொடிது யாழ்கோடு செவ்விதுஆங் கன்ன
வினைபடு பாலால் கொளல். 279

மழித்தலும் நீட்டலும் வேண்டா உலகம்
பழித்தது ஒழித்து விடின். 280

கூடா ஒழுக்கம்

271. வஞ்சமனத்தானது பொய்யொழுக்கத்தை அவனுடைய உடம்பாக அமைந்து திகழும் ஐந்து பூதங்களும் கண்டு தம்முள்ளே எள்ளிச் சிரிக்கும்.

272. தன் நெஞ்சம் தான் அறிந்து செய்யும் குற்றத்தில் தங்குமானால், அத்தகையவனது வானத்தைப் போல் உயர்ந்துள்ள தவக்கோலம் ஒருவனுக்கு என்ன பயனைத் தரும் ?

273. மனவலிமை இல்லாதவன் மேற்கொள்ளும் வலிய தவத்தோற்றம், புலியின் தோலைப் பசு போர்த்துக்கொண்டு பயிரை மேய்ந்தாற் போன்றதாகும்.

274. தவக்கோலத்தில் மறைந்து கொண்டு தவம் அல்லாத தீய செயல்களைச் செய்தல், கொலை குறித்த வேடன் புதரில் மறைந்து நின்று பறவைகளை வலைவீசிப் பிடித்தலை ஒத்தது.

275. பற்றுகளைத் துறந்துவிட்டதாகப் பாசாங்கு செய்து கொண்டு வாழ்பவரின் பொய்யொழுக்கம் 'என்ன செய்தோம் ? என்ன செய்தோம் ?' என்று வருந்தும்படியான பல்வகைத் துன்பங்களையும் தரும்.

276. மனத்தில் பற்றுகளைத் துறக்காமல் புறத்திலே துறந்தவரைப் போல காட்டிக்கொண்டு வஞ்சனை செய்து வாழ்கின்றவரைப்போல் இரக்கமற்றவர்கள் எவரும் இல்லை.

277. புறத்தோற்றத்தில் குன்றிமணியின் நிறம்போன்ற செம்மை யான தோற்றம் உடையவராகக் காணப்பட்டாலும், உள்ளத்தில் குன்றிமணியின் மூக்குபோலக் கறுத்திருப்பவரும் உண்டு.

278. மனத்தில் மாசு நிறைந்திருக்கத் தவத்தால் மாண்பு பெற்றவனைப்போல் நீராடி மறைவாக வாழ்வு நடத்தும் வஞ்சனை யுடைய மாந்தர்களும் இந்த உலகில் பலர் உள்ளனர்.

279. நேராகத் தோன்றினாலும் அம்பு கொடுமை செய்வது; வளைவானாலும், யாழின் கொம்பு இன்னிசையைத் தருவது; மக்களின் பண்புகளையும் இப்படியே அவரவர் செயல்வகையால் அறிந்துகொள்ள வேண்டும்.

280. உலகம் பழிக்கும் தீச்செயல்களைத் தவிர்த்துவிட்டால் மொட்டையடித்துக் கொள்ளலும் சடையைச் செயற்கை முறையில் வளர்த்துக் கொள்ளலும் வேண்டா.

29. கள்ளாமை

எள்ளாமை வேண்டுவான் என்பான் எனைத்தொன்றும்
கள்ளாமை காக்கதன் நெஞ்சு. 281

உள்ளத்நால் உள்ளலும் தீதே பிறன்பொருளைக்
கள்ளத்தால் கள்வேம் எனல். 282

களவினால் ஆகிய ஆக்கம் அளவிறந்து
ஆவது போலக் கெடும். 283

களவின்கண் கன்றிய காதல் விளைவின்கண்
வீயா விழுமம் தரும். 284

அருள்கருதி அன்புடைய ராதல் பொருள்கருதிப்
பொச்சாப்புப் பார்ப்பார்கண் இல். 285

அளவின்கண் நின்றொழுகல் ஆற்றார் களவின்கண்
கன்றிய காத லவர். 286

களவென்னும் காரறி வாண்மை அளவென்னும்
ஆற்றல் புரிந்தார்கண் இல். 287

அளவறிந்தார் நெஞ்சத் தறம்போல நிற்கும்
களவறிந்தார் நெஞ்சில் கரவு. 288

அளவல்ல செய்தாங்கே வீவர் களவல்ல
மற்றைய தேற்றா தவர். 289

கள்வார்க்குத் தள்ளும் உயிர்நிலை கள்ளார்க்குத்
தள்ளாது புத்தே ளுலகு. 290

கள்ளாமை

281. உலகினரால் இகழப்பெறாமல் வாழ விரும்புகின்றவன் எத்தகைய பொருளையும் பிறரிடமிருந்து வஞ்சித்துக் கொள்ள எண்ணாதபடி தன் மனத்தை முதலில் காத்தல் வேண்டும்.

282. குற்றங்களை மனத்தினால் நினைத்தலும் குற்றமே. பிறன் பொருளை அவன் அறியாத வகையால் 'வஞ்சித்துக் கொள்வோம்' என்று எண்ணாதிருக்க வேண்டும்.

283. பிறரை வஞ்சித்து வந்தடையும் செல்வமானது அளவு கடந்து பெருகுவதுபோல் தோன்றினாலும், எல்லாம் எதிர்பாராது வந்ததுபோல விரைந்து கெட்டுப் போகும்.

284. களவு செய்தலில் உண்டாகும் மிகுந்த விருப்பம் பயன் விளையும்போது தொலையாத துனபத்தைத் தரும்.

285. அருளைப் பெரிதாக எண்ணி அன்புடையவராய் நடத்தல் பிறர் பொருளைக் கவர எண்ணி அவர் சோர்ந்திருக்கும் நிலையைப் பார்ப்பவரிடத்தில் இராது.

286. களவு நெறியில் மிக முதிர்ந்த ஆசையுடையவர்கள் எல்லோருமே அளவறிந்து வாழும் நெறியில் நின்று ஒழுகமாட்டார்.

287. களவு என்னும் இருண்ட மயக்க அறிவு உள்ளவரிடத்தில் அளவு அறிந்து வாழ்தலாகிய ஆற்றலை விரும்பும் போக்கு இராது.

288. அளவறிந்து வாழ்கின்றவரின் நெஞ்சத்தில் நிற்கும் 'அறம்' போல் களவு செய்து பழகி அறிந்தவரின் நெஞ்சில் 'வஞ்சகம்' எப்போதும் நிலைத்திருக்கும்.

289. களவல்லாத பிற நல்ல நெறிகளைக் கடைப்பிடித்து பொருள் ஈட்டி வாழ்தலைத் தெளியாதவர், அளவு கடந்த செயல்களைச் செய்து அப்போதே கெட்டழிவர்.

290. களவு செய்வார்க்கு உடலில் உயிர் வாழும் வாழ்வும் தவறிப் போகும்; களவு செய்யாமல் வாழ்வோருக்கு தேவருலக வாழ்வும் வாய்க்கத் தவறாது.

30. வாய்மை

வாய்மை எனப்படுவது யாதெனின் யாதொன்றும்
தீமை இலாத சொலல். 291

பொய்ம்மையும் வாய்மை இடத்த புரைதீர்ந்த
நன்மை பயக்கும் எனின். 292

தன்நெஞ்சு அறிவது பொய்யற்க பொய்த்தபின்
தன்நெஞ்சே தன்னைச் சுடும். 293

உள்ளத்தால் பொய்யா தொழுகின் உலகத்தார்
உள்ளத்து ளெல்லாம் உளன். 294

மனத்தொடு வாய்மை மொழியின் தவத்தொடு
தானஞ்செய் வாரின் தலை. 295

பொய்யாமை அன்ன புகழில்லை எய்யாமை
எல்லா அறமும் தரும். 296

பொய்யாமை பொய்யாமை ஆற்றின் அறம்பிற
செய்யாமை செய்யாமை நன்று. 297

புறந்தூய்மை நீரான் அமையும் அகந்தூய்மை
வாய்மையால் காணப் படும். 298

எல்லா விளக்கும் விளக்கல்ல சான்றோர்க்குப்
பொய்யா விளக்கே விளக்கு. 299

யாம்மெய்யாக் கண்டவற்றுள் இல்லை எனைத்தொன்றும்
வாய்மையின் நல்ல பிற. 300

வாய்மை

291. வாய்மை எனக் கூறப்பெறுவது எது என்றால் அது பிறருக்குத் தீங்கு பயக்காத சொல்லைச் சொல்லுதல் ஆகும்.

292. குற்றம் இல்லாத நன்மையை விளைவிக்குமானால் பொய்யான சொற்களும் வாய்மை என்று கருதத்தக்க இடத்தைப் பெறும்.

293. ஒருவன் தன் நெஞ்சு அறிவதாகிய ஒன்றைக் குறித்துப் பொய் சொல்லலாகாது; அப்படிப் பொய் சொன்னால் அவனுடைய நெஞ்சமே அவனை வருத்தும்.

294. ஒருவன் தன் உள்ளம் அறியப் பொய் இல்லாமல் நடப்பானாயின், அத்தகையவன் உலகத்தோர் உள்ளத்தில் எல்லாம் இருக்கும் சிறப்பைப் பெறுவான்.

295. ஒருவன் தன் மனத்தோடு பொருந்திய உண்மையையே பேசுவானானால், அவன் தவத்தோடு தானமும் ஒருங்கே செய்பவரிலும் சிறந்தவனாவான்.

296. ஒருவனுக்குப் பொய் இல்லாமல் வாழ்தலைப் போன்ற புகழ்நிலை வேறொன்றும் இல்லை; அஃது அவன் வருந்தாமல் இருக்க எல்லா நலனும் தரும்.

297. ஒருவன் பொய்யாமை என்னும் அறத்தைப் பொய்யாகாமல் செய்து வந்தால் அவன் பிற அறங்களைக் கூடச் செய்யவேண்டிய தில்லை.

298. ஒருவனது புறத்தூய்மை நீராடுவதனால் ஏற்படும்; அது போல் அகத்தே தூய்மையாகத் திகழ்தல் உண்மை பேசுவதனால் உண்டாகும்.

299. இருளைப் போக்கும் எல்லா விளக்குகளும் சிறந்தவை ஆகா; சான்றோர்க்குப் பொய்யாமையாகிய விளக்கே சிறந்ததாக அமையும்.

300. யாம் மெய்ப்பொருள்களாக அறிந்தவற்றுள் எல்லாம் வாய்மையைவிடச் சிறப்பான பொருள் வேறு யாதொன்றும் இல்லை.

31. வெகுளாமை

செல்லிடத்துக் காப்பான் சினங்காப்பான் அல்லிடத்துக்
காக்கின்என் காவாக்கால் என். 301

செல்லா இடத்துச் சினந்தீது செல்லிடத்தும்
இல்அதனின் தீய பிற. 302

மறத்தல் வெகுளியை யார்மாட்டும் தீய
பிறத்தல் அதனான் வரும். 303

நகையும் உவகையும் கொல்லும் சினத்தின்
பகையும் உளவோ பிற. 304

தன்னைத்தான் காக்கின் சினங்காக்க காவாக்கால்
தன்னையே கொல்லும் சினம். 305

சினம்என்னும் சேர்ந்தாரைக் கொல்லி இனமென்னும்
ஏமப் புணையைச் சுடும். 306

சினத்தைப் பொருளென்று கொண்டவன் கேடு
நிலத்தறைந்தான் கைபிழையா தற்று. 307

இணர்எரி தோய்வன்ன இன்னா செயினும்
புணரின் வெகுளாமை நன்று. 308

உள்ளிய தெல்லாம் உடனெய்தும் உள்ளத்தால்
உள்ளான் வெகுளி எனின். 309

இறந்தார் இறந்தார் அனையர் சினத்தைத்
துறந்தார் துறந்தார் துணை. 310

வெகுளாமை

301. செல்லக்கூடிய இடத்தில் சினம் உண்டாகாமல் தடுப்பவனே அதனை அடக்கியவனாவான்; செல்லக்கூடாத இடத்தில் அதனை அடக்கினால் என்ன? அடக்காவிட்டால் என்ன?

302. சினம் தன்னைவிட வலியவர்மீது சென்றால் அது தனக்கே தீங்கு பயக்கும்; அது தன்னைவிட மெலிந்தவர்மீது சென்றால் அதனிலும் தீமையானது வேறு இல்லை.

303. எவரிடத்திலும் சினங்கொள்ளாமல் அவரது தீச்செயலை மறந்துவிட வேண்டும்; தீமையான விளைவுகள் அந்தச் சினத்தாலேயே வந்து சேரும்.

304. முக மலர்ச்சியையும் அக மலர்ச்சியையும் கொல்லுகின்ற சினத்தைவிட ஒருவனுக்கு வேறு பகை இல்லை.

305. ஒருவன் தன்னைக் காத்துக்கொள்ள விரும்பினால் சினம் எழாமல் காத்துக் கொள்க; அவ்வாறு காக்கவில்லையாயின் அச்சினம் அவனையே கொன்றுவிடும்.

306. சினம் என்னும் சேர்ந்தவரை அழிக்கும் இயல்புடைய நெருப்பு 'தன் இனத்தார்' என்னும் பாதுகாவலான தெப்பத்தையும் சுட்டு எரித்து விடும்.

307. தனது வலிமையைக் காட்டுவதற்குச் சினத்தைக் கருவி யாகக் கொண்டவன், அதனால் அழிதல், நிலத்தை அறைந்தவனுடைய கை துன்பம் அடைதலின்று தப்பாததுபோல உறுதியாகும்.

308. பல சுடர்களையுடைய பெரு நெருப்பில் தோய்ந்தாற் போன்ற துன்பத்தை ஒருவன் செய்தபோதிலும் கூடுமானால் அவன்பால் சினம் கொள்ளாதிருத்தல் நன்று.

309. ஒருவன் உள்ளத்தாலும் சினத்தைப்பற்றி நினையா திருப்பானானால், அவன் நினைத்தவை எல்லாம் உடனே அவனை வந்தடையும்.

310. அளவு கடந்த சினத்தில் ஈடுபட்டவர் இறந்தாரோடு ஒப்பர்; சினத்தைக் கைவிட்டவரோ முற்றுந் துறந்த மேலோரோடு ஒப்பர்.

32. இன்னா செய்யாமை

சிறப்புஈனும் செல்வம் பெறினும் பிறர்க்குஇன்னா
செய்யாமை மாசற்றார் கோள். 311

கறுத்துஇன்னா செய்தவக் கண்ணும் மறுத்துஇன்னா
செய்யாமை மாசற்றார் கோள். 312

செய்யாமல் செற்றார்க்கும் இன்னாத செய்தபின்
உய்யா விழுமம் தரும். 313

இன்னா செய்தாரை ஒறுத்தல் அவர்நாண
நன்னயம் செய்து விடல். 314

அறிவினான் ஆகுவ துண்டோ பிறிதின்நோய்
தந்நோய்போல் போற்றாக் கடை. 315

இன்னா எனத்தான் உணர்ந்தவை துன்னாமை
வேண்டும் பிறன்கண் செயல். 316

எனைத்தானும் எஞ்ஞான்றும் யார்க்கும் மனத்தானாம்
மாணாசெய் யாமை தலை. 317

தன்னுயிர்க்கு இன்னாமை தானறிவான் என்கொலோ
மன்னுயிர்க்கு இன்னா செயல். 318

பிறர்க்குஇன்னா முற்பகல் செய்யின் தமக்குஇன்னா
பிற்பகல் தாமே வரும். 319

நோய்எல்லாம் நோய்செய்தார் மேலவாம் நோய்செய்யார்
நோயின்மை வேண்டு பவர். 320

இன்னா செய்யாமை

311. சிறப்பைத் தருகின்ற பெருஞ்செல்வமே பெறுவதாக இருந்தாலும் பிறர்க்குத் துன்பம் விளைவிக்காதிருத்தலே மனத் தூய்மையுடையாரின் கொள்கையாகும்.

312. ஒருவன் கறுவு கொண்டு தனக்குத் துன்பம் இழைத்த போதிலும் அவனுக்குத் திரும்பத் துன்பம் செய்யாதிருத்தலே குற்றமற்ற அறிவாளரின் கொள்கையாகும்.

313. தான் ஏதும் செய்யாதிருக்கத் தனக்குத் தீங்கு செய்தவர்க்கும் துன்பமானவற்றைச் செய்தால், அது தப்ப முடியாத துன்பத்தையே கொடுக்கும்.

314. தனக்குத் துன்பம் செய்தவரைத் தண்டித்தல் அவர்தம் செயலை நினைத்து நாணும்படியாக அவருக்கு நல்லுதவிசெய்து, அவர் செய்த தீமையையும் தான் செய்த நன்மையையும் மறந்து விடுதலாகும்.

315. பிற உயிருக்கு வரும் துன்பத்தைத் தமக்கு வந்த துன்பமாகக் கருதி அதனைக் காப்பாற்றாதவிடத்து நாம் பெற்றுள்ள அறிவினால் ஆகும் பயன்தான் உளதோ ?

316. பிறர்க்குத் துன்பம் தரும் எனத் தான் உணர்ந்த ஒரு செயலைப் பிறரிடத்தே செய்தலை ஒருவன் எப்போதும் செய்யா திருத்தல் தலைசிறந்த அறமாகும்.

317. எவ்வளவு சிறியதாயினும், எந்தக் காலத்திலும் எவரிடத் திலும் மனத்தினால் எண்ணி உண்டாகின்ற துன்பச் செயல்களைச் செய்யாதிருத்தலே சிறப்பாகும்.

318. தன் உயிர்க்குத் துன்பமானவை இவை என்று உணர்ந்தவன் மற்ற உயிர்கட்குத் துன்பங்களைச் செய்தல் என்ன காரணம் கருதியோ ?

319. பிறர்க்குத் துன்பமானவற்றை முற்பகலில் செய்தால், அவ்வாறு செய்தவர்க்கே பிற்பகலில் துன்பங்கள் தாமாகவே வந்து சேரும்.

320. துன்பம் தருவன எல்லாம் துன்பம் செய்தவரின் மேல் சென்று சேர்வன; ஆதலால், துன்பமின்றி வாழ விரும்புவோர் பிறருக்குத் துன்பம் இழைக்க மாட்டார்.

33. கொல்லாமை

அறவினை யாதெனில் கொல்லாமை கோறல்
பிறவினை எல்லாந் தரும். 321

பகுத்துண்டு பல்லுயிர் ஓம்புதல் நூலோர்
தொகுத்தவற்றுள் எல்லாந் தலை. 322

ஒன்றாக நல்லது கொல்லாமை மற்றுஅதன்
பின்சாரப் பொய்யாமை நன்று. 323

நல்லாறு எனப்படுவது யாதெனின் யாதொன்றும்
கொல்லாமை சூழும் நெறி. 324

நிலைஅஞ்சி நீத்தாருள் எல்லாம் கொலைஅஞ்சிக்
கொல்லாமை சூழ்வான் தலை. 325

கொல்லாமை மேற்கொண் டொழுகுவான் வாழ்நாள்மேல்
செல்லாது உயிருண்ணுங் கூற்று. 326

தன்னுயிர் நீப்பினும் செய்யற்க தான்பிறிது
இன்னுயிர் நீக்கும் வினை. 327

நன்றாகும் ஆக்கம் பெரிதெனினும் சான்றோர்க்குக்
கொன்றாகும் ஆக்கம் கடை. 328

கொலைவினைய ராகிய மாக்கள் புலைவினையர்
புன்மை தெரிவா ரகத்து. 329

உயிர்உடம்பின் நீக்கியார் என்ப செயிர்உடம்பின்
செல்லாத்தீ வாழ்க்கை யவர். 330

கொல்லாமை

321. அறச்செயல் எது என்றால் எந்த ஓர் உயிரையும் கொல்லாமையாகும்; கொல்லும் செயல் அறமல்லாத பிற தீச் செயல்கள் எல்லாவற்றையும் விளைவிக்கும்.

322. உள்ள உணவைப் பலரோடு பங்கிட்டுக் கொடுத்துத் தானும் உண்டு பல உயிர்களையும் காப்பாற்றுதல் அறநூலோர் தொகுத்துக் கூறிய அறங்கள் எல்லாவற்றிலும் மிகச் சிறந்ததாகும்.

323. ஒப்பற்ற நல்லறம் என்பது எந்த ஓர் உயிரையும் கொல்லாமையாகும்; அதற்கு அடுத்ததாக நல்லறம் எனக் கருதப்பெறுவது பொய்யாமையாகும்.

324. நல்ல வழி என்று அறநூல்கள் கூறுவது எது என்றால் எந்த ஓர் உயிரையும் கொல்லாமையாகிய அறத்தினை நினைக்கும் நெறியேயாகும்.

325. வாழ்க்கையின் தன்மையைக் கண்டு அஞ்சித் துறந்தவர்கள் எல்லாரிலும் கொலைப் பாவத்திற்கு அஞ்சிக் கொல்லாமை நெறியைப் போற்றுபவரே சிறந்தவர்கள் ஆவர்.

326. கொல்லாமையாகிய அறத்தைக் கடைப்பிடித்து ஒழுகு பவனது வாழ்நாள்மேல் உயிரைத்தின்னும் கூற்றுவனும் கண் வைக்க மாட்டான்.

327. தன் உயிர் உடம்பிலிருந்து நீங்கும் நிலை ஏற்படினும் அதனைத் தடுப்பதற்காகத் தான் வேறோர் உயிரைப் போக்கும் பாவச்செயலைச் செய்யலாகாது.

328. கொலையைப் புரிவதால் விளையும் ஆக்கம் பெரிதாக இருப்பினும், சான்றோர்க்கு அத்தகைய ஆக்கம் மிகவும் இழிவான தாகும்.

329. கொலை செய்வதையே தொழிலாக உடைய மக்கள் அதன் இழிவை ஆராய்ந்தவரிடத்தில் தாழ்ந்த செயலினராகவே தோன்றுவர்.

330. நோய் மிகுந்த உடம்புடன் உயிரும் போகாமல் வறுமையால் வருந்தித் துன்புறுகின்ற வாழ்வையுடையவர், முன்பு கொலை பல செய்து உயிர்களை உடம்பினின்றும் நீக்கியவர்களே என்று அறிஞர் கூறுவர்.

34. நிலையாமை

நில்லாத வற்றை நிலையின என்றுணரும்
புல்லறி வாண்மை கடை. 331

கூத்தாட்டு அவைக்குழாத் தற்றே பெருஞ்செல்வம்
போக்கும் அதுவிளிந் தற்று. 332

அற்கா இயல்பிற்றுச் செல்வம் அதுபெற்றால்
அற்குப ஆங்கே செயல். 333

நாளென ஒன்றுபோல் காட்டி உயிர்ஈரும்
வாளது உணர்வார்ப் பெறின். 334

நாச்செற்று விக்குள்மேல் வாராமுன் நல்வினை
மேற்சென்று செய்யப் படும். 335

நெருநல் உளனொருவன் இன்றில்லை என்னும்
பெருமை உடைத்துஇவ் வுலகு. 336

ஒருபொழுதும் வாழ்வது அறியார் கருதுப
கோடியும் அல்ல பல. 337

குடம்பை தனித்துஒழியப் புள்பறந் தற்றே
உடம்பொடு உயிரிடை நட்பு. 338

உறங்கு வதுபோலும் சாக்காடு உறங்கி
விழிப்பது போலும் பிறப்பு. 339

புக்கில் அமைந்தின்று கொல்லோ உடம்பினுள்
துச்சில் இருந்த உயிர்க்கு. 340

நிலையாமை

331. நிலைத்து நில்லாத பொருள்களையெல்லாம் நிலை யானவை என்று எண்ணி மயங்குகின்ற இழிவான அறிவுடையவ ராக இருத்தல் வாழ்க்கையில் மிகுந்த தாழ்நிலையாகும்.

332. ஒருவனிடம் பெருஞ்செல்வம் வந்தடைதல் கூத்தாடும் இடத்தில் கூட்டம் வந்து கூடுவதைப் போன்றது. அச்செல்வம் கெட்டுப்போதலும் கூத்தாட்டம் முடிந்ததும் அக்கூட்டம் கலைந்து போவதைப் போன்றது.

333. செல்வம் நிலையற்ற இயல்பினையுடையது; அதனை ஒருவன் அடைந்தால், அது நிலைப்பதற்கான அறங்களை அப்பொழுதே செய்தல் வேண்டும்.

334. வாழ்வை ஆராய்ந்து உண்மை உணர்வாரைப் பெற்றால், 'நாள்' என்பது ஒரு சிறு கால அளவைப் போல் காட்டி உயிரின் வாழ்நாளைச் சிறிது சிறிதாக அறுத்துச் செல்லும் வாள் என்பது தெளிவாகும்.

335. நாவை அடக்கி விக்கல் மேலாக எழுந்து வருவதற்கு முன்பாகவே (இறப்பு நெருங்குவதற்கு முன்) நல்ல அறச் செயல்கள் விரைவாகச் செய்யத்தக்கவையாகும்.

336. நேற்று இருந்த ஒருவன் இன்று இல்லை என்னும் நிலையாமையாகிய பெருமையை உடையதுதான் இந்த உலகம்.

337. அறிவில்லாதவர் ஒரு வேளையாவது வாழ்க்கையின் தன்மையை ஆராய்ந்து அறிவதில்லை; ஆனால், அவர் வீணாக எண்ணுவனவோ கோடியும் அல்ல; அதன் மேலும் அளவற்ற பலவாகும்.

338. தான் இருந்த முட்டை ஒடு தனித்துக் கிடக்கவும் பறவை பறந்து வெளியேறிப் போய்விட்டது போன்றதுதான் உடலோடு உயிருக்குள்ள தொடர்பு.

339. இறப்பு என்பது ஒருவனுக்கு உறக்க ம வருவதைப் போன்றது; பிறப்பு என்பது அவன் உறக்கம் நீங்கி விழித்துக் கொள்வதைப் போன்றது.

340. (நோய்கட்கு இடமான) உடம்பில் ஒரு மூலையில் குடியிருந்த உயிருக்கு நிலையாக நுழைந்து தங்குவதற்குரிய ஓர் இடம் இதுவரை அமையவில்லை போலும்!

35. துறவு

யாதனின் யாதனின் நீங்கியான் நோதல்
அதனின் அதனின் இலன். 341

வேண்டின்உண் டாகத் துறக்க துறந்தபின்
ஈண்டுஇயற் பால பல. 342

அடல்வேண்டும் ஐந்தன் புலத்தை விடல்வேண்டும்
வேண்டிய எல்லாம் ஒருங்கு. 343

இயல்பாகும் நோன்பிற்கொன்று இன்மை உடைமை
மயலாகும் மற்றும் பெயர்த்து. 344

மற்றும் தொடர்ப்பாடு எவன்கொல் பிறப்பறுக்கல்
உற்றார்க்கு உடம்பும் மிகை. 345

யான்எனது என்னும் செருக்குஅறுப்பான் வானோர்க்கு
உயர்ந்த உலகம் புகும். 346

பற்றி விடாஅ இடும்பைகள் பற்றினைப்
பற்றி விடாஅ தவர்க்கு. 347

தலைப்பட்டார் தீரத் துறந்தார் மயங்கி
வலைப்பட்டார் மற்றை யவர். 348

பற்றற்ற கண்ணே பிறப்பறுக்கும் மற்று
நிலையாமை காணப் படும். 349

பற்றுக பற்றற்றான் பற்றினை அப்பற்றைப்
பற்றுக பற்று விடற்கு. 350

துறவு

341. ஒருவன் எந்த எந்தப் பொருளிலிருந்து பற்று விடுபட்டவன் ஆகின்றானோ, அவன் அந்த அந்தப் பொருளால் துன்பம் அடைவதில்லை.

342. துன்பம் அற்ற வாழ்வை விரும்பினால் ஆசைகளை எல்லாம் விட்டுவிடல் வேண்டும்; அப்படி விட்டு விட்டபின் இவ்வுலகில் அடையக் கூடிய இன்பம் பலவாகும்.

343. ஐந்து வகையான புலன்களின் ஆசைகளையும் அடக்கி வெல்லுதல் வேண்டும்; அவற்றிற்கு வேண்டிய பொருளாசைகளை யெல்லாம் ஒருசேர விட்டுவிடுதல் வேண்டும்.

344. ஒரு பொருளின்மீது ஆசையற்றிருத்தலே தவநெறியின் இயல்பாகும்; ஆசையுள்ளதானால் மீண்டும் உலக போகத்தில் மயங்குவதற்கு வழியாகும்.

345. பிறவித் துன்பத்தை ஒழிக்க முயல்பவர்கட்கு உடம்பு மிகையான பொருள்; ஆகவே, அதற்கு மற்ற ஆசைகளின் தொடர்பு கொள்வது எதற்காகவோ ?

346. உடலை 'யான்' எனவும், பொருள்களை 'எனது' எனவும் நினைக்கின்ற மயக்கத்தை அறுத்தெறிகின்றவன் வானோர்க்கும் எட்டாத உயர்ந்த உலகம் சேர்வான்.

347. பொருள்களின் மீதுள்ள பற்றுகளையே இறுகப் பற்றிக் கொண்டு ஆசையை விடாதவரையில், துன்பங்களும் விடாமல் பற்றிக் கொண்டிருக்கும்.

348. முற்றுந்துறந்தவரே மேலான நிலையினர் ஆவர்; மற்றையோர் மயங்கி ஆசை வலையில் அகப்பட்டுக் கொண்டவர்களே ஆவர்.

349. இருவகைப் பற்றுகளும் அறுந்து போன அப்பொழுதே, அந்நிலை, பிறவித்துன்பத்தை ஒழிக்கும்; மேலும், உலக நிலையாமையும் அப்பொழுதே காணப்படும்.

350. பற்றில்லாதவனான இறைவனது பற்றினை மட்டிலுமே விடாது பற்றுக. உலகப் பற்றுகளை விடுவதற்காக, அதனையே எப்போதும் விடாமல் பற்றிக் கொள்க.

36. மெய்யுணர்தல்

பொருளல்ல வற்றைப் பொருளென்று உணரும்
மருளானாம் மாணாப் பிறப்பு. — 351

இருள்நீங்கி இன்பம் பயக்கும் மருள்நீங்கி
மாசறு காட்சி யவர்க்கு. — 352

ஐயத்தின் நீங்கித் தெளிந்தார்க்கு வையத்தின்
வானம் நணிய துடைத்து. — 353

ஐயுணர்வு எய்தியக் கண்ணும் பயமின்றே
மெய்யுணர்வு இல்லா தவர்க்கு. — 354

எப்பொருள் எத்தன்மைத் தாயினும் அப்பொருள்
மெய்ப்பொருள் காண்பது அறிவு. — 355

கற்றீண்டு மெய்ப்பொருள் கண்டார் தலைப்படுவர்
மற்றீண்டு வாரா நெறி. — 356

ஓர்த்துள்ளம் உள்ளது உணரின் ஒருதலையாப்
பேர்த்துள்ள வேண்டா பிறப்பு. — 357

பிறப்பென்னும் பேதைமை நீங்கச் சிறப்பென்னும்
செம்பொருள் காண்பது அறிவு. — 358

சார்புணர்ந்து சார்பு கெடஒழுகின் மற்றழித்துச்
சார்தரா சார்தரு நோய். — 359

காமம் வெகுளி மயக்கம் இவைமூன்றன்
நாமம் கெடக்கெடும் நோய். — 360

மெய்யுணர்தல்

351. உண்மைப் பொருள் அல்லாதவற்றை உண்மைப் பொருள்களாகக் கருதி உணர்கின்ற மயக்கத்தினாலேயே, சிறப்பற்ற பல வகைப் பிறப்புகளும் உண்டாகின்றன.

352. மயக்கம் நீங்கிக் குற்றம் அற்ற மெய்யறிவுடையவர்கட்கு, அவ்வுணர்வு அறியாமையை நீக்கி இன்ப நிலையைக் கொடுக்கும்.

353. ஐயத்தினின்று நீங்கித் தெளிவு பெற்ற மெய்யறிவாளருக்கு இவ்வையகத்தைவிட வானம் மிகவும் அண்மையானதும் உறுதியானதும் ஆகும்.

354. மெய்யுணர்வு இல்லாதவர்க்கு ஐம்புலன்களின் வேறு பாட்டால் வளர்ந்த ஐந்துவகை உணர்வும் முற்றப்பெற்றபோதிலும் யாதும் பயன் இல்லை.

355. எந்தப் பொருள் எத்தன்மை இயல்போடு தோன்றிய போதிலும் அத்தோற்றத்தை மட்டிலும் கண்டு மயங்காமல் அப்பொருளின் உண்மையான இயல்பை அறிவதே மெய்யுணர்வு ஆகும்.

356. கற்கவேண்டியவற்றைக் கற்று, இங்கு மெய்ப்பொருளையும் உணர்ந்தவர், மீண்டும் இப்பிறப்பிற்கு வராத பெரு நெறியை அடைவர்.

357. என்றும் உளதான உண்மைப் பொருளை ஒருவனுடைய உள்ளம் ஆராய்ந்து உறுதியாக உணர்ந்தால், அவனுக்கு மீண்டும் பிறப்பு உள்ளதென எண்ணவேண்டா.

358. பிறவித் துன்பத்திற்குக் காரணமான அறியாமை நீங்கும் பொருட்டு, வீடுபேறு என்னும் சிறந்த நிலைக்குக் காரணமான செம்பொருளை முயன்று காண்பதே மெய்யுணர்வு ஆகும்.

359. எல்லாப் பொருள்கட்கும் சார்பான செம்பொருளை உணர்ந்து, பற்றுக் கெடுமாறு ஒழுகினால் சார்வதற்குரிய துன்பங்கள் திரும்பவும் வந்து சாரமாட்டா.

360. விருப்பு, வெறுப்பு, அறியாமை ஆகிய இக்குற்றங்கள் மூன்றின் பெயர்களைக் கூட உள்ளத்திலிருந்து நீக்கிவிட்டால், பிறவித் துன்பமும் கெடும்.

37. அவா அறுத்தல்

அவாஎன்ப எல்லா உயிர்க்கும்எஞ் ஞான்றும்
தவாஅப் பிறப்பீனும் வித்து. 361

வேண்டுங்கால் வேண்டும் பிறவாமை மற்றது
வேண்டாமை வேண்ட வரும். 362

வேண்டாமை அன்ன விழுச்செல்வம் ஈண்டில்லை
யாண்டும் அஃதொப்பது இல். 363

தூஉய்மை என்பது அவாவின்மை மற்றது
வாஅய்மை வேண்ட வரும். 364

அற்றவர் என்பார் அவாஅற்றார் மற்றையார்
அற்றாக அற்றது இலர். 365

அஞ்சுவ தோரும் அறனே ஒருவனை
வஞ்சிப்ப தோரும் அவா. 366

அவாவினை ஆற்ற அறுப்பின் தவாவினை
தான்வேண்டு மாற்றான் வரும். 367

அவாஇல்லார்க் கில்லாகுந் துன்பம்அஃ துண்டேல்
தவாஅது மேன்மேல் வரும். 368

இன்பம் இடையறா தீண்டும் அவாவென்னும்
துன்பத்துள் துன்பங் கெடின். 369

ஆரா இயற்கை அவாநீப்பின் அந்நிலையே
பேரா இயற்கை தரும். 370

அவா அறுத்தல்

361. எல்லா உயிர்க்கும் எக்காலத்திலும் பிறவி என்னும் துன்பத்தைத் தருகின்றதான வித்து 'அவா' என்பதுதான் என்று கூறுவர்.

362. ஒருவன் ஒன்றை விரும்ப வேண்டுமானால் பிறவாமை என்பதனையே விரும்ப வேண்டும்; அந்த நிலை அவா அற்ற நிலையை விரும்பினால் உண்டாகும்.

363. அவாவற்ற தன்மைபோன்ற சிறந்த செல்வம் இவ்வுலகில் இல்லை. எவ்விடத்தும் அதற்கு இணையானதான செல்வம் ஒன்றும் இல்லை.

364. அவாவில்லாத நிலையே தூய்மையான நிலை; வாய்மை யையே விரும்பி நடந்தால் அந்த நிலை தானாகவே நம்மை வந்து அடையும்.

365. பற்றற்றவர் என்று கூறப்படுவோர் அவா அற்றவரே, அவா அறாத மற்றையவர் எல்லாரும் அவ்வளவாகப் பற்று அற்றவர் அல்லர்.

366. ஒருவனை அவன் தளர்ச்சி கண்டு வஞ்சிப்பது அவா ஆகும்; அதனால் அவாவிற்குப் பயந்து ஒதுங்கி வாழ்வதே மேன்மையான அறநெறியாகும்.

367. ஆசையை ஒருவன் முழுதும் அறுத்துவிட்டால், அவன் கெடாமல் வாழ்வதற்குரிய நல்ல செயல்கள் அவன் விரும்பியபடியே வந்து வாய்க்கும்.

368. ஆசை அற்றவனுக்குத் துன்பம் இல்லையாகும்; ஆசை இருப்பின் எல்லாத் துன்பங்களும் ஒழியாமல் மேலும் மேலும் வந்து கொண்டிருக்கும்.

369. அவா எனப்படுகின்ற மிகக் கொடிய துன்பமானது கெடுமானால், வாழ்வில் துன்பம் இடையறாமல் வந்து வாய்த்துக் கொண்டிருக்கும்.

370. ஒருபோதும் நிரம்பாத தன்மையுடைய அவாவினை ஒழித்தால் ஒழிந்த அந்நிலையே பெரிதான இன்ப வாழ்வைத் தானாகவே தந்துவிடும்.

38. ஊழ்

ஆகூழால் தோன்றும் அசைவின்மை கைப்பொருள்
போகூழால் தோன்றும் மடி. 371

பேதைப் படுக்கும் இழவூழ் அறிவகற்றும்
ஆகலூழ் உற்றக் கடை. 372

நுண்ணிய நூல்பல கற்பினும் மற்றுந்தன்
உண்மை அறிவே மிகும். 373

இருவேறு உலகத்து இயற்கை திருவேறு
தெள்ளிய ராதலும் வேறு. 374

நல்லவை எல்லாஅந் தீயவாம் தீயவும்
நல்லவாம் செல்வம் செயற்கு. 375

பரியினும் ஆகாவாம் பாலல்ல உய்த்துச்
சொரியினும் போகா தம. 376

வகுத்தான் வகுத்த வகையல்லால் கோடி
தொகுத்தார்க்கும் துய்த்தல் அரிது. 377

துறப்பார்மன் துப்புர வில்லார் உறற்பால
ஊட்டா கழியும் எனின். 378

நன்றாங்கால் நல்லவாக் காண்பவர் அன்றாங்கால்
அல்லற் படுவ தெவன். 379

ஊழிற் பெருவலி யாவுள மற்றொன்று
சூழினுந் தான்முந் துறும். 380

ஊழ்

371. பொருள் உண்டாவதற்குக் காரணமான ஊழால் சோர்வில்லாத முயற்சி தோன்றும்; பொருள் போவதற்குக் காரணமான ஊழ் வந்தால் சோம்பல் தோன்றும்.

372. பொருள் இழத்தற்கான ஊழ் ஒருவனைப் பேதையாக்கும்; பொருள் ஆவதற்குக் காரணமான ஊழ் அறிவை விரிவாக்கிப் பெருக்கும்.

373. ஒருவன் நுண்மையான நூல்கள் பலவற்றை முயன்று கற்றாலும், ஊழின் நிலைமைக்குத் தகுந்தவாறு உள்ளதாகும் அறிவே மேம்பட்டுத் தோன்றும்.

374. ஊழின் காரணமான உலகத்தின் இயற்கை இருவேறு வகைப்படும்; செல்வராதல் வேறு; அறிவு உடையவராதல் வேறு.

375. செல்வம் ஈட்டும் முயற்சிக்கு நல்லூழால் தீயவை நல்லவையாவதும், தீயூழால் நல்லவையும் தீயவையாதலும் உண்டு.

376. வருந்திக் காப்பாற்ற முயன்றாலும் நல்லூழ் வாய்க்காத போது தமக்கு உரியவை அல்லாத பொருள்கள் நில்லாமல் போகும்; நல்லூழ் வாய்க்கும்போது தமக்கு உரியவை வெளியே கொண்டு போய்ச் சொரிந்தாலும் போகா.

377. ஊழை வகுத்தவன் வகுத்துவிட்ட வகைப்படி அல்லாமல் கோடிக்கணக்கான பொருள்களைச் சேர்த்தவர்க்கும் அவற்றைத் துய்த்தல் அரிதாகும்.

378. ஊழால் வரும் துன்பங்கள் வந்து வருத்தாமற் போகுமானால், நுகரும் பொருள் இல்லாத வறியவர்கள் தம்முடைய ஆசைகளைத் துறப்பார்கள்.

379. நல்வினை விளையும்போது அவற்றை நல்லனவாகக் காண்பவர்கள், தீவினை விளையும்போது துன்பமுற்றுக் கலங்குவது ஏனோ?

380. ஊழைவிட மிக்க வலிவுள்ளவை வேறு யாவை உள்ளன? ஊழை விலக்கும் பொருட்டு மற்றொரு வழியை ஆய்ந்தாலும் அங்கும் ஊழே முன் வந்து நிற்கும்.

திருவள்ளுவ மாலை

பொருக்கு மணிகள்

தினையளவு போதாச் சிறுபுன்னீர் நீண்ட
பனையளவு காட்டும் படித்தான் - மனையளகு
வள்ளைக் குறங்கும் வளநாட வள்ளுவனார்
வெள்ளைக் குறட்பா விரி. (5)

- கபிலர்

மாலுங் குறளாய் வளர்ந்திரண்டு மாணடியால்
ஞால முழுதும் நயந்தளந்தான் - வாலறிவன்
வள்ளுவருந் தங்குறள்வெண் பாவடியால்
வையத்தார்
உள்ளுவவெல் லாமஃந்தார் ஓர்ந்து. (6)

- பரணர்

தானே முழுதுணர்ந்து தண்டமிழின் ஒண்குறளால்
ஆனா அறமுதலா அந்நான்கும் - ஏனோருக்கு
ஊழின் உரைத்தாற்கும் ஒண்ணீர் முகிலுக்கும்
வாழிஉலகு என்னாற்று மற்று. (7)

- நக்கீரர்

அறம்பொருள் இன்பம்வீ(டு) என்னும்அந் நான்கின்
திறந்தெரிந்து செப்பிட தேவை - மறந்தேயும்
வள்ளுவன் என்பான்ஓர் பேதை அவன்வாய்ச்சொல்
கொள்ளார் அறிவுடை யார். (8)

-மாமூலனார்

② பொருட்பால்

அரசியல்	:	381 முதல் 630 முடிய
அமைச்சியல்	:	631 முதல் 730 முடிய
அரணியல்	:	731 முதல் 750 முடிய
கூழியல்	:	751 முதல் 760 முடிய
படையியல்	:	761 முதல் 780 முடிய
நட்பியல்	:	781 முதல் 950 முடிய
குடியியல்	:	951 முதல் 1080 முடிய

39. இறைமாட்சி

படைகுடி கூழ்அமைச்சு நட்பரண் ஆறும்
உடையான் அரசருள் ஏறு. 381

அஞ்சாமை ஈகை அறிவூக்கம் இந்நான்கும்
எஞ்சாமை வேந்தர்க் கியல்பு. 382

தூங்காமை கல்வி துணிவுடைமை இம்மூன்றும்
நீங்கா நிலனாள் பவர்க்கு. 383

அறனிழுக்கா தல்லவை நீக்கி மறனிழுக்கா
மானம் உடைய தரசு. 384

இயற்றலும் ஈட்டலும் காத்தலும் காத்த
வகுத்தலும் வல்ல தரசு. 385

காட்சிக் கௌியன் கடுஞ்சொல்லன் அல்லனேல்
மீக்கூறும் மன்னன் நிலம். 386

இன்சொலால் ஈத்தளிக்க வல்லார்க்குத் தன்சொலால்
தான்கண் டனைத்திவ் வுலகு. 387

முறைசெய்து காப்பாற்றும் மன்னவன் மக்கட்கு
இறையென்று வைக்கப் படும். 388

செவிகைப்பச் சொற்பொறுக்கும் பண்புடை வேந்தன்
கவிகைக்கீழ்த் தங்கும் உலகு. 389

கொடையளி செங்கோல் குடியோம்பல் நான்கும்
உடையானாம் வேந்தர்க் கொளி. 390

இறைமாட்சி

381. படை, குடி, விளைபொருள், அமைச்சு, நட்பு, அரண் என்று கூறப்படும் ஆறு அங்கங்களையும் உடையவனே அரசருள் ஆண்சிங்கம் போன்றவன்.

382. அஞ்சாமை, எளியோர்க்குக் கொடுத்து உதவுதல், அறிவுடைமை, ஊக்கமுடைமை ஆகிய இந்த நான்கு பண்புகளும் குறைவுபடாமல் இருத்தலே வேந்தருக்கு இயல்பாகும்.

383. காலம் தாழ்த்தாத தன்மை, கல்வியுடைமை, துணிவுடைமை என்ற மூன்று பண்புகளும் நாடாளும் மன்னருக்கு நீங்காமல் இருத்தல் வேண்டும்.

384. அறநெறியிலிருந்து வழுவாமை, நெறியில்லாதவற்றை நாட்டைவிட்டு நீக்குதல், வீரத்தில் குறைவுபடாத மானமுடைமை ஆகிய மூன்றும் உடையவனே சிறந்த அரசனாவான்.

385. பொருள் வரும் வழிகளை உண்டாக்கலும், வந்த பொருள்களைச் சேமித்தலும், சேமித்த பொருள்களைப் பாது காத்தலும், நாட்டின் நலத்திற்குத் தக்கபடி செலவிடுதலிலும் வல்ல வனே அரசனாவான்.

386. காண்பதற்கு எளியவனாய், கடுஞ்சொல் கூறாதவனாய், அரசன் திகழ்ந்தால் அந்த மன்னனுடைய ஆட்சிக்கு உட்பட்ட நாட்டை உலகம் புகழும்.

387. இனிமையான சொற்களோடு தக்கவர்க்குப் பொருளை உதவிக் காக்கவல்ல அரசன் தன் மனத்தில் கருதியவாறே இவ் வுலகமும் அமையும்.

388. முறைமையோடு ஆட்சிபுரிந்து மக்களைக் காப்பாற்றும் மன்னவன், அம்மக்களுக்குத் தெய்வம் என்று மதிக்கப்படும் உயர் நிலையில் வைத்து போற்றப்படுவான்.

389. குறை கூறுவோரின் சொற்கள் கேட்பதற்கு வெறுப்பாக இருந்தாலும் பொறுக்கின்ற பண்புடைய அரசனின் குடைநிழலில் உலகம் தங்கும்.

390. கொடை, இரக்க குணம், செங்கோல் முறை, தளர்ந்த குடிகளைக் காத்தல் ஆகிய நான்கையும் சிறப்பாக உடைய அரசன் அரசர்க்கெல்லாம் ஒளிவிளக்கு ஆவான்.

40. கல்வி

கற்க கசடறக் கற்பவை கற்றபின்
நிற்க அதற்குத் தக. 391

எண்ணென்ப ஏனை எழுத்தென்ப இவ்விரண்டும்
கண்ணென்ப வாழும் உயிர்க்கு. 392

கண்ணுடையர் என்பவர் கற்றோர் முகத்திரண்டு
புண்ணுடையர் கல்லா தவர். 393

உவப்பத் தலைக்கூடி உள்ளப் பிரிதல்
அனைத்தே புலவர் தொழில். 394

உடையார்முன் இல்லார்போல் ஏக்கற்றுங் கற்றார்
கடையரே கல்லா தவர். 395

தொட்டனைத் தூறும் மணற்கேணி மாந்தர்க்குக்
கற்றனைத் தூறும் அறிவு. 396

யாதானும் நாடாமால் ஊராமால் என்னொருவன்
சாந்துணையுங் கல்லாத வாறு. 397

ஒருமைக்கண் தான்கற்ற கல்வி ஒருவற்கு
எழுமையும் ஏமாப் புடைத்து. 398

தாமின் புறுவது உலகின் புறக்கண்டு
காமுறுவர் கற்றறிந் தார். 399

கேடில் விழுச்செல்வம் கல்வி ஒருவற்கு
மாடல்ல மற்றை யவை. 400

கல்வி

391. கற்கத் தகுதியான நூல்களைப் பழுதில்லாமல் கற்க வேண்டும்; அவ்வாறு கற்றபிறகு கற்ற கல்வியின் தகுதிக்குத் தகுந்தபடி நடக்கவும் வேண்டும்.

392. 'எண்' என்று சொல்லப்படுவதும், 'எழுத்து' என்று சொல்லப்படுவதும் ஆகிய இவை இரண்டும் இவ்வுலகில் வாழும் மக்களுக்குக் 'கண்' என்று கூறுவர்.

393. 'கண்' உடையவர் என்று உயர்வாகக் கூறப்படுபவர் கற்றவரே; கல்லாதவர் தம் முகத்தில் இரண்டு 'புண்' உடையவர் ஆவர்.

394. எல்லோரும் மகிழும் வகையில் கூடியிருந்து பழகி 'இனி என்று மீண்டும் கூடுவோம்' என்று வருந்தி நினைக்கும்படியாகப் பிரிதல் புலவரின் தொழிலாகும்.

395. செல்வர் முன் உதவி கோரும் எளியவர் பணிந்து நிற்பது போல், ஆசிரியரிடம் பணிந்து நின்று கற்றவரே சிறந்தவர்; கல்லாதவர் இழிந்தவர்.

396. மணலில் தோண்டும் கிணற்றில் தோண்டிய அளவிற்கு நீர் ஊறும்; அதுபோல மாந்தருக்கும் அவரவர் முயன்று கற்பதன் அளவுக்கே அறிவும் ஊறிச் சுரக்கும்.

397. கற்றவருக்குத் தன் நாடும் ஊரும் போலவே வேறு எதுவாயினும் நாடாகும்; ஊராகும்; ஆகையால், ஒருவன் சாகும் வரையில் கல்லாமல் காலங்கழிப்பது ஏன் ?

398. ஒரு பிறப்பில் தான் கற்ற கல்வி அப்பிறப்பிற்கு மட்டும் அல்லாமல் ஒருவனுக்கு ஏழுபிறப்பிலும் உதவும் தன்மையுடையது ஆகும்.

399. தாம் இன்பம் அடைவதற்குக் காரணமான கல்வியால் உலகமும் இன்புறுவதைக் கண்டு, கற்றறிந்த அறிஞர் மேன்மேலும் அக் கல்வியையே விரும்புவர்.

400. ஒருவனுக்கு 'அழிவில்லாத சிறந்த செல்வம்' என்பது கல்விச் செல்வமே; கல்வி தவிர மற்ற பொருட் செல்வங்கள் எல்லாம் அழியக்கூடியவையாகையால் அவை சிறப்புடைய செல்வம் ஆகா.

41. கல்லாமை

அரங்கின்றி வட்டாடி யற்றே நிரம்பிய
நூலின்றிக் கோட்டி கொளல். 401

கல்லாதான் சொற்கா முறுதல் முலையிரண்டும்
இல்லாதாள் பெண்காமுற் றற்று. 402

கல்லா தவரும் நனிநல்லர் கற்றார்முன்
சொல்லா திருக்கப் பெறின். 403

கல்லாதான் ஒட்பம் கழியநன் றாயினும்
கொள்ளார் அறிவுடை யார். 404

கல்லா ஒருவன் தகைமை தலைப்பெய்து
சொல்லாடச் சோர்வு படும். 405

உளரென்னும் மாத்திரையர் அல்லால் பயவாக்
களரனையர் கல்லா தவர். 406

நுண்மாண் நுழைபுலம் இல்லான் எழில்நலம்
மண்மாண் புனைபாவை யற்று. 407

நல்லார்கண் பட்ட வறுமையின் இன்னாதே
கல்லார்கண் பட்ட திரு. 408

மேற்பிறந்தா ராயினும் கல்லாதார் கீழ்ப்பிறந்தும்
கற்றார் அனைத்திலர் பாடு. 409

விலங்கொடு மக்கள் அனையர் இலங்குநூல்
கற்றாரோடு ஏனை யவர். 410

கல்லாமை

401. அறிவு நிரம்புவதற்குக் காரணமான நூல்களைக் கற்காமல் கற்றவர் அவையிலே சென்று ஒருவன் பேசுதல் அரங்கம் இழைக்காமலே வட்டுக்காயை உருட்டி ஆடினாற் போன்றது.

402. கற்றவரின் அவையில் கல்லாதவன் பேச வேண்டும் என்று விரும்புதல் முலை இரண்டும் இல்லாதவள் பெண்மையை விரும்பினாற் போன்ற அறியாமையாகும்.

403. கற்றவரின் முன்னிலையில் ஒன்றையும் சொல்லாமல் அமைதியாக இருந்தால், கல்லாதவர்களும் மிகவும் நல்லவரே ஆவர்.

404. கல்லாதவனுடைய அறிவுடைமை சில சமயங்களில் மிகவும் நன்றாக இருந்தாலும் அறிவுடையோர் அதனை நன்றென்று ஏற்றுக் கொள்ளார்.

405. கல்லாத ஒருவன் தன்னைத்தான் மதித்துக் கொள்ளும் மதிப்பு கற்றவரிடம் கூடிப் பேசுங்கால் அவனுக்கு இயல்பாக உள்ள மதிப்பும் கெட்டொழியும்.

406. கல்லாதவர் உயிர் தாங்கியிருக்கிறார் என்று சொல்லப் பெறும் அளவினரேயன்றி எந்தப் பயனும் இல்லாத களர் நிலத்தைப் போன்றவர்களே யாவர்.

407. நுட்பமாகவும் சிறப்பாகவும் நுழைந்து கற்ற அறிவு நலம் இல்லாதவனின் உடல் அழகு, மண்ணால் அழகாகச் செய்த ஒரு பாவையின் உடல் அழகு போன்றதே!

408. கல்வியறிவு உடைய நல்லவரிடம் உள்ளதான வறுமையை விடக் கல்லாதவனிடம் சேர்ந்த அளவற்ற செல்வம் பெரிதும் துன்பம் தருவதாகும்.

409. கல்லாதவர் மேலான குடியில் பிறந்தவராக இருப்பினும், தாழ்ந்த குடியில் பிறந்திருந்தும் கல்வி கற்றவரைப் போன்ற பெருமை இல்லாதவர் ஆவர்.

410. அறிவு பொலிவதற்குக் காரணமான நூல்களைக் கல்லா தவர்கள், மக்களை நோக்க விலங்குகள் தாழ்ந்தவை ஆவது போல, கற்றவரைக் கருதத் தாமும் இழிந்தவர் ஆவர்.

42. கேள்வி

செல்வத்துள் செல்வஞ் செவிச்செல்வம் அச்செல்வம்
செல்வத்து ளெல்லாந் தலை. 411

செவிக்குண வில்லாத போழ்து சிறிது
வயிற்றுக்கும் ஈயப் படும். 412

செவியுணவிற் கேள்வி யுடையார் அவியுணவின்
ஆன்றாரோ டொப்பர் நிலத்து. 413

கற்றில னாயினும் கேட்க அஃதொருவற்கு
ஒற்கத்தின் ஊற்றாந் துணை. 414

இழுக்கல் உடையுழி ஊற்றுக்கோல் அற்றே
ஒழுக்க முடையார்வாய்ச் சொல். 415

எனைத்தானும் நல்லவை கேட்க அனைத்தானும்
ஆன்ற பெருமை தரும். 416

பிழைத்துணர்ந்தும் பேதைமை சொல்லார் இழைத்துணர்ந்
தீண்டிய கேள்வி யவர். 417

கேட்பினுங் கேளாத் தகையவே கேள்வியால்
தோட்கப் படாத செவி. 418

நுணங்கிய கேள்விய ரல்லார் வணங்கிய
வாயின ராதல் அரிது. 419

செவியிற் சுவையுணரா வாயுணர்வின் மாக்கள்
அவியினும் வாழினும் என். 420

கேள்வி

411. கேள்வியால் அடைகின்ற அறிவு, செல்வங்களுள் ஒன்றாகப் போற்றப்படும் சிறந்த செல்வமாகும்; அச்செல்வம் பிற செல்வங்கள் எல்லாவற்றிலும் முதன்மையானதும் ஆகும்.

412. செவிக்குக் கேள்வியாகிய உணவு இல்லாதபொழுது, அதற்குத் துணையாக உடலை ஓம்புவதன் பொருட்டு வயிற்றுக்கும் சிறிது உணவு தரப்படும்.

413. செவியுணவாகிய கேள்வியை உடையவர் நிலவுலகில் வாழ்கின்றவரானாலும் அவியுணவை ஏற்றுக்கொள்ளும் தேவ ரோடு ஒப்பாவர்.

414. தான் முயன்று நூல்களைக் கற்கவில்லையானாலும், கற்றவரிடம் கேட்டாவது அறிவு பெற வேண்டும்; அஃது ஒருவனுக்கு வாழ்க்கையில் தளர்ச்சி வரும்போது ஊன்றுகோல் போல் துணையாகும்.

415. நல்லொழுக்கம் உடைய சான்றோரின் வாய்ச் சொற்கள், வழுக்கும் சேற்றில் உதவும் ஊன்றுகோல்போல் வாழ்க்கையில் எப்போதும் உதவியாக இருக்கும்.

416. எவ்வளவு சிறிதாயினும் நல்லவற்றைக் கேட்டறிய வேண்டும்; அஃது அந்த அளவுக்கேனும் நிறைந்த பெருமையைத் தரும்.

417. நுட்பமாகக் கற்றுணர்ந்த அறிவோடு கேள்வி அறிவையும் உடையவர்கள், ஒன்றைப் பிறழ உணர்ந்தாலும் தமக்குப் பேதைமை தருகின்ற சொற்களைச் சொல்லார்.

418. கேள்வியறிவால் துளைக்கல் பெறாத செவிகள் பிற ஒலிகளையெல்லாம் கேட்குமாயினும் உண்மையில் செவிடான தன்மையுடையனவே.

419. நுட்பமான கேள்வியறிவைப் பெறாதவர்கள் வணக்கமாகப் பேசும் வாயினர் ஆகுதல் அருமையேயாகும்.

420. செவியால் கேள்விச் சுவையை உணராமல், வாயால் அறியும் நாவின் சுவையுணர்வு மட்டுமே உடையவர்கள் இறந்தாலும் வாழ்ந்தாலும் ஒன்றுதான்.

43. அறிவுடைமை

அறிவற்றங் காக்குங் கருவி செறுவார்க்கும்
உள்ளழிக்க லாகா அரண். 421

சென்ற இடத்தால் செலவிடா தீதொரீஇ
நன்றின்பால் உய்ப்ப தறிவு. 422

எப்பொருள் யார்யார்வாய்க் கேட்பினும் அப்பொருள்
மெய்ப்பொருள் காண்ப தறிவு. 423

எண்பொருள வாகச் செலச்சொல்லித் தான்பிறர்வாய்
நுண்பொருள் காண்ப தறிவு. 424

உலகம் தழீஇயது ஒட்பம் மலர்தலும்
கூம்பலும் இல்லது அறிவு. 425

எவ்வ துறைவது உலகம் உலகத்தோடு
அவ்வ துறைவது அறிவு. 426

அறிவுடையார் ஆவ தறிவார் அறிவிலார்
அஃதறி கல்லா தவர். 427

அஞ்சுவ தஞ்சாமை பேதைமை அஞ்சுவது
அஞ்சல் அறிவார் தொழில். 428

எதிரதாக் காக்கும் அறிவினார்க் கில்லை
அதிர வருவதோர் நோய். 429

அறிவுடையார் எல்லாம் உடையார் அறிவிலார்
என்னுடைய ரேனும் இலர். 430

அறிவுடைமை

421. அறிவு, அழிவுவராமல் காக்கும் கருவியாகும்; அன்றி பகை கொண்டு எதிர்ப்பவர்க்கும் அழிக்க முடியாத கோட்டையும் ஆகும்.

422. மனத்தை அது சென்ற இடங்களில் செல்ல விடாமல், தீமையானவற்றிலிருந்து நீக்கிக் காத்து, நன்மையானவற்றில் மட்டுமே செல்லவிடுவதே அறிவு ஆகும்.

423. எப்பொருளை எவரெவரிடமிருந்து கேட்பதானாலும், அப்பொருளின் மெய்யான தன்மைகளைக் காண்பதுவே அறிவாகும்.

424. கேட்பவருக்குப் புரியும்படி எளிமையாக தான் விளக்கிச் சொல்லுவது, தான் பிறரிடம் கேட்பவற்றில் நுட்பமான பொருளை ஆராய்ந்து காண்பதுவும் அறிவாகும்.

425. உலகத்து உயர்ந்தவர்களைத் தனக்கு நட்பாக்கிக் கொள்வது அறிவு; அத்தொடர்பில் முன்னே மகிழ்ந்து விரிதலும் பின்னே வருந்திக் குவிதலும் இல்லாதது அறிவு ஆகும்.

426. உலகம் எவ்வாறு நடைபெறுகின்றதோ, உலகத்தோடு பொருந்திய வகையில் தானும் அவ்வாறு வாழ்வதுதான் அறிவுடைமையாகும்.

427. அறிவுடையோர் எதிர்காலத்தில் நிகழப் போவதை முன்னதாக எண்ணி அறியவல்லார்; அறிவில்லாதவர் அதனை அறிய முடியாதவர்.

428. அஞ்சத்தக்கவற்றைக் கண்டு அஞ்சாதிருப்பது அறிவற்ற தன்மையாகும்; அஞ்சவேண்டியவற்றைக் கண்டு அஞ்சுவதே அறிவுடையவர் செயலாகும்.

429. பின்னர் வரப்போவதை முன்னதாகவே அறிந்து காத்துக் கொள்ளவல்ல அறிவுடையவர்க்கு அவர் நடுங்கும்படியாக வரக் கூடிய துன்பம் ஒன்றும் இல்லை.

430. அறிவுடையவர் எல்லா நன்மையுமே உடையவர் ஆவர்; அறிவில்லாதவர் வேறு எதனை உடையவரானாலும் ஒன்றும் இல்லாதவரே ஆவர்.

44. குற்றங்கடிதல்

செருக்குஞ் சினமும் சிறுமையும் இல்லார்
பெருக்கம் பெருமித நீர்த்து. 431

இவறலும் மாண்பிறந்த மானமும் மாணா
உவகையும் ஏதம் இறைக்கு. 432

தினைத்துணையாங் குற்றம் வரினும் பனைத்துணையாக்
கொள்வர் பழிநாணு வார். 433

குற்றமே காக்க பொருளாகக் குற்றமே
அற்றம் தரூஉம் பகை. 434

வருமுன்னர்க் காவாதான் வாழ்க்கை எரிமுன்னர்
வைத்தூறு போலக் கெடும். 435

தன்குற்றம் நீக்கிப் பிறர்குற்றம் காண்கிற்பின்
என்குற்ற மாகும் இறைக்கு. 436

செயற்பால செய்யா திவறியான் செல்வம்
உயற்பால தன்றிக் கெடும். 437

பற்றுள்ளம் என்னும் இவறன்மை எற்றுள்ளும்
எண்ணப் படுவதொன் றன்று. 438

வியவற்க எஞ்ஞான்றும் தன்னை நயவற்க
நன்றி பயவா வினை. 439

காதல காதல் அறியாமை உய்க்கிற்பின்
ஏதில ஏதிலார் நூல். 440

குற்றங்கடிதல்

431. செருக்கும், சினமும், சிறுமைக் குணமும் இல்லாதவருடைய வாழ்வில் காணும் பெருஞ்செல்வம் சான்றோரால் மதிக்கப்படும் தன்மையை உடையது ஆகும்.

432. ஈயாத உலோப குணமும் மாட்சியில்லாத மான உணர்வும், தகுதியில்லாத உவகையும் தலைவனாக இருப்பவனுக்குக் குற்றங்களாகும்.

433. பழி நாணுகின்ற பெருமக்கள் தினையளவாகிய சிறு குற்றம் தம்மிடம் நேர்ந்தாலும், அதனைப் பனையளவாகக் கருதிக் குற்றம் செய்யாமல் காத்துக் கொள்வர்.

434. குற்றமே ஒருவனுக்கு அழிவைத் தருகின்ற கொடிய பகையாகும்; ஆகவே, குற்றம் செய்யாமலிருப்பதே நோக்கமாகக் கொண்டு காத்துக்கொள்ள வேண்டும்.

435. குற்றம் நேர்வதற்கு முன்பே வராமல் காத்துக் கொள்ளாதவனுடைய வாழ்க்கை நெருப்பின் முன்னர் வைத்த வைக்கோல் போர்போல் அழிந்து விடும்.

436. முன்னே தன்குற்றத்தைக் கண்டு நீக்கிக்கொண்ட பிறகு பிறருடைய குற்றங்களையும் கண்டறிந்து நீக்குவானானால், தலைவனுக்கு என்ன குற்றம் உண்டாகும்?

437. பொருளைப் பெற்றபோது அதனால் செய்யவேண்டிய வற்றைச் செய்யாமல் தவறியவனுடைய செல்வம், உய்யும் தன்மையில்லாமல் அழியும்.

438. பொருளினிடத்துப் பற்றுக்கொள்ளும் உள்ளமாகிய உலோபத்தன்மை எந்தக் குற்றங்களோடும் சேர்த்து எண்ணத் தகாத ஒரு தனிக் குற்றமாகும்.

439. எக்காலத்திலும் தன்னையே மிக உயர்வாக வியந்து பேசுதல் கூடாது; நன்மை பயவாத செயல்களையும் ஒருபோதும் செய்ய விரும்புதலும் செய்தலும் கூடாது.

440. தன் விருப்பம் பிறர் அறியாதபடி விருப்பமானவற்றை நுகர வல்லவனானால் தன்னை வஞ்சித்துப் பகைவர் செய்யும் சூழ்ச்சிகள் யாவும் பயனில்லாமல் அழிந்தொழியும்.

45. பெரியாரைத் துணைக்கோடல்

அறனறிந்து மூத்த அறிவுடையார் கேண்மை
திறனறிந்து தேர்ந்து கொளல். 441

உற்றநோய் நீக்கி உறாஅமை முற்காக்கும்
பெற்றியார்ப் பேணிக் கொளல். 442

அரியவற்று ளெல்லாம் அரிதே பெரியாரைப்
பேணித் தமராக் கொளல். 443

தம்மிற் பெரியார் தமரா ஒழுகுதல்
வன்மையு ளெல்லாந் தலை. 444

சூழ்வார்கண் ணாக ஒழுகலான் மன்னவன்
சூழ்வாரைச் சூழ்ந்து கொளல். 445

தக்கா ரினத்தனாய்த் தானொழுக வல்லானைச்
செற்றார் செயக்கிடந்த தில். 446

இடிக்குந் துணையாரை ஆள்வாரை யாரே
கெடுக்குந் தகைமை யவர். 447

இடிப்பாரை இல்லாத ஏமரா மன்னன்
கெடுப்பா ரிலானுங் கெடும். 448

முதலிலார்க்கு ஊதியம் இல்லை மதலையாஞ்
சார்பிலார்க்கு இல்லை நிலை. 449

பல்லார் பகைகொளலிற் பத்தடுத்த தீமைத்தே
நல்லார் தொடர்கை விடல். 450

பெரியாரைத் துணைக்கோடல்

441. அறத்தின் தன்மைகளை உணர்ந்தவராய்த் தன்னை விட முதிர்ந்த அறிவுடையவரது நட்பினைக் கொள்ளும் வகையறிந்து ஆராய்ந்து பெற்றுக்கொள்ள வேண்டும்.

442. நாட்டிற்கு வந்துள்ள துன்பத்தை நீக்கி, மேலும் துன்பம் நேராதபடி முற்படக் காக்கும் தகுதியுடைய பெரியோரையே துணையாகக் கொள்ள வேண்டும்.

443. பெரியோரையே விரும்பித் தமக்குரிய சுற்றத்தினராக்கிக் கொள்ளுதல், பெறுதற்கரிய பேறுகள் எல்லாவற்றிலும் அரிதான பெறும்பேறு ஆகும்.

444. தம்மைவிட அறிவு முதலியவற்றால் பெரியோராக உள்ளவர்கள் தமக்குச் சுற்றத்தாராகுமாறு நடந்து வருதல் வல்லமை எல்லாவற்றிலும் தலையாய வலிமையாகும்.

445. தக்க வழிகளை ஆராய்ந்து கூறும் அறிஞரையே உலகம் கண்ணாகக் கொண்டு நடத்தலால், மன்னவன் அவரை ஆராய்ந்து நட்புக்கொள்ள வேண்டும்.

446. தகுதியுள்ள பெரியோர்களின் துணையுள்ளவனாகத் தான் நடந்துகொள்ள வல்லவனுக்குப் பகைவர் செய்யக்கூடிய தீங்கு ஒன்றும் இல்லை.

447. கடிந்து அறவுரை கூறித் திருத்தவல்ல பெரியோரின் துணை கொண்டு நடப்பவரை எவர்தாம் கெடுக்க வல்ல ஆற்றலுள்ளவர் ?

448. கடிந்து அறவுரை கூறும் பெரியோரின் துணையில்லாத பாதுகாப்பற்ற மன்னன் தன்னைக் கெடுக்கும் பகைவர் எவரும் இல்லாதபோது தானாகவே கெட்டழிவான்.

449. முதல் இல்லாத வணிகருக்கு அதனால் வரும் இலாபமும் இல்லை; அதுபோல் தம்மைத் தாங்கும் துணையில்லாதவர்க்கு உலகில் நிலைபேறும் இல்லை.

450. நல்லவனாகிய பெரியோரின் தொடர்பைக் கைவிடுதல் பலருடைய பகையைத் தேடிக் கொள்வதைவிடப் பதின்மடங்கு தீமை பயப்பதாகும்.

46. சிற்றினம் சேராமை

சிற்றினம் அஞ்சும் பெருமை சிறுமைதான்
சுற்றமாச் சூழ்ந்து விடும். 451

நிலத்தியல்பால் நீர்திரிந்து அற்றாகும் மாந்தர்க்கு
இனத்தியல்பது ஆகும் அறிவு. 452

மனத்தான்ஆம் மாந்தர்க்கு உணர்ச்சி இனத்தானாம்
இன்னான் எனப்படுஞ் சொல். 453

மனத்துளது போலக் காட்டி ஒருவற்கு
இனத்துளது ஆகும் அறிவு. 454

மனந்தூய்மை செய்வினை தூய்மை இரண்டும்
இனந்தூய்மை தூவா வரும். 455

மனந்தூயார்க் கெச்சம்நன் றாகும் இனந்தூயார்க்கு
இல்லைநன் றாகா வினை. 456

மனநலம் மன்னுயிர்க் காக்கம் இனநலம்
எல்லாப் புகழும் தரும். 457

மனநலம் நன்குடைய ராயினும் சான்றோர்க்கு
இனநலம் ஏமாப் புடைத்து. 458

மனநலத்தின் ஆகும் மறுமைமற் றஃதும்
இனநலத்தின் ஏமாப் புடைத்து. 459

நல்லினத்தி னூங்குந் துணையில்லை தீயினத்தின்
அல்லற் படுப்பதூஉம் இல். 460

சிற்றினம் சேராமை

451. பெரியோரின் இயல்பு சிற்றினத்தைக் கண்டு அஞ்சும்; சிறியோரின் இயல்பு அதனையே சுற்றமாகக் கருதித் தழுவிக் கொள்ளும்.

452. சேர்ந்த நிலத்தின் தன்மையால் நீர் வேறுபட்டு அந்நிலத் தின் தன்மையுடையதாகும்; அதுபோல மக்களுடைய அறிவு இனத்தின் இயல்பினை உடையதாகும்.

453. மாந்தர்க்கு உணர்ச்சி என்பது மனத்தின் தன்மையால் ஏற்படும்; இவன் இன்னவன் எனப்படும் சொல் அவனவன் சேர்ந்த இனத்தாலே உண்டாகும்.

454. ஒருவனது சிறப்பறிவு அவனது மனத்தில் உள்ளது போலக் காட்டினாலும், உண்மையாக நோக்கும்போது அஃது அவன் சேர்ந்த இனத்தையொட்டியதாகவே இருப்பது தெரியவரும்.

455. மனத்தின் தூய்மை, செய்யும் செயலின் தூய்மை ஆகிய இரண்டும் ஒருவன் சேர்ந்த இனத்தின் தூய்மையை ஒட்டியே அமையும்.

456. மனம் தூய்மை உடையவர்களுக்கு அவருக்குப் பின் எஞ்சி நிற்கும் புகழ் முதலியவை நன்றாக அமையும்; இனம் தூய்மையாக உள்ளவர்க்கு நன்மையாகாத செயல் யாதும் இல்லை.

457. மனத்தின் நல் நிலையே மன்னுயிர்க்கு ஆக்கம் தரும்; இனத்தின் நல்ல துணையோ எல்லாவகையான புகழையும் ஒருவனுக்குத் தரும்.

458. சான்றோர் மன நலத்தினை உறுதியாக உடையவராயினும் அவர்க்கு இனத்தின் நன்மை மேலும் நல்ல காவலாக அமையும்.

459. மனத்தின் செம்மையால் மறுமை இன்பம் உண்டாகும். அதுவும் தான் சேர்ந்த இனத்தின் செம்மையால் மேலும் நல்ல காவலுடையதாகும்.

460. நல்ல இனத்தைவிடச் சிறந்த துணையாவது உலகத்தில் யாதும் இல்லை; தீய இனத்தைவிட அல்லல் படுத்துவதுமான பகையும் இல்லை.

47. தெரிந்து செயல்வகை

அழிவதூஉம் ஆவதூஉம் ஆகி வழிபயக்கும்
ஊதியமும் சூழ்ந்து செயல். 461

தெரிந்த இனத்தோடு தேர்ந்தெண்ணிச் செய்வார்க்கு
அரும்பொருள் யாதொன்றும் இல். 462

ஆக்கம் கருதி முதலிழக்கும் செய்வினை
ஊக்கார் அறிவுடை யார். 463

தெளிவி லதனைத் தொடங்கார் இளிவென்னும்
ஏதப்பாடு அஞ்சு பவர். 464

வகையறச் சூழா தெழுதல் பகைவரைப்
பாத்திப் படுப்பதோ ராறு. 465

செய்தக்க அல்ல செயக்கெடும் செய்தக்க
செய்யாமை யானும் கெடும். 466

எண்ணித் துணிக கருமம் துணிந்தபின்
எண்ணுவம் என்பது இழுக்கு. 467

ஆற்றின் வருந்தா வருத்தம் பலர்நின்று
போற்றினும் பொத்துப் படும். 468

நன்றாற்ற லுள்ளுந் தவறுண்டு அவரவர்
பண்பறிந் தாற்றாக் கடை. 469

எள்ளாத எண்ணிச் செயல்வேண்டும் தம்மொடு
கொள்ளாத கொள்ளாது உலகு. 470

தெரிந்து செயல்வகை

461. ஒரு செயலைத் தொடங்குவதற்கு முன்பாக அதனால் முதலில் அழிவதையும், அழிந்தபின் ஆவதையும் பின்னர்க் கிடைக்கும் ஊதியத்தையும் ஆராய்ந்து செய்யவேண்டும்.

462. ஆராய்ந்து சேர்ந்த இனத்துடன் தான் மேற்கொள்ளும் செயலைப்பற்றி நன்றாகத் தேர்ந்து தாமும் எண்ணிப் பார்த்துச் செய்கின்றவர்க்கு அரியபொருள் ஒன்றும் இல்லை.

463. பின் விளையும் ஊதியத்தைக் கருதி இப்போது உள்ள முதலை இழந்துவிடக் காரணமான செயலை அறிவுடையோர் ஒருபோதும் மேற்கொள்ளார்.

464. தமக்கு இழிவு தருவதான ஒரு குற்றத்திற்கு அஞ்சு கின்றவர் இன்ன ஊதியம் பயக்கும் என்னும் தெளிவில்லாத செயலை ஒரு போதும் தொடங்கமாட்டார்.

465. ஒரு செயலைப்பற்றி எல்லா வகையிலும் முற்றிலும் எண்ணாமல் செய்யத் தொடங்குதல் பகைமை நன்கு வளரும் பாத்தியில் நிலைபெறச் செய்வதொரு வழியாகும்.

466. ஒருவன் செய்யத் தகாத செயல்களைச் செய்வதனால் கெட்டழிவான். செய்யத்தக்க செயல்களைச் செய்யாமல் விடுவதனாலும் கெடுவான்.

467. நன்றாக எண்ணிய பிறகே ஒரு செயலைத் துணிந்து தொடங்க வேண்டும்; 'துணிந்த பின்னர் எண்ணுவோம்' என்று கருதுவது குற்றமாகும்.

468. செய்வதற்குத் தக்க வழிகளிலே செய்யப்படாத முயற்சி பலர் துணையாக நின்று அதனை முடிக்குமாறு காத்தபோதிலும் அது குறைபட்டுப் போய்விடும்.

469. அவரவரது இயல்புகளை நன்றாக அறிந்து அவரவர்க்குத் தகுந்தவாறு செய்யாவிட்டால் நன்மை செய்வதிலும் கூடக் குற்றம் உண்டாகி விடும்.

470. தம் நிலைமையோடு பொருந்தாதவற்றை உலகம் ஏற்றுக் கொள்ளாது; ஆகையால், உலகம் இகழ்ந்து ஒதுக்காத செயல் களையே ஆராய்ந்து செய்யவேண்டும்.

48. வலியறிதல்

வினைவலியும் தன்வலியும் மாற்றான் வலியும்
துணைவலியும் தூக்கிச் செயல். 471

ஒல்வ தறிவது அறிந்ததன் கண்தங்கிச்
செல்வார்க்குச் செல்லாதது இல். 472

உடைத்தம் வலியறியார் ஊக்கத்தின் ஊக்கி
இடைக்கண் முரிந்தார் பலர். 473

அமைந்தாங் கொழுகான் அளவறியான் தன்னை
வியந்தான் விரைந்து கெடும். 474

பீலிபெய் சாகாடும் அச்சிறும் அப்பண்டம்
சால மிகுத்துப் பெயின். 475

நுனிக்கொம்பர் ஏறினார் அஃ்திறந் தூக்கின்
உயிர்க்கிறுதி யாகி விடும். 476

ஆற்றின் அளவறிந்து ஈக அதுபொருள்
போற்றி வழங்கும் நெறி. 477

ஆகாறு அளவிட்டி தாயினுங் கேடில்லை
போகாறு அகலாக் கடை. 478

அளவறிந்து வாழாதான் வாழ்க்கை உளபோல
இல்லாகித் தோன்றாக் கெடும். 479

உளவரை தூக்காத ஒப்புர வாண்மை
வளவரை வல்லைக் கெடும். 480

வலியறிதல்

471. செயலின் வலிமையும், தன் வலிமையும், பகைவனது வலிமையும், இருவர்க்கும் துணை செய்வாரின் வலிமையும் ஆராய்ந்தே செயலில் இறங்க வேண்டும்.

472. தனக்குப் பொருந்தக் கூடிய செயலையும், அதற்காக அறிய வேண்டியவற்றையும் ஆராய்ந்து அறிந்து அதனிடம் நிலைத்து நின்று முயல்கின்றவர்க்கு முடியாதது எதுவும் இல்லை.

473. தம்முடைய வலிமையை இன்ன அளவு என்று அறியாமல் மனவெழுச்சியினால் தூண்டப்பட்டுத் தொடங்கி இடையில் அதனை முடிக்க வகையில்லாமல் அழிந்தவர் பலர்.

474. மற்றவரோடு பொருந்தி நடக்காமல், தன் வலிமையின் அளவையும் அறுதியிடாமல் தன்னை வல்லவனாக வியந்து மதித்துக் கொண்டிருப்பவன் விரைவில் கெட்டழிவான்.

475. மென்மையான மயிலிறகு ஏற்றியுள்ள வண்டியும், அப்பண்டத்தை அளவுக்கு மிகுதியாக ஏற்றினால், அச்சு முறிந்து கெடும்.

476. ஒரு மரத்தின் நுனிக் கொம்பில் ஏறியவர், அதனையும் கடந்து மேலும் ஏற முனைவதால், அஃது அவருடைய உயிருக்கே உலை வைத்துவிடும்.

477. தன்னிடம் உள்ள பொருளின் அளவை நன்கு தெரிந்து கொண்டு, அதற்குத் தகுந்த அளவில் கொடுத்து உதவுக; அதுவே பொருள்தனைப் போற்றி வாழும் நெறியாகும்.

478. ஒருவனது வருவாய் வருகின்ற வழி சிறிதாக இருந்தாலும், அது செலவாகிப் போகும் வழி விரிவுபடாவிட்டால் அவனுக்குக் கேடில்லை.

479. செல்வத்தின் அளவு அறிந்து வாழாதவனுடைய வாழ்க்கை பலவளமும் இருப்பதுபோல் தோன்றி இல்லாமல் மறைந்து அழியும்.

480. ஒருவன் தன்னுடைய செல்வத்தின் அளவை ஆராயாமல் அளவு கடந்து உதவி வந்தால், அவனுடைய செல்வத்தின் அளவு விரைவில் கெடும்.

49. காலம் அறிதல்

பகல்வெல்லும் கூகையைக் காக்கை இகல்வெல்லும்
வேந்தர்க்கு வேண்டும் பொழுது. 481

பருவத்தோடு ஒட்ட ஒழுகல் திருவினைத்
தீராமை ஆர்க்கும் கயிறு. 482

அருவினை என்ப உளவோ கருவியான்
காலம் அறிந்து செயின். 483

ஞாலம் கருதினுங் கைகூடும் காலம்
கருதி இடத்தாற் செயின். 484

காலம் கருதி இருப்பர் கலங்காது
ஞாலம் கருது பவர். 485

ஊக்க முடையான் ஒடுக்கம் பொருதகர்
தாக்கற்குப் பேருந் தகைத்து. 486

பொள்ளென ஆங்கே புறம்வேரார் காலம்பார்த்து
உள்வேர்ப்பர் ஒள்ளி யவர். 487

செறுநரைக் காணின் சுமக்க இறுவரை
காணின் கிழக்காம் தலை. 488

எய்தற் கரியது இயைந்தக்கால் அந்நிலையே
செய்தற் கரிய செயல். 489

கொக்கொக்க கூம்பும் பருவத்து மற்றதன்
குத்தொக்க சீர்த்த இடத்து. 490

காலம் அறிதல்

481. காக்கை தன்னைவிட வலிய கோட்டானைப் பகல் நேரத்தில் வென்றுவிடும். அதுபோல் பகைவரை வெல்லக் கருதும் வேந்தர்க்கும் அதற்குத் தகுந்த காலம் வேண்டும்.

482. காலத்தோடு பொருந்துமாறு ஆராய்ந்து நடத்தல் நில்லாத இயல்புடைய செல்வத்தை நீங்காமல் நிற்குமாறு பிணைக்கும் கயிறு ஆகும்.

483. தகுந்த கருவிகளோடு தகுதியான காலத்தை அறிந்து செயலை மேற்கொண்டால் அரிய செயல்கள் என்பவையும் உளவோ ?

484. ஏற்ற காலத்தை ஆராய்ந்து அறிந்து ஏற்ற இடத்தையும் தெரிந்து ஒரு செயலை மேற்கொண்டால் உலகத்தையே அடைய நினைத்தாலும் அதுவும் கைகூடும்.

485. உலகத்தை வெற்றி கொள்ளக் கருதுகின்றவர் அதைப் பற்றி எண்ணிக் கலங்காமல் அதற்கு ஏற்ற காலத்தை கருதிக் கொண்டு பொறுத்துக் கொண்டிருப்பர்.

486. ஊக்கம் மிகுந்தவன் (காலத்தை எதிர்பார்த்து) போருக்குச் செல்லாமல் அடங்கியிருப்பது, போரிடும் ஆட்டுக்கடா தன் பகையைத் தாக்குவதற்காகப் பின்வாங்கும் தன்மையது.

487. அறிவுடையவர் பகைவர் தீங்கு செய்த அப்பொழுதே தம் சினத்தை வெளிக்காட்டார்; வெல்வதற்குத் தகுந்த காலம் பார்த்து உள்ளத்தில் மட்டுமே சினம் கொள்வர்.

488. பகைவரைக் கண்டால் தமக்குச் சாதகமான காலம் வரும் வரை பொறுத்துக்கொள்ள வேண்டும்; அப்பகைவருக்கு முடிவு காலம் வரும்போது அவர்கள் தலைகீழாக வீழ்ந்து மாய்வர்.

489. கிடைப்பதற்கு அரிய காலம் வந்து வாய்க்குமானால் அப்போதே தாம் செய்வதற்கு அரியவான செயல்களைச் செய்து முடித்தல் வேண்டும்.

490. பொறுத்திருக்கும் காலத்தில் கொக்கைப் போல் அமைதியாக இருத்தல் வேண்டும்; ஏற்ற காலம் வாய்த்தபோது அது மீனைக் குத்துவதுபோலத் தவறாமல் செய்து முடிக்க வேண்டும்.

50. இடன் அறிதல்

தொடங்கற்க எவ்வினையும் எள்ளற்க முற்றும்
இடங்கண்ட பின்அல் லது. 491

முரண்சேர்ந்த மொய்ம்பி னவர்க்கும் அரண்சேர்ந்தாம்
ஆக்கம் பலவுந் தரும். 492

ஆற்றாரும் ஆற்றி அடுப இடனறிந்து
போற்றார்கண் போற்றிச் செயின். 493

எண்ணியார் எண்ணம் இழப்பர் இடனறிந்து
துன்னியார் துன்னிச் செயின். 494

நெடும்புனலுள் வெல்லும் முதலை அடும்புனலின்
நீங்கின் அதனைப் பிற. 495

கடலோடா கால்வல் நெடுந்தேர் கடலோடும்
நாவாயும் ஓடா நிலத்து. 496

அஞ்சாமை அல்லால் துணைவேண்டா எஞ்சாமை
எண்ணி இடத்தாற் செயின். 497

சிறுபடையான் செல்லிடம் சேரின் உறுபடையான்
ஊக்கம் அழிந்து விடும். 498

சிறைநலனும் சீரும் இலரெனினும் மாந்தர்
உறைநிலத்தோடு ஒட்டல் அரிது. 499

காலாழ் களரில் நரியடும் கண்அஞ்சா
வேலாள் முகத்த களிறு. 500

இடன் அறிதல்

491. பகைவரை முற்றுகை செய்வதற்கு ஏற்ற இடத்தைக் கண்ட பின் அல்லாமல் எந்தச் செயலையும் செய்ய வேண்டா; அவருடைய வலிமையை இகழவும் கூடாது.

492. மாறுபாடு பொருந்திய வலிமையுடையவருக்கும் அரணோடு சேர்ந்திருப்பதால் உண்டாகும் வெற்றி பலவகைப் பயன்களையும் கொடுக்கும்.

493. தக்க இடத்தை அறிந்து தம்மைக் காத்துக்கொண்டு பகைவர்களுடன் போராடுதலைச் சிறப்பாகச் செய்தால் அவர்க்கு எதிர் நிற்க ஆற்றாதவரும் வலிமையுடையவராய் வெல்வர்.

494. தக்க இடத்தை ஆராய்ந்து அறிந்து பற்றிக்கொண்டவர்கள் போரையும் நெருங்கிச் செய்வாராயின் அவரை வெல்ல எண்ணியிருந்த பகைவர் தம் எண்ணத்தை இழப்பர்.

495. ஆழமான நீரினுள் முதலை மற்ற உயிர்களை வெல்லும்; ஆனால், நீரிலிருந்து நீங்கி வந்தால் அந்த முதலையையும் மற்ற உயிர்கள் கொன்று விடும்.

496. வலிய சக்கரங்களையுடைய நிலத்தில் ஓடக்கூடிய பெரிய தேர்கள் கடலில் ஓட முடியாது; கடலில் ஓடும் கப்பல்களும் நிலத்தில் ஓட முடியாது.

497. செய்ய வேண்டியவற்றையெல்லாம் நன்கு ஆராய்ந்து தக்க இடத்தில் பொருந்திச் செய்தால் அவருக்கு மனவுறுதியைத் தவிர வேறு துணை வேண்டியதில்லை.

498. சிறிய படையை உடையவனும் தன் வலிமையைச் செலுத்தக்கூடிய தக்க இடத்தில் பொருந்தி நின்றால் பெரும் படை உடையவனும் தன் முயற்சியில் தோல்வி காண்பான்.

499. கடக்க முடியாத அரணும் மற்றச் சிறப்பும் இல்லாதவராயினும் பகைவர் வாழ்கின்ற இடத்திற்குச் சென்று அவரைத் தாக்கி வெற்றி பெறுதல் அரிது.

500. போர்க்களத்தில் வேலேந்திய வீரரையும் கோத்து எடுத்த கொம்புடைய அஞ்சாத யானையையும் அதன் கால் ஆழ்கின்ற சேற்று நிலத்தில் அகப்பட்டபோது சிறு நரிகளும் கொன்று விடும்.

51. தெரிந்து தெளிதல்

அறம்பொருள் இன்பம் உயிரச்சம் நான்கின்
திறந்தெரிந்து தேறப் படும். 501

குடிப்பிறந்து குற்றத்தின் நீங்கி வடுப்பரியும்
நாணுடையான் கட்டே தெளிவு. 502

அரியகற்று ஆசற்றார் கண்ணும் தெரியுங்கால்
இன்மை அரிதே வெளிறு. 503

குணம்நாடிக் குற்றமும் நாடி அவற்றுள்
மிகைநாடி மிக்க கொளல். 504

பெருமைக்கும் ஏனைச் சிறுமைக்கும் தத்தம்
கருமமே கட்டளைக் கல். 505

அற்றாரைத் தேறுதல் ஓம்புக மற்றவர்
பற்றிலர் நாணார் பழி. 506

காதன்மை கந்தா அறிவறியார்த் தேறுதல்
பேதைமை எல்லாம் தரும். 507

தேரான் பிறனைத் தெளிந்தான் வழிமுறை
தீரா இடும்பை தரும். 508

தேறற்க யாரையும் தேராது தேர்ந்தபின்
தேறுக தேறும் பொருள். 509

தேரான் தெளிவும் தெளிந்தான்கண் ஐயுறவும்
தீரா இடும்பை தரும். 510

தெரிந்து தெளிதல்

501. அறம், பொருள், இன்பம், உயிர்காக்க அஞ்சும் அச்சம் ஆகிய நான்கு வகையாலும் ஆராயப்பட்ட பிறகே ஒருவன் ஒரு தொழிலுக்கு உரியவனாகத் தெளியப்படுவான்.

502. நல்ல குடியிலே பிறந்து குற்றங்களிலிருந்து நீங்கிப் பழி பாவங்களைச் செய்ய அஞ்சுகின்ற நாணம் உடையவனிடத்திலேயே நம்பிக்கை வைக்க வேண்டும்.

503. அருமையான நூல்களைக் கற்றுத் தேர்ந்து குற்றம் அற்றவர்களிடத்திலும் ஆராய்ந்து பார்க்கும்போது அறியாமை இல்லாதிருப்பது அருமையாகும்.

504. ஒருவனது குணங்களையும் குற்றங்களையும் ஆராய்ந்து மிகுதியானவற்றைத் தெரிந்து அவற்றையும் தெளிந்து அவனைக் கொள்ள வேண்டும்.

505. ஒருவர் தாம் அடையும் பெருமைக்கும் மற்றொருவர் தாம் அடையும் சிறுமைக்கும் தேர்ந்தறியும் உரைகல்லாக இருப்பவை அவரவருடைய செயல்களேயாகும்.

506. சுற்றத்தாரின் தொடர்பு அற்றவரை நம்பித் தெளிய வேண்டாம்; அவர் உலகத்தோடு தொடர்பு இல்லாதவர்; அதனால் பிறர் கூறும் பழிச் சொல்லுக்கு நாணார்.

507. அறிய வேண்டியவற்றை அறியாதிருப்பவரை அன்புடைமை காரணமாக நம்பித் தெளிதல், தெளிந்தவர்க்கு அஃது எல்லா அறியாமையையும் தரும்.

508. மற்றவனைப் பற்றி ஒன்றும் ஆராயாமல் தெளிந்தால், அஃது அவனுக்கு மட்டுமின்றி அவனுடைய வழிமுறையில் வருபவர்கட்கும் தீராத துன்பத்தைக் கொடுக்கும்.

509. யாரையும் ஆராயாமல் தெளியக் கூடாது; நன்றாக ஆராய்ந்த பிறகு, அவரிடம் தெளிவாகக் கொள்ளத்தக்க பொருள்களைத் தெளிந்து நம்ப வேண்டும்.

510. ஒருவனை ஆராயாமல் தெளிவடைதலும், ஆராய்ந்து தெளிந்தவனிடம் ஐயம் கொள்ளுதலும் ஆகிய இவை, நீங்காத துன்பத்தையே தரும்.

52. தெரிந்து வினையாடல்

நன்மையும் தீமையும் நாடி நலம்புரிந்த
தன்மையான் ஆளப் படும். 511

வாரி பெருக்கி வளம்படுத்து உற்றவை
ஆராய்வான் செய்க வினை. 512

அன்பறிவு தேற்றம் அவாவின்மை இந்நான்கும்
நன்குடையான் கட்டே தெளிவு. 513

எனைவகையான் தேறியக் கண்ணும் வினைவகையான்
வேறாகும் மாந்தர் பலர். 514

அறிந்தாற்றிச் செய்கிற்பாற்கு அல்லால் வினைதான்
சிறந்தானென்று ஏவற்பாற் றன்று. 515

செய்வானை நாடி வினைநாடிக் காலத்தோடு
எய்த உணர்ந்து செயல். 516

இதனை இதனால் இவன்முடிக்கும் என்றாய்ந்து
அதனை அவன்கண் விடல். 517

வினைக்குரிமை நாடிய பின்றை அவனை
அதற்குரிய னாகச் செயல். 518

வினைக்கண் வினையுடையான் கேண்மைவே றாக
நினைப்பானை நீங்கும் திரு. 519

நாடோறும் நாடுக மன்னன் வினைசெய்வான்
கோடாமை கோடா துலகு. 520

தெரிந்து வினையாடல்

511. ஒரு செயலால் வருகின்ற நன்மையையும் தீமையையும் ஆராய்ந்து நன்மை தருகின்றவற்றையே விரும்புகின்ற இயல்பு உடையவனையே அந்தச் செயலுக்குப் பயன்படுத்த வேண்டும்.

512. செல்வம் வருவதற்குரிய வழிகளைப் பெருகச் செய்து, அவற்றால் வளத்தை உண்டாக்கி, வரும் இடையூறுகளை ஆராய்ந்து நீக்க வல்லவனே பணியாற்ற வேண்டும்.

513. அன்பு, அறிவு, ஐயமின்றித் தெளியும் ஆற்றல், பேராசை இல்லாமை ஆகிய இந்நான்கு பண்புகளையும் நிலையாக உள்ளவனையே செயலுக்கு உரியவனாகத் தெளிய வேண்டும்.

514. எல்லா வகையிலும் ஆராய்ந்து தெளிந்தபோதும் செய்யும் செயலின் வகையினாலே பொருத்தமற்று வேறுபடும் மாந்தர்கள் உலகில் பலர் உண்டு.

515. செய்யும் வழிகளை நன்கு அறிந்து இடையில் வரும் துன்பங்களைத் தாங்கிச் செய்பவனை அல்லாமல் மற்றவனைச் சிறந்தவன் என்று கருதி ஒரு செயலைச் செய்யுமாறு ஏவக் கூடாது.

516. செய்பவன்பற்றி முதலில் நன்கு ஆராய்ந்து, பின்பு அவன் செய்யும் செயலின் தன்மையையும் ஆராய்ந்து, தக்க காலத்தோடு பொருந்துமாறு உணர்ந்து, அவனைச் செய்விக்க வேண்டும்.

517. இந்தச் செயலை இக்கருவியால் இன்னவன் முடிப்பான் என்று ஆராய்ந்து பிறகு அச் செயலை அவனிடமே செய்யுமாறு ஒப்படைக்க வேண்டும்.

518. இந்த வேலைக்குத் தகுந்தவன் இவன் என்று ஆராய்ந்து அதன்பிறகு அவனையே அவ் வேலைக்கு உரியவனாகும்படி செய்ய வேண்டும்.

519. மேற்கொண்ட தொழிலில் எப்போதும் முயற்சி உடையவனின் உறவைத் தவறாக நினைக்கும் தலைவனை விட்டுத் திருமகள் நீங்கிவிடுவாள்.

520. தொழில் செய்கின்றவன் கோணாதிருக்கும் வரையில் உலகம் கெடாது; ஆதலால், மன்னவன் நாடோறும் அவனுடைய நிலைமையை ஆராய்ந்து அறிய வேண்டும்.

53. சுற்றந் தழால்

பற்றற்ற கண்ணும் பழைமைபா ராட்டுதல்
சுற்றத்தார் கண்ணே யுள. 521

விருப்பறாச் சுற்றம் இயையின் அருப்பறா
ஆக்கம் பலவுந் தரும். 522

அளவளா வில்லாதான் வாழ்க்கை குளவளாக்
கோடின்றி நீர்நிறைந் தற்று. 523

சுற்றத்தால் சுற்றப் படஒழுகல் செல்வந்தான்
பெற்றத்தால் பெற்ற பயன். 524

கொடுத்தலும் இன்சொலும் ஆற்றின் அடுக்கிய
சுற்றத்தால் சுற்றப் படும். 525

பெருங்கொடையான் பேணான் வெகுளி அவனின்
மருங்குடையார் மாநிலத்து இல். 526

காக்கை கரவா கரைந்துண்ணும் ஆக்கமும்
அன்னநீ ரார்க்கே உள. 527

பொதுநோக்கான் வேந்தன் வரிசையா நோக்கின்
அதுநோக்கி வாழ்வார் பலர். 528

தமராகித் தன்துறந்தார் சுற்றம் அமராமைக்
காரணம் இன்றி வரும். 529

உழைப்பிரிந்து காரணத்தின் வந்தானை வேந்தன்
இழைத்திருந்து எண்ணிக் கொளல். 530

சுற்றந் தழால்

521. ஒருவன் வறியனானபோதும் அவனுக்கும் தமக்கும் இருந்த பழைய உறவைப் பாராட்டிப் பேசும் பண்புகள் சுற்றத்தாரிடம் உண்டு.

522. அன்பில் நீங்காத சுற்றம் ஒருவனுக்கு அமையுமானால் அது மேன்மேலும் வளர்ச்சி குறையாத செல்வ நலங்களையும் அவனுக்குக் கொடுக்கும்.

523. சுற்றத்தாரோடு மனம் கலந்து பழகும் தன்மை இல்லாதவ னுடைய வாழ்க்கை குளப்பரப்பு கரையில்லாமல் நீர் நிறைந்தாற் போன்றது.

524. சுற்றத்தாரால் தான் சூழ்ந்திருக்கும்படியாக அவர்களைத் தழுவி அன்பாக வாழ்தல், ஒருவன் செல்வத்தை அடைந்ததனால் பெற்ற பயனாக அமையும்.

525. ஒருவன் சுற்றத்தார்க்கு வேண்டிய பொருள் கொடுத்தலும் அவரோடு இன்சொல் கூறுதலுமாகிய இரண்டும் செய்ய வல்லவனானால், அவன் சுற்றத்தார் பலராலும் சூழப்படுவான்.

526. மிகுதியாகக் கொடுக்கும் இயல்புடையவனாயும், சினமற்றவனாயும் ஒருவன் இருந்தால் அவனைப்போல் சுற்றம் உடையவர் உலகில் எவரும் இல்லை.

527. காக்கை தனக்குக் கிடைத்ததை மறைத்து வைக்காமல் தன் இனத்தைக் கரைந்து அழைத்து உண்ணும்; ஆக்கமும் அத்தகைய இயல்பினருக்கே உண்டு.

528. அரசன் எல்லோரையும் பொதுவகையாக நோக்காமல் அவரவர் சிறப்புக்கு ஏற்றவாறு நோக்கினால், அதை விரும்பிச் சுற்றமாக வாழ்கின்றவர் பலர் பெருகுவர்.

529. முன்பு சுற்றத்தாராக இருந்து, பிறகு ஒரு காரணத்தால் பிரிந்தவரின் உறவு, பிரிவதற்கு ஏற்பட்ட காரணத்தை நீக்கி விட்டால் மீண்டும் அவர்களே வந்து சேர்வர்.

530. தன்னிடமிருந்து காரணமில்லாமல் பிரிந்து சென்று பின்பு ஒரு காரணம் பற்றித் தன்பால் திரும்பி வந்தவனை, அரசன் அவன் நாடிய உதவியைச் செய்து அவனைத் தழுவிக் கொள்ள வேண்டும்.

54. பொச்சாவாமை

இறந்த வெகுளியின் தீதே சிறந்த
உவகை மகிழ்ச்சியிற் சோர்வு. 531

பொச்சாப்புக் கொல்லும் புகழை அறிவினை
நிச்ச நிரப்புக்கொன் றாங்கு. 532

பொச்சாப்பார்க்கு இல்லை புகழ்மை அதுவுலகத்து
எப்பால்நூ லோர்க்கும் துணிவு. 533

அச்ச முடையார்க்கு அரணில்லை ஆங்கில்லை
பொச்சாப் புடையார்க்கு நன்கு. 534

முன்னுறக் காவாது இழுக்கியான் தன்பிழை
பின்னூறு இரங்கி விடும். 535

இழுக்காமை யார்மாட்டும் என்றும் வழுக்காமை
வாயின் அதுவொப்பது இல். 536

அரியஎன்று ஆகாத இல்லைபொச் சாவாக்
கருவியால் போற்றிச் செயின். 537

புகழ்ந்தவை போற்றிச் செயல்வேண்டும் செய்யாது
இகழ்ந்தார்க்கு எழுமையும் இல். 538

இகழ்ச்சியின் கெட்டாரை உள்ளுக தாந்தம்
மகிழ்ச்சியின் மைந்துறும் போழ்து. 539

உள்ளியது எய்தல் எளிதுமன் மற்றுந்தான்
உள்ளியது உள்ளப் பெறின். 540

பொச்சாவாமை

531. பெரிய உவகையால் மகிழ்ச்சியடைந்து அதனால் கொள்ளும் மறதி, வரம்பு கடந்த சினம் வருவதைவிடத் தீமை தருவதாகும்.

532. நாள்தோறும் விடாமல் பெருகிவரும் வறுமைத் துன்பம் ஒருவனது அறிவைக் கெடுத்தல்போல் மறதி அவனது புகழைத் தவறாமல் கெடுத்து விடும்.

533. மறதியால் சோர்ந்து நடப்பவர்கட்குப் புகழுடன் வாழும் தன்மை இல்லை; அஃது உலகிலுள்ள எத்தகைய நூலோர்க்கும் ஒப்ப முடிந்த முடிவாகும்.

534. உள்ளத்தில் அச்சம் உடையவர்கட்கு புறத்தில் அரண் இருந்தும் பயன் இல்லை; அதுபோல் மறதி உடையவர்கட்கு நல்ல செல்வ நலம் இருந்தாலும் அதனால் பயன் இல்லை.

535. வரும் இடையூறுகளை முன்னதாகவே அறிந்து காத்துக் கொள்ளாமல் மறதியாக இருந்தவன், பின்னர் அவை வந்துற்ற போது தன் பிழையை நினைந்து வருந்துவான்.

536. யாரிடத்திலும் எக்காலத்திலும் மறந்தும் சோர்ந்திருக்காத தன்மை தவறாமல் பொருந்தியிருக்குமானால் அதற்கு ஒப்பான நன்மை தருவது வேறு எதுவும் இல்லை.

537. மறவாமை என்னும் கருவி கொண்டு எதனையும் போற்றிச் செய்தால் செய்வதற்கு அரியன என்று கருதிக் கைவிடும் செயல்களும் இல்லையாகும்.

538. சான்றோர்கள் சிறந்தவையாகப் போற்றிச் சொன்ன கடமைகளைத் தவறாமல் செய்ய வேண்டும்; அவ்வாறு செய்யாமல் மறந்து சோர்ந்தவர்க்கு ஏழுபிறப்பிலும் நன்மை இல்லை.

539. தாம் தம் மகிழ்ச்சியினால் செருக்குக் கொண்டு கடமையை மறந்திருக்கும்பொழுது மன்னர் அப்படிப்பட்ட மகிழ்ச்சியினால் சோர்ந்து கெட்டழிந்தவர்களை நினைத்துப் பார்க்க வேண்டும்.

540. ஒருவன் தான் எண்ணியதை இடைவிடாமல் மறதியின்றி நினைக்கக் கூடுமானால் அவன் கருதியதை அடைதல் எளிதாக அமையும்.

55. செங்கோன்மை

ஓர்ந்துகண் ணோடாது இறைபுரிந்து யார்மாட்டும்
தேர்ந்துசெய் வஃதே முறை. 541

வானோக்கி வாழும் உலகெல்லாம் மன்னவன்
கோல்நோக்கி வாழும் குடி. 542

அந்தணர் நூற்கும் அறத்திற்கும் ஆதியாய்
நின்றது மன்னவன் கோல். 543

குடிதழீஇக் கோலோச்சும் மாநில மன்னன்
அடிதழீஇ நிற்கும் உலகு. 544

இயல்புளிக் கோலோச்சும் மன்னவன் நாட்ட
பெயலும் விளையுளும் தொக்கு. 545

வேலன்று வென்றி தருவது மன்னவன்
கோலதூஉம் கோடா தெனின். 546

இறைகாக்கும் வையக மெல்லாம் அவனை
முறைகாக்கும் முட்டாச் செயின். 547

எண்பதத்தான் ஓரா முறைசெய்யா மன்னவன்
தண்பதத்தான் தானே கெடும். 548

குடிபுறங் காத்தோம்பிக் குற்றம் கடிதல்
வடுவன்று வேந்தன் தொழில். 549

கொலையிற் கொடியாரை வேந்தொறுத்தல் பைங்கூழ்
களைகட் டதனொடு நேர். 550

செங்கோன்மை

541. யாரிடத்திலும் நடுநிலைமை தவறாமல் இரக்கம் காட்டாமல் குற்றம் இன்னதென்று ஆராய்ந்து அதற்குத் தகுந்த தண்டனை விதிப்பதே அரசனது நீதி முறையாகும்.

542. உலகில் உள்ள உயிர்கள் யாவும் மழையை நோக்கி வாழ்கின்றன. அதுபோல மன்னவனின் செங்கோன்மையை நோக்கி குடிகள் வாழ்கின்றனர்.

543. அந்தணர் போற்றும் மறைநூலுக்கும் அறத்திற்கும் அடிப்படையாய் நின்று உலகத்தைக் காப்பது மன்னவனது செங்கோன்மையாகும்.

544. குடிகளை அன்போடு அணைத்துக்கொண்டு செங்கோல் செலுத்துகின்ற அரசனுடைய அடியைத் தழுவி இவ்வுலக வாழ்வு நிலை பெறுவதாகும்.

545. நீதி முறைப்படி செங்கோல் செலுத்தும் மன்னவன் நாட்டில் பருவமழையும் நிறைந்த விளைபொருள்களும் ஒருங்கே ஏற்படுவனவாகும்.

546. வேந்தனுக்கு வெற்றியளிப்பது அவன் கையிலுள்ள வேல் அன்று; அவனது செங்கோல் கோணாதிருக்குமானால் அதுவே வெற்றியளிப்பதாகும்.

547. உலகத்தையெல்லாம் மன்னன் காப்பாற்றுவான்; நீதி முறை கெடாதவாறு ஆட்சி புரிவானாயின், அரசனை அந்த முறையே காப்பாற்றும்.

548. முறையிட வருபவரது காட்சிக்கு எளியனாய், அவர்களது குறைகளைக் கேட்டு ஆராய்ந்து முறை செய்யாத மன்னவன் தாழ்ந்த நிலையில் நின்று தானே கெட்டழிவான்

549. குடிகளைப் பிறர் வருத்தாமல் காத்தும், தானும் அவர்கட்கு நன்மை செய்து பேணியும், அவர்களது குற்றங்களைத் தக்க தண்டனையால் ஒழித்தும் முறைசெய்தல் அரசனது தொழில்; பழி அன்று.

550. கொடியவர்களைக் கொலைத் தண்டனையால் அரசன் ஒறுத்து மற்றவர்களை அருளோடு காத்து முறைசெய்தல் பசும் பயிரில் களையெடுப்பது போன்ற சிறந்த செயலாகும்.

56. கொடுங்கோன்மை

கொலைமேற்கொண் டாரிற் கொடிதே அலைமேற்கொண்டு
அல்லவை செய்தொழுகும் வேந்து. 551

வேலொடு நின்றான் இடுஎன் றதுபோலும்
கோலொடு நின்றான் இரவு. 552

நாடொறும் நாடி முறைசெய்யா மன்னவன்
நாடொறும் நாடு கெடும். 553

கூழும் குடியும் ஒருங்கிழக்கும் கோல்கோடிச்
சூழாது செய்யும் அரசு. 554

அல்லற்பட்டு ஆற்றாது அழுதகண் ணீரன்றே
செல்வத்தைத் தேய்க்கும் படை. 555

மன்னர்க்கு மன்னுதல் செங்கோன்மை அஃதின்றேல்
மன்னாவாம் மன்னர்க் கொளி. 556

துளியின்மை ஞாலத்திற்கு எற்றற்றே வேந்தன்
அளியின்மை வாழும் உயிர்க்கு. 557

இன்மையின் இன்னாது உடைமை முறைசெய்யா
மன்னவன் கோற்கீழ்ப் படின். 558

முறைகோடி மன்னவன் செய்யின் உறைகோடி
ஒல்லாது வானம் பெயல். 559

ஆபயன் குன்றும் அறுதொழிலோர் நூல்மறப்பர்
காவலன் காவான் எனின். 560

கொடுங்கோன்மை

551. குடிகளை வருந்தச் செய்யும் செயல்களை மேற்கொண்டு முறையற்ற செயல்களைச் செய்து ஆட்சிபுரியும் அரசன் கொலை யையே தொழிலாகக் கொண்டவரினும் கொடியனாவான்.

552. ஆட்சிக்குரிய கோலை ஏந்தி நின்ற அரசன் குடிகளிடம் முறை கடந்து பொருளைக் கேட்டால், போகும் வழியில் தனியே வேல் ஏந்தி நின்ற கள்வன் 'அனைத்தையும் தந்துவிடு' என்று கேட்பதைப் போன்றது.

553. காலந்தோறும் தன் ஆட்சியில் நேரிடும் நிலைமையை ஆராய்ந்து தகுந்தபடி முறை செய்யாத மன்னன் நாளுக்கு நாள் மெல்ல மெல்லத் தன் நாட்டையும் இழந்து விடுவான்.

554. மேல் நடப்பதைக் கருதாமல் முறைதவறி அரசோச்சும் மன்னன், தன் பொருள் வளத்தையும் நாட்டு மக்களது அன்பையும் ஒருங்கே இழந்து விடுவான்.

555. கொடுங்கோலாட்சியால் அல்லற்பட்ட மக்கள் அதனைப் பொறுக்கமாட்டாது அழுத கண்ணீரே ஓர் அரசனின் செல்வத்தை அழிக்கும் படையாகும்.

556. செங்கோல் முறையால்தான் அரசர்க்குப் புகழ் நிலைக் கின்றது; அம் முறை இல்லையானால் அரசர்க்குப் புகழ் நிலை பெறாது போய்விடும்.

557. மழைத்துளி இல்லாத நிலைமை உலகத்திற்கு எத்தகைய துன்பம் தருமோ, அவ்வாறே அரசனின் அருளற்ற தன்மை அவன் நாட்டில் வாழ்பவருக்குத் துன்பம் தரும்.

558. முறை செய்யாத அரசனுடைய கொடுங்கோல் ஆட்சியின் கீழ் இருக்கப்பெற்றால், ஏழ்மையை விடச் செல்வம் உடைமையே துன்பம் தரும்.

559. முறைதவறி அரசன் நாட்டை அரசு புரிந்தால், பருவ மழை தவறிப்போய் மேகமும் மழை பொழியாது ஒதுங்கிப்போகும்.

560. அரசன் முறையோடு நாட்டைப் பேணாவிட்டால், அந்நாட்டில் பசுக்கள் பால்தரும் பயன்குன்றும்; அறு தொழிலோரும் அறநூல்களை மறப்பர்.

57. வெருவந்த செய்யாமை

தக்காங்கு நாடித் தலைச்செல்லா வண்ணத்தால்
ஒத்தாங்கு ஒறுப்பது வேந்து. 561

கடிதோச்சி மெல்ல எறிக நெடிதாக்கம்
நீங்காமை வேண்டு பவர். 562

வெருவந்த செய்தொழுகும் வெங்கோல னாயின்
ஒருவந்தம் ஒல்லைக் கெடும். 563

இறைகடியன் என்றுரைக்கும் இன்னாச்சொல் வேந்தன்
உறைகடுகி ஒல்லைக் கெடும். 564

அருஞ்செவ்வி இன்னா முகத்தான் பெருஞ்செல்வம்
பேஎய்கண் டன்னது உடைத்து. 565

கடுஞ்சொல்லன் கண்ணில னாயின் நெடுஞ்செல்வம்
நீடின்றி ஆங்கே கெடும். 566

கடுமொழியும் கையிகந்த தண்டமும் வேந்தன்
அடுமுரண் தேய்க்கும் அரம். 567

இனத்தாற்றி எண்ணாத வேந்தன் சினத்தாற்றிச்
சீறின் சிறுகும் திரு. 568

செருவந்த போழ்திற் சிறைசெய்யா வேந்தன்
வெருவந்து வெய்து கெடும். 569

கல்லார்ப் பிணிக்கும் கடுங்கோல் அதுவல்லது
இல்லை நிலக்குப் பொறை. 570

வெருவந்த செய்யாமை

561. குற்றத்தைத் தக்கவாறு ஆராய்ந்து மீண்டும் அக்குற்றம் செய்யாதபடி குற்றத்திற்குப் பொருந்துமாறு தண்டிப்பவனே அரசன் ஆவான்.

562. நெடுங்காலம் ஆக்கம் நீங்காமல் இருத்தலை விரும்பு கிறவர்கள் குற்றம் செய்தவரைத் தண்டிக்கத் தொடங்கும்போது அளவு கடந்து செய்வதுபோல் காட்டி அளவு மீறாமல் முறை செய்ய வேண்டும்.

563. குடிமக்கள் அச்சம் அடையும் கொடுமைகளைச் செய்து ஆளுங் கொடுங்கோலரசன் திண்ணமாக விரைவில் கெட்டு அழிவை அடைவான்.

564. 'நம் அரசன் கடுமையானவன்' என்று குடிமக்களால் கூறப்படும் பழிச்சொல்லுக்கு இலக்கான வேந்தன் தன் ஆயுள் குறைந்து விரைவில் அழிவான்.

565. எளிதாகக் காண முடியாத தன்மையும், இனிமையற்ற முகம் காட்டும் இயல்பும் உடையவனது பெருஞ் செல்வம், பேய் கவனித்துக் காக்கும் புதையல் போன்றது.

566. கடுமையான மொழியும் இரக்கமற்ற தன்மையும் உடைய அரசனின் பெருஞ்செல்வம் நீடித்திருக்காமல் தேய்ந்து அப்பொழுதே கெடும்.

567. கடுமையான சொல்லும் முறை கடந்த தண்டனையும் அரசனது பகைவரை வெல்லும் வலிமையைத் தேய்த்து அழிக்கும் அரமாகும்.

568. அமைச்சர் முதலானவரோடு கலந்து ஆராயாமல் செயற்படும் அரசன் தன் சினத்தின் வழியில் சென்று சீறி நிற்பா னானால் அவனுடைய செல்வம் சுருங்கும்.

569. போர் வருவதற்கு முன்பாகவே பாதுகாப்பு ஏற்பாடுகளைச் செய்யாத அரசன் அது வந்த காலத்தில் தற்காப்பு இல்லாதவனாக அஞ்சி விரைவில் அழிந்து போவான்.

570. கடுங்கோலாகிய ஆட்சி முறை, கல்லாத கயவர்களையே தனக்கு அரணாகச் சேர்த்துக் கொள்ளும்; அந்த ஆட்சியை அல்லாமல் நிலத்திற்குச் சுமை வேறு யாதும் இல்லை.

58. கண்ணோட்டம்

கண்ணோட்டம் என்னும் கழிபெருங் காரிகை
உண்மையான் உண்டிவ் வுலகு. 571

கண்ணோட்டத் துள்ளது உலகியல் அஃதிலார்
உண்மை நிலக்குப் பொறை. 572

பண்என்னாம் பாடற்கு இயைபின்றேல் கண்என்னாம்
கண்ணோட்டம் இல்லாத கண். 573

உளபோல் முகத்தெவன் செய்யும் அளவினால்
கண்ணோட்டம் இல்லாத கண். 574

கண்ணிற்கு அணிகலம் கண்ணோட்டம் அஃதின்றேல்
புண்ணென்று உணரப் படும். 575

மண்ணோ டியைந்த மரத்தனையர் கண்ணோடு
இயைந்துகண் ணோடா தவர். 576

கண்ணோட்டம் இல்லவர் கண்ணிலர் கண்ணுடையார்
கண்ணோட்டம் இன்மையும் இல். 577

கருமஞ் சிதையாமல் கண்ணோட வல்லார்க்கு
உரிமை உடைத்திவ் வுலகு. 578

ஒறுத்தாற்றும் பண்பினார் கண்ணும்கண் ணோடிப்
பொறுத்தாற்றும் பண்பே தலை. 579

பெயக்கண்டும் நஞ்சுண் டமைவர் நயத்தக்க
நாகரிகம் வேண்டு பவர். 580

கண்ணோட்டம்

571. 'கண்ணோட்டம்' என்று சொல்லப்படுகின்ற மிகப் பெரிய அழகு இருப்பதனால்தான் இவ்வுலகம் அழிவு அடையாமல் நிலை பெற்றுள்ளது.

572. உலக நடைமுறை என்பது கண்ணோட்டத்தால் நடை பெற்று வருவது; கண்ணோட்டம் இல்லாதவர்கள் உயிரோடு இருப்பது நிலத்திற்குச் சுமையே தவிர வேறு பயன் இல்லை.

573. பாடலோடு பொருந்தவில்லை என்றால் இசை என்ன பயனுடையதாகும்? அதுபோலவே கண்ணோட்டத்தோடு அமையாத கண்களாலும் பயன் இல்லை.

574. தேவையான அளவிற்குக் கண்ணோட்டம் இல்லாத கண்கள் முகத்தில் உள்ளனபோல் தோன்றுதலைத் தவிர உடையவனுக்கு வேறு என்ன பயனைத் தரும்?

575. கண்ணுக்கு அணிகலமாவது கண்ணோட்டம் என்னும் பண்பே; அஃது இல்லையாயின் சான்றோரால் அது 'புண்' என்றே கருதப்படும்.

576. கண்ணோடு பொருந்தியவராக இருந்தும் கண்ணோட்டம் (இரக்க குணம்) இல்லாதவர் மண்ணோடு பொருந்தியுள்ள மரத்தைப் போன்றவர்கள் ஆவர்.

577. கண்ணோட்டம் இல்லாத மக்கள் கண் இருந்தும் குருடரே ஆவர்; கண்ணுடையவர்கள் கண்ணோட்டம் இல்லாதிருத்தல் என்பது பொருத்தம் இல்லை.

578. தம்தம் கடமையாகின்ற தொழில் கெடாமல் எவரிடமும் கண்ணோட்டத்துடன் நடந்து கொள்ள வல்லவர்கட்கு இவ்வுலகமே உரிமையுடையது.

579. தண்டித்து அடக்கப்பட வேண்டியவரிடத்தும் கண்ணோட்டம் காட்டி அவரது குற்றத்தையும் பொறுத்து நடக்கும் பண்பே சிறந்தது.

580. யாவராலும் விரும்பத் தகுந்த கண்ணோட்டம் என்னும் நாகரிகத்தை விரும்புகின்றவர்கள், பழகியவர் தமக்கு நஞ்சைப் பெய்வதைக் கண்டாலும் அதனை உண்டு அமைவார்கள்.

59. ஒற்றாடல்

ஒற்றும் உரைசான்ற நூலும் இவையிரண்டும்
தெற்றென்க மன்னவன் கண். **581**

எல்லார்க்கும் எல்லாம் நிகழ்பவை எஞ்ஞான்றும்
வல்லறிதல் வேந்தன் தொழில். **582**

ஒற்றினான் ஒற்றிப் பொருள்தெரியா மன்னவன்
கொற்றம் கொளக்கிடந்தது இல். **583**

வினைசெய்வார் தம்சுற்றம் வேண்டாதார் என்றாங்கு
அனைவரையும் ஆராய்வது ஒற்று. **584**

கடாஅ உருவொடு கண்ணஞ்சாது யாண்டும்
உகாஅமை வல்லதே ஒற்று. **585**

துறந்தார் படிவத்த ராகி இறந்தாராய்ந்து
என்செயினும் சோர்விலது ஒற்று. **586**

மறைந்தவை கேட்கவற் றாகி அறிந்தவை
ஐயப்பாடு இல்லதே ஒற்று. **587**

ஒற்றொற்றித் தந்த பொருளையும் மற்றுமோர்
ஒற்றினால் ஒற்றிக் கொளல். **588**

ஒற்றொற் றுணராமை ஆள்க உடன்மூவர்
சொல்தொக்க தேறப் படும். **589**

சிறப்பறிய ஒற்றின்கண் செய்யற்க செய்யின்
புறப்படுத்தா னாகும் மறை. **590**

ஒற்றாடல்

581. ஒற்றர்களும் புகழ் அமைந்த அறநூலும் ஆகிய இந்த இருவகைக் கருவிகளையும் ஓரரசன் தனக்குரிய இரு கண் களாகக் கொண்டு தெளிய வேண்டும்.

582. எல்லாரிடத்திலும் நிகழ்கின்ற எல்லாவற்றையும் எல்லாக் காலத்திலும் மிகவும் விரைவாக ஒற்றர்மூலம் அறிந்துகொள்ளுதல் வேந்தனுக்கு உரிய தொழிலாகும்.

583. ஒற்றினால் எல்லார்க்கண்ணும் நிகழ்கின்றவற்றைத் தெரிந்துகொண்டு அவற்றின் பயனை ஆராய்ந்து தெளியாத அரசன் வெற்றி பெறத்தக்க வழி வேறு இல்லை.

584. தம்முடைய செயல்களைச் செய்கின்றவர், தம் சுற்றத்தார், தம் பகைவர் என்று கூறப்படும் அனைவரையும் ஆராய்வதே ஒற்றரின் கடமையாகும்.

585. ஐயப்படாத மாற்றுருவுடன், எவருடைய பார்வைக்கும் அஞ்சாமல், அறிந்தவற்றைத் தன் அரசனைத் தவிர பிறருக்கு வெளிப்படுத்தாமல் இருக்க வல்லவனே ஒற்றனாவான்.

586. புகமுடியாத இடங்களுக்கும் துறவியர் வேடத்தோடு சென்று அனைத்தையும் ஆராய்ந்து எவர் என்ன செய்தாலும் சோர்ந்து விடாமல் இருப்பவரே ஒற்றராவார்.

587. மறைவான செய்திகளையும் கேட்டு அறியக்கூடிய திறமை உள்ளவனாய் தான் அறிந்த செய்திகளை எவ்வித ஐயப்பாடு மின்றித் துணிய வல்லவனாய் உள்ளவனே நல்ல ஒற்றனாவான்.

588. ஓர் ஒற்றன் மறைந்து கேட்டுத் தெரிவித்த செய்தியையும் மற்றோர் ஒற்றன்மூலம் கேட்டுவரச் செய்து ஒற்றுமை கண்டபின் உண்மை என்று கொள்ள வேண்டும்.

589. ஓர் ஒற்றன் மற்றுமோர் ஒற்றனை அறியாதபடி ஆள வேண்டும்; அவ்வாறு ஆளப்பட்ட ஒற்றர் மூவரின் சொல் ஒத்திருப்பின் அவை உண்மை எனத் தெளிய வேண்டும்.

590. பிறர் அறியும்படியாக ஒற்றனுக்குச் சிறப்புகள் செய்தல் ஆகாது; அங்ஙனம் செய்தால் மறைபொருளைத் தானே வெளிப் படுத்தினவன் ஆவான்.

60. ஊக்கம் உடைமை

உடையர் எனப்படுவது ஊக்கம் அஃதில்லார்
உடையது உடையரோ மற்று. 591

உள்ளம் உடைமை உடைமை பொருளுடைமை
நில்லாது நீங்கி விடும். 592

ஆக்கம் இழந்தேமென்று அல்லாவார் ஊக்கம்
ஒருவந்தம் கைத்துடை யார். 593

ஆக்கம் அதர்வினாய்ச் செல்லும் அசைவிலா
ஊக்க முடையா னுழை. 594

வெள்ளத் தனைய மலர்நீட்டம் மாந்தர்தம்
உள்ளத் தனையது உயர்வு. 595

உள்ளுவ தெல்லாம் உயர்வுள்ளல் மற்றது
தள்ளினும் தள்ளாமை நீர்த்து. 596

சிதைவிடத்து ஒல்கார் உரவோர் புதையம்பிற்
பட்டுப்பா டூன்றும் களிறு. 597

உள்ளம் இலாதவர் எய்தார் உலகத்து
வள்ளியம் என்னும் செருக்கு. 598

பரியது கூர்ங்கோட்டது ஆயினும் யானை
வெரூஉம் புலிதாக் குறின். 599

உரமொருவற்கு உள்ள வெறுக்கை அஃதில்லார்
மரம்மக்க ளாதலே வேறு. 600

ஊக்கம் உடைமை

591. ஒருவர் 'பெற்றுள்ளார்' என்று சொல்லத் தக்க சிறப்புடை யது ஊக்கமாகும்; ஊக்கம் இல்லாதவர் வேறு எதைப் பெற்றிருந் தாலும் அதை உடையவர் அல்லர்.

592. ஊக்கம் உடைமையே ஒருவரது நிலையான செல்வம் ஆகும்; மற்றைய செல்வம் எல்லாம் நிலைபேறு இல்லாமல் ஒரு காலத்தில் நீங்கியும் போய்விடும்.

593. உறுதியான ஊக்கத்தையே தமது கைப்பொருளாகப் பெற்றவர்கள் தாம் செல்வம் இழந்துவிட்ட காலத்திலும் 'இழந்தோம்' என்று நினைத்துக் கலங்கமாட்டார்கள்.

594. தளராத ஊக்கம் உடையவர்களிடத்தில் ஆக்கமானது தானே அவர் இருக்கும் இடத்திற்கு வழி கேட்டுக்கொண்டு போய்ச் சேரும்.

595. நீர்ப் பூக்களின் தாளின் நீளம் அவை நின்ற நீரின் ஆழத்தின் அளவானது; அதுபோலவே, மக்களின் உயர்வும் அவர்களது ஊக்கத்தின் அளவானதேயாகும்.

596. எண்ணுவதெல்லாம் உயர்வைப் பற்றியனவாகவே இருத்தல் வேண்டும்; அந்த உயர்ந்த நிலை கைகூடாவிடினும் அவ்வாறு எண்ணுவதை மட்டிலும் கைவிடவே கூடாது.

597. தன் உடம்பை மறைக்கும் அளவு தைத்துள்ள அம்புகளாலே புண்பட்டு வேதனை அடைந்தபோதும் யானை தன் பெருமையை நிலை நிறுத்தும்; அதுபோல, ஊக்கம் உடையவர் அழிவு வந்தவிடத்தும் தளர மாட்டார்கள்.

598. ஊக்கம் இல்லாதவர் 'யாம் வள்ளண்மை உடையோம்' என்னும் இறுமாந்து மகிழ்ந்திருக்கும் நிலையை இவ்வுலகில் ஒருபோதும் அடையவே மாட்டார்கள்.

599. யானை பருத்த உடம்பையும் கூர்மையான கொம்புகளை யும் உடையதாக இருந்தாலும், ஊக்கம் உள்ளதாகிய புலி தன் மீது பாய்ந்தால் அதற்கு அஞ்சும்.

600. ஒருவருக்கு வலிமையானது மிகுதியான ஊக்கமே; அவ்வூக்கம் இல்லாதவர் வடிவ வேறுபாட்டால் மக்களாகத் தோன்றினாலும், உண்மையில் மரங்களைப் போன்றவரே !

61. மடி இன்மை

குடியென்னும் குன்றா விளக்கம் மடியென்னும்
மாசூர மாய்ந்து கெடும். 601

மடியை மடியா ஒழுகல் குடியைக்
குடியாக வேண்டு பவர். 602

மடிமடிக் கொண்டொழுகும் பேதை பிறந்த
குடிமடியும் தன்னினும் முந்து. 603

குடிமடிந்து குற்றம் பெருகும் மடிமடிந்து
மாண்ட உஞற்றி லவர்க்கு. 604

நெடுநீர் மறவி மடிதுயில் நான்கும்
கெடுநீரார் காமக் கலன். 605

படியுடையார் பற்றமைந்தக் கண்ணும் மடியுடையார்
மாண்பயன் எய்தல் அரிது. 606

இடிபுரிந்து எள்ளுஞ்சொல் கேட்பர் மடிபுரிந்து
மாண்ட உஞற்றி லவர். 607

மடிமை குடிமைக்கண் தங்கின்தன் ஒன்னார்க்கு
அடிமை புகுத்தி விடும். 608

குடியாண்மை யுள்வந்த குற்றம் ஒருவன்
மடியாண்மை மாற்றக் கெடும். 609

மடியிலா மன்னவன் எய்தும் அடியளந்தான்
தாஅய தெல்லாம் ஒருங்கு. 610

மடி இன்மை

601. ஒருவன் வந்து தோன்றிய குடி என்னும் மங்காத விளக்கு அவனது சோம்பல் என்னும் மாசு படரப்படர, ஒளி மங்கிக் கெட்டு விடும்.

602. தாம் பிறந்த குடியை மேன்மேலும் சிறப்புடைய குடியாக விளங்குமாறு செய்ய விழைகின்றவர்கள், சோம்பலை அறவே போக்கி, முயற்சியாளராக விளங்க வேண்டும்.

603. அழிக்கும் இயல்புடைய சோம்பலைத் தன்னிடத்தே கொண்டிருக்கும் அறிவற்றவன் பிறந்த குடியின் பெருமை அவன் அறிவதற்குமுன் அழிந்துவிடும்.

604. சோம்பலில் ஆழ்ந்து சிறந்த முயற்சியில் ஈடுபடாமல் வாழ்கின்றவருடைய குடிப்பெருமையும் கெட்டு, குற்றமும் நாளுக்கு நாள் பெருகும்.

605. காலம் நீட்டித்தல், மறதி, சோம்பல், அளவு மீறிய உறக்கம் ஆகிய இந்நான்கும் அழிந்துவிடக்கூடிய இயல்புடையவர் விரும்பி ஏறும் மரக்கலமாகும்.

606. நாடாளும் மன்னனின் தொடர்பு தானே இயல்பாக வந்து அமைந்தாலும் சோம்பலையுடையவர்கள் அதனால் சிறந்த பயனை அடைய முடியாது.

607. சோம்பலை விரும்பி மேற்கொண்டு சிறந்த முயற்சியற்றவராய் வாழ்கின்றவர் பிறர் இடித்துக் கூறி இகழ்கின்ற சொற்களைக் கேட்கும் நிலைமையை அடைவர்.

608. நல்ல குடியில் வந்து பிறந்தவனிடம் சோம்பல் என்பது வந்து சேர்ந்துவிடுமானால் அஃது அவனை அவனது பகைவர்க்கு விரைவில் அடிமைப்படுத்தி விடும்.

609. ஒருவன் தன்னிடமுள்ள சோம்பலை ஒழித்துவிடக் கூடுமானால் அவனுடைய குடியிலும் ஆண்மையிலும் நேரிட்ட குற்றங்கள் எல்லாம் நீங்கிவிடும்.

610. தன் திருவடியால் உலகத்தைத் திருமால் தாவி அளந்த எல்லாவற்றையும் சோம்பல் இல்லாத வேந்தன் ஒருசேரப் பெற்று விடுவான்.

62. ஆள்வினை உடைமை

அருமை உடைத்தென்று அசாவாமை வேண்டும்
பெருமை முயற்சி தரும்.   611

வினைக்கண் வினைகெடல் ஓம்பல் வினைக்குறை
தீர்ந்தாரின் தீர்ந்தன்று உலகு.   612

தாளாண்மை என்னுந் தகைமைக்கண் தங்கிற்றே
வேளாண்மை என்னுஞ் செருக்கு.   613

தாளாண்மை இல்லாதான் வேளாண்மை பேடிகை
வாளாண்மை போலக் கெடும்.   614

இன்பம் விழையான் வினைவிழைவான் தன்கேளிர்
துன்பம் துடைத்தூன்றும் தூண்.   615

முயற்சி திருவினை யாக்கும் முயற்றின்மை
இன்மை புகுத்தி விடும்.   616

மடியுளாள் மாமுகடி என்ப மடியிலான்
தாளுளாள் தாமரையி னாள்.   617

பொறியின்மை யார்க்கும் பழியன்று அறிவறிந்து
ஆள்வினை இன்மை பழி.   618

தெய்வத்தான் ஆகாது எனினும் முயற்சிதன்
மெய்வருத்தக் கூலி தரும்.   619

ஊழையும் உப்பக்கம் காண்பர் உலைவின்றித்
தாழாது உஞற்று பவர்.   620

ஆள்வினை உடைமை

611. இச்செயல் தம்மால் செய்ய முடியாதென்று சோர்வுறாமல் இருத்தல் வேண்டும்; அதனைச் செய்வதற்குத் தக்க பெருமையை முயற்சி உண்டாக்கும்.

612. ஒரு செயலைச் செய்து முடிக்காமல் இடையிலே கைவிட்டவரை உலகமும் கைவிடும்; ஆதலால், செயலில் முயற்சியற்றிருப்பதை விட்டொழித்தல் வேண்டும்.

613. பிறருக்கு உதவி செய்தல் என்னும் மேம்பட்ட நிலைமை, விடாமல் முயற்சி செய்கின்ற உயர்ந்த பண்பில் நிலைத்துள்ளது.

614. போருக்கு அஞ்சுகின்ற பேடியின் கையிலுள்ள வாளிடத்தில் ஆண்மைச் செயல் எதுவும் தோன்றாதது போல, விடாமுயற்சி இல்லாதவன் உதவுகின்ற தன்மையும் கெட்டுப் போகும்.

615. தன் இன்பத்தை விரும்பாமல் மேற்கொண்ட செயலை முடிப்பதையே விரும்புகின்றவன், தன் சுற்றத்தாரின் துன்பத்தைப் போக்கித் தாங்குகின்ற தூண் ஆவான்.

616. இடைவிடாத முயற்சி ஒருவனுடைய செல்வத்தைப் பெருகச் செய்யும்; முயற்சி இல்லாமையோ அவனுக்கு வறுமையைச் சேர்த்து விடும்.

617. ஒருவன் சோம்பலிலே கரிய நிறமுடைய மூதேவி வாழ்கின்றாள்; சோம்பல் இல்லாதவனுடைய முயற்சியில் திருமகள் வாழ்கின்றாள்.

618. நன்மை விளைவிக்கும் ஊழ்இல்லாதிருத்தல் யார்க்கும் பழி அன்று; அறியவேண்டியவற்றை அறிந்து முயற்சி செய்யாம லிருப்பதே ஒருவனுக்குப் பழி ஆகும்.

619. ஊழின் காரணத்தால் ஒருசெயல் கை கூடாது போயினும், முயற்சி தன் உடம்பு வருந்திய வருத்தத்தின் கூலியையாவது கொடுக்கும்.

620. சோர்வின்றி இடைவிடாது முயற்சி செய்பவர்கள் செயலுக்கு இடையூறாக இருக்கும், விதியையும் ஒரு காலத்தில் தோல்வியுறச் செய்வர்.

63. இடுக்கண் அழியாமை

இடுக்கண் வருங்கால் நகுக அதனை
அடுத்தூர்வது அஃதொப்பது இல். 621

வெள்ளத் தனைய இடும்பை அறிவுடையான்
உள்ளத்தின் உள்ளக் கெடும். 622

இடும்பைக்கு இடும்பை படுப்பர் இடும்பைக்கு
இடும்பை படாஅ தவர். 623

மடுத்தவா யெல்லாம் பகடன்னான் உற்ற
இடுக்கண் இடர்ப்பாடு உடைத்து. 624

அடுக்கி வரினும் அழிவிலான் உற்ற
இடுக்கண் இடுக்கட் படும். 625

அற்றேமென்று அல்லற் படுபவோ பெற்றேமென்று
ஓம்புதல் தேற்றா தவர். 626

இலக்கம் உடம்பிடும்பைக் கென்று கலக்கத்தைக்
கையாறாக் கொள்ளாதாம் மேல். 627

இன்பம் விழையான் இடும்பை இயல்பென்பான்
துன்பம் உறுதல் இலன். 628

இன்பத்துள் இன்பம் விழையாதான் துன்பத்துள்
துன்பம் உறுதல் இலன். 629

இன்னாமை இன்பம் எனக்கொளின் ஆகுந்தன்
ஒன்னார் விழையுஞ் சிறப்பு. 630

இடுக்கண் அழியாமை

621. துன்பம் வரும்போது அதற்காக மனம் தளராமல் நகைத்து ஒதுக்கு; அதனை நெருங்கி எதிர்த்து வெல்ல வல்லது அதனைப் போன்ற சிறந்த வழி வேறு எதுவும் இல்லை.

622. வெள்ளம்போல் அளவற்றதாய்ப் பெருகி வரும் துன்பமும் அறிவுடையவன் தன் உள்ளத்தினால் அத்துன்பத்தின் இயல்பை நினைத்த அளவில் அவனைவிட்டு மறைந்து போய்விடும்.

623. துன்பம் வந்தபோது அதற்காக வருந்திக் கலங்காத மனத்தெளிவு உள்ளவர்கள் அத்துன்பத்திற்கே துன்பம் உண்டாக்கி அதை வென்று விடுவர்.

624. தடைப்படும் இடங்களில் எல்லாம் தளர்ந்து விடாமல் வண்டியை இழுத்துச் செல்லும் எருதைப் போன்ற விடாமுயற்சி உடையவன் உற்ற துன்பமே துன்பப் படுவதாகும்.

625. விடாமல் துன்பங்கள் மேன்மேலும் வந்தாலும் நெஞ்சம் கலங்காதவனுக்கு நேர்ந்த துன்பமானது தானே துன்பப்பட்டு அவனிடமிருந்து விலகிப்போகும்.

626. செல்வத்தைப் பெற்றோமே என்று மகிழ்ந்து அதனைப் பாதுகாக்காதவர், வறுமை வந்த காலத்தில் அதை இழந்து விட்டோம் என்ற அல்லற்படுவரோ ?

627. இவ்வுடல் துன்பத்திற்கு இலக்கானது என்று உணர்ந்து அதற்கு வரும் துன்பங்களுக்கு உள்ளம் கலங்காமல் இருப்பவர் களே மேலோர்கள் ஆவர்.

628. இன்பம் உண்டாகும்போது அதனை விரும்பிப் போற்றா தவன் துன்பம் வந்தபோது அதனை இயற்கை என்று தெளிந்திருப் பவன் எந்தக் காலத்திலும் துன்பம் அடையமாட்டான்.

629. இன்பம் வந்த காலத்தில் அந்த இன்பத்தை நுகர விரும்பிப் போற்றாதவன், துன்பம் வந்த காலத்தில் அந்தத் துன்பத்தை அடைவதும் இல்லை.

630. ஒருவன் வினையாற்றுமிடத்து துன்பத்தையே தனக்கு இன்பமாகக் கருதிக் கொள்வானானால் அவனுடைய பகைவரும் அவனுடைய முயற்சியை விரும்பும் சிறப்பு நிலையை அடைவான்.

64. அமைச்சு

கருவியும் காலமும் செய்கையும் செய்யும்
அருவினையும் மாண்டது அமைச்சு. 631

வன்கண் குடிகாத்தல் கற்றறிதல் ஆள்வினையோடு
ஐந்துடன் மாண்டது அமைச்சு. 632

பிரித்தலும் பேணிக் கொளலும் பிரிந்தார்ப்
பொருத்தலும் வல்லது அமைச்சு. 633

தெரிதலும் தேர்ந்து செயலும் ஒருதலையாச்
சொல்லலும் வல்லது அமைச்சு. 634

அறனறிந்து ஆன்றமைந்த சொல்லான்எஞ் ஞான்றும்
திறனறிந்தான் தேர்ச்சித் துணை. 635

மதிநுட்பம் நூலோடு உடையார்க்கு அதிநுட்பம்
யாஉள முன்னிற் பவை. 636

செயற்கை அறிந்தக் கடைத்தும் உலகத்து
இயற்கை அறிந்து செயல். 637

அறிகொன்று அறியான் எனினும் உறுதி
உழையிருந்தான் கூறல் கடன். 638

பழுதெண்ணும் மந்திரியின் பக்கத்துள் தெவ்வோர்
எழுபது கோடி உறும். 639

முறைப்படச் சூழ்ந்தும் முடிவிலவே செய்வர்
திறப்பாடு இலாஅ தவர் 640

அமைச்சு

631. ஒரு செயலைச் செய்வதற்கு வேண்டிய கருவியையும், ஏற்ற காலத்தையும், செய்யும் வகையையும், செயலின் அருமையையும் நன்கு சிந்திப்பவனே நல்ல அமைச்சனாவான்.

632. மனவலியும் குடிப்பிறப்பும் காக்கும் திறனும் அறநூல்களைக் கற்றறிந்த அறிவும் விடா முயற்சியும் ஆகிய ஐந்தும் திருந்தப் பெற்றவனே அமைச்சனாவான்.

633. பகைவர்க்குத் துணையானவரைப் பிரித்தலும், தம்மிடம் உள்ளவரைப் பிரிந்து போகாமல் காத்தலும், பிரிந்து சென்றவரை மீண்டும் சேர்த்துக்கொள்வதிலும் வல்லவனே அமைச்சனாவான்.

634. செயத்தக்க செயலை நன்கு ஆராய்தலும் ஆராய்ந்தபின் அதற்குரிய வழிகளை ஆராய்ந்து செய்தலும், எதனையும் ஐயத்திற்கு இடமில்லாமல் துணிவாக உரைப்பதிலும் வல்லவனே அமைச்சனாவான்.

635. அறத்தை அறிந்தவனாக, அறிவு நிறைந்து அமைந்த சொற்செல்வனாய், எக்காலத்திலும் செயலாற்றும் திறன் அறிந்தவனாய் உள்ளவனே ஆராய்ந்து கூறும் துணையாவான்.

636. இயற்கையான நுண்ணறிவும் அதனோடு சேர்ந்த நூலறிவும் ஒருங்கே உடையவரான அமைச்சர்களின் எதிராக எந்த நுட்பமான சூழ்ச்சிகளும் நிற்க முடியாமல் போய்விடும்.

637. செயலைச் செய்யும் வகைகளை நூலறிவால் அறிந்திருந்த போதிலும் உலகத்தில் நடைமுறை இயல்பை அறிந்து அதனோடு பொருந்துமாறு முறையாகச் செய்ய வேண்டும்.

638. அறிந்து சொல்பவரின் அறவுரைகளை ஏற்றுக்கொள்ளா மலும் தானும் அறிவற்ற அரசனானாலும் அவனுக்கும் உறுதி யானவற்றை எடுத்துக் கூறுதல் அமைச்சரது கடமையாகும்.

639. அருகில் இருந்தவாறே தன் அரசனுக்குத் தவறான வழியைக் கூறுகின்ற அமைச்சரைவிட எழுபது கோடி பகைவர்கள் பக்கத்தில் இருந்தாலும் நன்மை தரத்தக்கதாகும்.

640. முறையாக ஆராய்ந்து அறிந்து உணர்ந்தபோதிலும் செயல்திறன் அற்ற அமைச்சர்கள் குறையானவைகளையே செய்வர்.

65. சொல்வன்மை

நாநலம் என்னும் நலனுடைமை அந்நலம்
யாநலத்து உள்ளதூஉம் அன்று. 641

ஆக்கமும் கேடும் அதனால் வருதலால்
காத்தோம்பல் சொல்லின்கண் சோர்வு. 642

கேட்டார்ப் பிணிக்குந் தகையவாய்க் கேளாரும்
வேட்ப மொழிவதாம் சொல். 643

திறனறிந்து சொல்லுக சொல்லை அறனும்
பொருளும் அதனினூங்கு இல். 644

சொல்லுக சொல்லைப் பிறிதோர்சொல் அச்சொல்லை
வெல்லுஞ்சொல் இன்மை அறிந்து. 645

வேட்பத்தாம் சொல்லிப் பிறர்சொல் பயன்கோடல்
மாட்சியின் மாசற்றார் கோள். 646

சொலல்வல்லன் சோர்விலன் அஞ்சான் அவனை
இகல்வெல்லல் யார்க்கும் அரிது. 647

விரைந்து தொழில்கேட்கும் ஞாலம் நிரந்தினிது
சொல்லுதல் வல்லார்ப் பெறின். 648

பலசொல்லக் காமுறுவர் மன்ற மாசற்ற
சிலசொல்லல் தேற்றா தவர். 649

இணரூழ்த்தும் நாறா மலரனையர் கற்றது
உணர விரித்துரையா தார். 650

சொல்வன்மை

641. நாவன்மையாகிய நலம் பெற்றிருப்பது ஒரு தனிச் சிறப்பாகும்; அந்தச் சிறப்பு மற்றெந்தச் சிறப்பினுள்ளும் அடங்குவது அன்று.

642. மேன்மையும் கெடுதியும் சொல்கின்ற சொல்லால் வருவதால் சொல்லிலே சோர்வு உண்டாகாதபடி ஒருவன் தன்னைக் காத்துக்கொள்ள வேண்டும்.

643. சொல்லும்போது கேட்பவர் உள்ளத்தைத் தன்வயப் படுத்தும் பண்புகளுடன், கேட்காதவரும் கேட்பதற்கு விருப்பப்படும் வகையிலும் சொல்லப்படுவதே சிறந்த சொல்வன்மை ஆகும்.

644. சொல்லின் திறத்தை அறிந்து எந்தச் சொல்லையும் சொல்ல வேண்டும்; அத்தகைய சொல்வன்மையைவிட மேலான அறமும் பொருளும் இல்லை.

645. தாம் சொல்ல நினைத்த சொல்லை வெல்லக் கூடிய மற்றொரு சொல் இல்லை என்பதை நன்றாக அறிந்த பின்னரே சொல்லக் கருதியதைச் சொல்ல வேண்டும்.

646. தாம் சொல்லும்போது பிறர் விரும்புமாறு சொல்லிப் பிறர் சொல்லும்போது அச் சொல்லின் பயனை ஆராய்ந்து ஏற்றுக் கொள்ளுதல் மாசற்ற சிறப்புடையவரின் கொள்கையாகும்.

647. தான் கருதியவற்றை நன்கு சொல்ல வல்லவனாய், சொல்லும்போது சோர்வு இல்லாதவனாய், அவைக்கு அஞ்சாதவனாய் உள்ள ஒருவனை மாறுபாட்டால் வெல்வது எவர்க்குமே அருமையாகும்.

648. கருத்துகளை ஒழுங்காக வரிசைப்படுத்தி இனிமையாகச் சொல்ல வல்லவர்களைப் பெற்றால் இவ்வுலகம் விரைந்து அவர்களுடைய ஏவலைக் கேட்டு நிற்கும்.

649. குறையில்லாத சில சொற்களாலே தம் கருத்தை விளக்கிச் சொல்வதற்கு அறியாதவர்களே உண்மையாகவே பல சொற்களைச் சொல்லுவதற்கு எப்போதும் விரும்புவர்.

650. தாம் கற்ற நூற்பொருளைப் பிறர் உணருமாறு விளக்கிச் சொல்லத் தெரியாதவர் கொத்தாக மலர்ந்திருந்தபோதிலும் மணம் கமழாத மலரைப் போன்றவர்கள் ஆவர்.

66. வினைத்தூய்மை

துணைநலம் ஆக்கம் தரூஉம் வினைநலம்
வேண்டிய எல்லாம் தரும். 651

என்றும் ஒருவுதல் வேண்டும் புகழொடு
நன்றி பயவா வினை. 652

ஓஒதல் வேண்டும் ஒளிமாழ்கும் செய்வினை
ஆஅதும் என்னு மவர். 653

இடுக்கண் படினும் இளிவந்த செய்யார்
நடுக்கற்ற காட்சி யவர். 654

எற்றென்று இரங்குவ செய்யற்க செய்வானேல்
மற்றன்ன செய்யாமை நன்று. 655

ஈன்றாள் பசிகாண்பான் ஆயினும் செய்யற்க
சான்றோர் பழிக்கும் வினை. 656

பழிமலைந்து எய்திய ஆக்கத்தின் சான்றோர்
கழிநல் குரவே தலை. 657

கடிந்த கடிந்தொரார் செய்தார்க்கு அவைதாம்
முடிந்தாலும் பீழை தரும். 658

அழக்கொண்ட எல்லாம் அழப்போம் இழப்பினும்
பிற்பயக்கும் நற்பா லவை. 659

சலத்தாற் பொருள்செய்தே மார்த்தல் பசுமண்
கலத்துள்நீர் பெய்திரீஇ யற்று. 660

வினைத்தூய்மை

651. துணைவர்களால் உண்டாகும் நன்மை செல்வத்தை மட்டுமே கொடுக்கும்; செய்யும் செயலின் செம்மையோ ஒருவன் விரும்பும் எல்லாவற்றையும் நல்கும்.

652. புகழையும் அறத்தையும் தராத தூய்மையற்ற செயல்களை எக்காலத்திலும் ஒருவன் செய்யாமல் விட்டொழிக்க வேண்டும்.

653. மேன்மேலும் உயர்வதற்கு எண்ணுவோர் தம்முடைய புகழ் கெடுவதற்குக் காரணமான எந்த ஒரு செயலையும் எப்போதும் செய்யாமல் இருக்கவேண்டும்.

654. கலக்கம் இல்லாத அறிவை உடையவர்கள் தாம் துன்பத் திற்கு உட்பட நேர்ந்த காலத்திலும் இழிவான செயல்கள் எதனையுமே செய்யார்.

655. பின்னர் நினைந்து வருந்துவதற்குக் காரணமான செயல் களைச் செய்தல் கூடாது! ஒருகால் தவறிச் செய்தாலும் மீண்டும் அத்தன்மையானவற்றைச் செய்யாதிருத்தல் நன்று.

656. தன்னைப் பெற்ற அன்னையின் பசித் துன்பத்தைக் கண்ணால் கண்டு வருந்த நேர்ந்தாலும் சான்றோர்கள் பழிப் பதற்குக் காரணமான இழிவான செயல்கள் ஒருவன் செய்தல் கூடாது.

657. பழியை மேற்கொண்டு இழிதொழில் செய்து பெறும் செல்வப் பெருக்கத்தைவிடச் சான்றோர் செயல் தூய்மையோடிருந்து அடையும் பொல்லாத வறுமையே சிறந்தது.

658. ஆகாதவை எனச் சான்றோர்களால் விலக்கப்பட்ட செயல்களைக் கடிந்து ஒதுக்காமல் செய்தவர்க்கும் அவை நிறைவேறினாலும் துன்பத்தையே தரும்.

659. பிறர் வருந்துமாறு செய்து பெற்ற பொருள் எல்லாம் பெற்றவன் அழும்படியாகச் செய்து அகன்று விடும்; நல்வழியில் வந்தவற்றை இழந்தாலும் பின்னர் பயன் தரும்.

660. வஞ்சனையான வழியில் பொருளைச் சேர்த்து ஒருவனைக் காப்பாற்றுதல் என்பது பச்சை மண்ணாலான கலத்தினுள் நீரைப் பெய்து அதனைக் காப்பாற்றி வைத்தாற் போன்றது.

67. வினைத்திட்பம்

வினைத்திட்பம் என்பது ஒருவன் மனத்திட்பம்
மற்றைய எல்லாம் பிற. 661

ஊறொரால் உற்றபின் ஒல்காமை இவ்விரண்டின்
ஆறென்பர் ஆய்ந்தவர் கோள். 662

கடைக்கொட்கச் செய்தக்க தாண்மை இடைக்கொட்கின்
எற்றா விழுமந் தரும். 663

சொல்லுதல் யார்க்கும் எளிய அரியவாம்
சொல்லிய வண்ணம் செயல். 664

வீறெய்தி மாண்டார் வினைத்திட்பம் வேந்தன்கண்
ஊறெய்தி உள்ளப் படும். 665

எண்ணிய எண்ணியாங்கு எய்துப எண்ணியார்
திண்ணிய ராகப் பெறின். 666

உருவுகண்டு எள்ளாமை வேண்டும் உருள்பெருந்தேர்க்கு
அச்சாணி அன்னார் உடைத்து. 667

கலங்காது கண்ட வினைக்கண் துளங்காது
தூக்கங் கடிந்து செயல். 668

துன்பம் உறவரினும் செய்க துணிவாற்றி
இன்பம் பயக்கும் வினை. 669

எனைத்திட்பம் எய்தியக் கண்ணும் வினைத்திட்பம்
வேண்டாரை வேண்டாது உலகு. 670

வினைத்திட்பம்

661. மேற்கொண்ட செயலைச் செம்மையாக முடிக்கும் திறமை என்பது மனவலிமையாகும்; பிற வலிமைகள் யாவும் வேறானவை.

662. இடையூறு வருவதற்கு முன்பாகவே விலக்கிக் கொள்ளலும், வந்தபின் மனம் தளராமையும் ஆகிய இந்த இரண்டினது வழியே வினைத்திட்பம்பற்றி ஆராய்ந்தவரின் கொள்கையாகும்.

663. செய்யும் செயலை முடிவில் வெளிப்படும்படியாகச் செய்யும் தகுதியே ஆண்மையாகும்; இடையில் வெளிப்பட்டால் அது தீராத துன்பத்தையே விளைவிக்கும்.

664. 'இச்செயலை இப்படியெல்லாம் செய்து முடிக்கலாம்' என்று சொல்லுதல் எவர்க்கும் எளியது; சொல்லியபடி செய்து முடித்தல் மிகவும் அரியது.

665. செயல்திறனால் சிறந்த மனஉறுதி கொண்டு உயர்ந்தவரின் வினைத் திட்பம் நாடாளும் வேந்தனிடமும் சென்று பதிந்து பலராலும் நன்கு மதிக்கப்படும்.

666. ஒரு செயலை எண்ணியவர் தாம் எண்ணியபடியே செயல் ஆற்றுவதிலும் உறுதி உடையவர்களானால், நினைத்ததை நினைத்தவாறே செய்து வெற்றியடைவர்.

667. உருளுகின்ற பெரிய தேருக்கு அச்சில் நின்று தாங்கும் சிறிய ஆணி போன்றவர்கள் உலகில் உள்ளனர்; அதனால், ஒருவரது உருவத்தின் சிறுமையைக் கண்டு இகழ்தல் கூடாது.

668. மனம் கலங்காமல் ஆராய்ந்து துணிந்து மேற்கொண்ட செயலைச் சோர்வடையாமல், காலம் தாழ்த்தாமல் ஈடுபட்டு விரைவாகச் செய்து முடிக்க வேண்டும்.

669. இறுதியில் இன்பம் பயக்கும் தொழிலைச் செய்யும்போது முதலில் துன்பங்களால் வருத்தம் அடைய நேர்ந்தாலும் அதனை மனத்துணிவுடன் செய்து முடிக்க வேண்டும்.

670. வேறு எத்தகைய வகையில் உறுதி உடையவராக இருந்தாலும், செய்யும் தொழிலில் மனவுறுதி இல்லாதவரை உலகம் மதியாது; சிறந்தோராகவும் ஏற்காது.

68. வினைசெயல்வகை

சூழ்ச்சி முடிவு துணிவெய்தல் அத்துணிவு
தாழ்ச்சியுள் தங்குதல் தீது. 671

தூங்குக தூங்கிச் செயற்பால தூங்கற்க
தூங்காது செய்யும் வினை. 672

ஒல்லும்வா யெல்லாம் வினைநன்றே ஒல்லாக்கால்
செல்லும்வாய் நோக்கிச் செயல். 673

வினைபகை என்றிரண்டின் எச்சம் நினையுங்கால்
தீயெச்சம் போலத் தெறும். 674

பொருள்கருவி காலம் வினையிடனொடு ஐந்தும்
இருள்தீர எண்ணிச் செயல். 675

முடிவும் இடையூறும் முற்றியாங்கு எய்தும்
படுபயனும் பார்த்துச் செயல். 676

செய்வினை செய்வான் செயல்முறை அவ்வினை
உள்ளறிவான் உள்ளம் கொளல். 677

வினையால் வினையாக்கிக் கோடல் நனைகவுள்
யானையால் யானையாத் தற்று. 678

நட்டார்க்கு நல்ல செயலின் விரைந்ததே
ஒட்டாரை ஒட்டிக் கொளல். 679

உறைசிறியார் உள்நடுங்கல் அஞ்சிக் குறைபெறின்
கொள்வர் பெரியார்ப் பணிந்து. 680

வினைசெயல்வகை

671. ஒரு செயலை ஆராய்ந்து எண்ணுவதற்கு முடிவு மனத் துணிவு கொள்வதேயாகும்; அவ்வாறு துணிவு கொண்டபின் காலம் தாழ்த்துவது குற்றமாகும்.

672. காலம் தாழ்த்திச் செய்யத்தக்கவற்றைக் காலம் தாழ்த்தியே செய்தல் வேண்டும்; காலம் கடத்தாமல் செய்ய வேண்டியவற்றை விரைந்து செய்தல் வேண்டும்.

673. இயலுமிடங்களில் எல்லாம் செயலைச் செய்து முடித்தல் நல்லது; இயலாத நிலையில் அதை முடிப்பதற்கேற்ற வழிகளை ஆராய்ந்த பின்பே செய்ய வேண்டும்.

674. செய்யத் தொடங்கிய தொழில், ஒழிக்கும் பகை, இவ் விரண்டின் எச்சம் ஆராய்ந்து நோக்கின், தீயின் எச்சம்போல் பெருகிப் பெருங்கேடு விளைவிக்கும்.

675. வேண்டிய பொருள், ஏற்ற கருவிகள், தக்க காலம், மேற்கொண்ட தொழில், உரிய இடம் ஆகிய ஐந்தினையும் மயக்கம் இல்லாமல் ஆராய்ந்து கொண்ட பின்னரே செய்ய வேண்டும்.

676. செயலை முடிக்கும் வகையும், வரக் கூடிய இடையூறும், முடிந்த பின்னர் அடையும் பெரும் பயனையும் ஆராய்ந்தே ஒரு செயலைச் செய்ய வேண்டும்.

677. செயலைச் செய்கின்றவன் செய்யவேண்டிய முறை, அந்தச் செயலின் உண்மையான இயல்பினை அறிந்தவனுடைய கருத்தைத் தான் ஏற்றுக்கொள்வதாகும்.

678. மதநீரால் கன்னம் நனையும் யானையைக் கொண்டு வேறொரு யானையைக் கட்டுதல்போல, பழகிய செயலின் அறிவைக் கொண்டே பிற செயல்களையும் செய்தல் வேண்டும்.

679. மாறுபட்டவரையும் தம்முடன் பொருந்துமாறு சேர்த்துக் கொள்ளல், நண்பர்க்கு உதவியானவற்றைச் செய்வதைவிட மிகவும் விரைவாகச் செய்வதற்கு உரியதாகும்.

680. ஒன்றைச் செய்யும் வல்லமை இல்லாதவர், தம்மைச் சார்ந்துள்ளவர் நடுங்குவதற்காகத் தாம் அஞ்சி, வேண்டியது கிடைக்குமானால் வலிமை மிக்கவரைப் பணிந்தும் ஏற்றுக் கொள்வர்.

69. தூது

அன்புடைமை ஆன்ற குடிப்பிறத்தல் வேந்தவாம்
பண்புடைமை தூதுரைப்பான் பண்பு. 681

அன்பறிவு ஆராய்ந்த சொல்வன்மை தூதுரைப்பார்க்கு
இன்றி யமையாத மூன்று. 682

நூலாருள் நூல்வல்லன் ஆகுதல் வேலாருள்
வென்றி வினையுரைப்பான் பண்பு. 683

அறிவுரு ஆராய்ந்த கல்விஇம் மூன்றன்
செறிவுடையான் செல்க வினைக்கு. 684

தொகச்சொல்லித் தூவாத நீக்கி நகச்சொல்லி
நன்றி பயப்பதாம் தூது. 685

கற்றுக்கண் அஞ்சான் செலச்சொல்லிக் காலத்தால்
தக்கது அறிவதாம் தூது. 686

கடனறிந்து காலம் கருதி இடனறிந்து
எண்ணி உரைப்பான் தலை. 687

தூய்மை துணைமை துணிவுடைமை இம்மூன்றின்
வாய்மை வழியுரைப்பான் பண்பு. 688

விடுமாற்றம் வேந்தர்க்கு உரைப்பான் வடுமாற்றம்
வாய்சோரா வன்க ணவன். 689

இறுதி பயப்பினும் எஞ்சாது இறைவற்கு
உறுதி பயப்பதாம் தூது. 690

தூது

681. அன்பு உடையவனாதல், உயர்ந்த குடிப்பிறப்பு உடையவனாதல், வேந்தன் விரும்புகின்ற பண்பு உடையவனாதல் ஆகிய இவை தூது உரைப்பவனுடைய தகுதிகளாகும்.

682. அன்பு, அறிவு, ஆராய்ந்து சொல்கின்ற சொல்வன்மை ஆகிய இவை தூது உரைப்பவர்க்கு இன்றியமையாத மூன்று தகுதிகளாகும்.

683. வேற்றரசனிடம் சென்று தன் அரசனுடைய வெற்றிக்குக் காரணமான செயலைப்பற்றித் தூது உரைப்பவனின் திறம் அரசியல் நூல்கள் அறிந்தவருள் தான் வல்லவனாக விளங்குதல் ஆகும்.

684. இயல்பாக அமைந்த நுண்ணறிவு, விரும்பத்தக்க தோற்றம், ஆராய்ந்து பெற்ற கல்வி என்ற இம்மூன்றின் செறிவையுடையவனே தூது உரைக்கும் செயலுக்குத் தகுதியானவன்.

685. விரிக்காமல் தொகுத்துச் சொல்லியும், அவற்றுள் பயனற்றவை களை நீக்கியும், கேட்கும் மாற்றார் மகிழுமாறு சுவை படச் சொல்லியும் தன் தலைவனுக்குநன்மை விளைவிப்பவனே தூதன் ஆவான்.

686. கற்பனவற்றைக் கற்று, பிறரது பகையான கடும் பார் வைக்கு அஞ்சாமல், கேட்பவர் உள்ளத்தில் பதியுமாறு சொல்லிக் காலத்தோடு பொருந்துவதை அறிபவனே தூதன் ஆவான்.

687. தன் கடமை இன்னது என்பதைத் தெளிவாக அறிந்து, நிறைவேற்றும் காலத்தையும் கருத்திற் கொண்டு, ஏற்ற இடத்தையும் அறிந்து, நன்றாகச் சிந்தித்துச் சொல்பவனே சிறந்த தூதன் ஆவான்.

688. ஒழுக்கத்தில் தூய்மையும், தக்க துணைவரை உடைமையும், மனதில் துணிவு உடைமையும் ஆகிய இம் மூன்றினையும் வாய்த்திருப்பவனாக விளங்குதலே தூதனின் தகுதியாகும்.

689. வாய்சோர்ந்தும் வடுப்படுஞ் சொற்களைச் சொல்லாத உறுதி உடையவனே அரசன் சொல்லியனுப்பிய சொற்களை மாற்றரசனுக்கு உரைக்கும் தகுதியுடையவன்.

690. தனக்கு அழிவையே தருவதாக இருந்தாலும் அதற்கு அஞ்சி தன் கடமையில் குறைவுபடாமல் தன் அரசனுக்கு நன்மை உண்டாகுமாறு செய்கின்றவனே தூதன் ஆவான்.

70. மன்னரைச் சேர்ந்தொழுகல்

அகலாது அணுகாது தீக்காய்வார் போல்க
இகல்வேந்தர்ச் சேர்ந்தொழுகு வார். 691

மன்னர் விழைப விழையாமை மன்னரான்
மன்னிய ஆக்கம் தரும். 692

போற்றின் அரியவை போற்றல் கடுத்தபின்
தேற்றுதல் யார்க்கும் அரிது. 693

செவிச்சொல்லும் சேர்ந்த நகையும் அவித்தொழுகல்
ஆன்ற பெரியா ரகத்து. 694

எப்பொருளும் ஓரார் தொடரார்மற் றப்பொருளை
விட்டக்கால் கேட்க மறை. 695

குறிப்பறிந்து காலம் கருதி வெறுப்பில
வேண்டுப வேட்பச் சொலல். 696

வேட்பன சொல்லி வினையில எஞ்ஞான்றும்
கேட்பினும் சொல்லா விடல். 697

இளையர் இனமுறையர் என்றிகழார் நின்ற
ஒளியோடு ஒழுகப் படும். 698

கொளப்பட்டேம் என்றெண்ணிக் கொள்ளாத செய்யார்
துளக்கற்ற காட்சி யவர். 699

பழையம் எனக்கருதிப் பண்பல்ல செய்யும்
கெழுதகைமை கேடு தரும். 700

மன்னரைச் சேர்ந்தொழுகல்

691. வலிமையுள்ள அரசரைச் சேர்ந்து வாழ்கின்றவர் அவரை விட்டு மிகவும் நீங்காமலும் மிகவும் அணுகாமலும் நெருப்பில் குளிர் காய்பவரைப் போலப் பழகி வரவேண்டும்.

692. மன்னர் விரும்புகின்றவற்றைத் தாம் விரும்பாமலிருந்தால் அவரைச் சார்ந்திருப்பவர்கட்கு அம் மன்னராலே நிலையான ஆக்கத்தைப் பெற்றுத் தரும்.

693. அமைச்சர் தம்மைக் காத்துக் கொள்ள விரும்பினால் பொறுத்தற்கு அரிய தவறுகள் நேராமல் காத்துக் கொள்ள வேண்டும்; ஐயுற்று அரசன் சினம் கொண்டால் அவரைத் தெளிவித்தல் எவர்க்கும் முடியாது.

694. பெரியவர்கள் குழுமியுள்ள அரசவையில் இருக்கும் போது ஒருவன் மற்றொருவனிடம் காதோடு காதாக நெருங்கிப் பேசுதலும், உடன் சேர்ந்து நகைத்தலும் செய்யாமல் ஒழுக வேண்டும்.

695. அரசர் மறைபொருள் பேசும்போது உற்றுக் கேளாமலும், தொடர்பாக எதுவும் வினவாமலும் இருந்து அவரே அதனைச் சொல்லும்போது மட்டிலும் கேட்டறிய வேண்டும்.

696. அரசருடைய உள்ளக்குறிப்பை அறிந்து, தக்க காலத்தை யும் கருத்தில் கொண்டு, வெறுப்பில்லாதவற்றையும் விருப்பமான வற்றையும் அவர் விரும்பிக் கேட்குமாறு சொல்ல வேண்டும்.

697. அரசர் விரும்புகின்றவற்றை மட்டிலும் அவரிடம் சொல்லி பயனில்லாதவற்றை அவரே கேட்டபோதிலும் எப்போதும் சொல்லாமல் கைவிடுதலும் வேண்டும்.

698. 'இளையர்' எனக் கருதியோ, 'இன்னமுறை' எனக் கருதியோ இகழாமல் அரசருடைய நிலைக்கு ஏற்றவாறு அமைந்த புகழுடன் பொருந்த நடந்துகொள்ள வேண்டும்.

699. அசைவற்ற தெளிந்த அறிவினையுடையவர் தாம் அரசரால் விரும்பப்பட்டவராகக் கருதிக்கொண்டு அவர் விரும்பாத செயல் களைச் செய்யமாட்டார்கள்.

700. 'யாம் அரசர்க்கு மிகப் பழைய காலத் தொடர்புடையோம்' என நினைத்துத் தகுதி அல்லாதனவற்றைச் செய்பவரின் நெருக்க மான உரிமை அவனுக்கே கேட்டை விளைவிக்கும்.

71. குறிப்பறிதல்

கூறாமை நோக்கிக் குறிப்பறிவான் எஞ்ஞான்றும்
மாறாநீர் வையக்கு அணி. 701

ஐயப் படாஅது அகத்தது உணர்வானைத்
தெய்வத்தோ டொப்பக் கொளல். 702

குறிப்பிற் குறிப்புணர் வாரை உறுப்பினுள்
யாது கொடுத்தும் கொளல். 703

குறித்தது கூறாமைக் கொள்வாரோ டேனை
உறுப்போ ரனையரால் வேறு. 704

குறிப்பிற் குறிப்புணரா வாயின் உறுப்பினுள்
என்ன பயத்தவோ கண். 705

அடுத்தது காட்டும் பளிங்குபோல் நெஞ்சம்
கடுத்தது காட்டும் முகம். 706

முகத்தின் முதுக்குறைந்தது உண்டோ உவப்பினும்
காயினும் தான்முந் துறும். 707

முகம்நோக்கி நிற்க அமையும் அகம்நோக்கி
உற்ற துணர்வார்ப் பெறின். 708

பகைமையுங் கேண்மையும் கண்ணுரைக்கும் கண்ணின்
வகைமை உணர்வார்ப் பெறின். 709

நுண்ணியம் என்பார் அளக்குங்கோல் காணுங்கால்
கண்ணல்லது இல்லை பிற. 710

குறிப்பறிதல்

701. ஒருவர் சொல்வதன் முன்பதாகவே அவருடைய முகத்தை நோக்கி அவர் கருதிய குறிப்பை அறியக் கூடியவன் வற்றாத கடலால் சூழப்பெற்றுள்ள உலகத்திற்கே ஓர் அணிகலன் ஆவான்.

702. சிறிதும் ஐயப்படாத வகையில் பிறர் உள்ளத்திலுள்ள எண்ணங்களை உணர்ந்துகொள்ளக் கூடியவனை (அவன் மனிதனே ஆனாலும்) தெய்வத்தோடு ஒப்பாகக் கொள்ள வேண்டும்.

703. ஒருவரது முகக்குறிப்பினாலேயே அவரது உள்ளக்குறிப்பை உணரவல்லவரை நமது உறுப்புகளுள் எதனைக் கொடுத்தேனும் துணையாக்கிக் கொள்ள வேண்டும்.

704. ஒருவன் மனத்தில் கருதியதை அவன் சொல்வதற்கு முன்பாகவே அறிந்துகொள்ள வல்லவரோடு மற்றவர் உறுப்பால் ஒத்தவராக இருந்தாலும் அறிவால் வேறுபட்டவர் ஆவர்.

705. ஒருவர் ஒரு கருத்தைக் குறிப்பாற் காட்டியபோது அதனை உணராமல் இருந்தால் உடலுறுப்புகளுள் கண்கள் என்ன பயனைச் செய்வதாகுமோ ?

706. தன்னை அடுத்திருக்கும் ஒரு பொருளின் உருவத்தைத் தன்னிடம் காட்டும் பளிங்குபோல் ஒருவர் நெஞ்சத்தில் மிகுந்துள்ளதை அவருடைய முகம் தெளிவாகக் காட்டிவிடும்.

707. ஒருவனுடைய உள்ளம் மகிழ்ந்தாலும் சினந்தாலும் அவனுடைய முகம் முற்பட்டு அதைத் தெரிவித்து விடும்; முகத்தைவிட அறிவால் மிக்கது வேறு ஒன்று உண்டோ ?

708. உள்ளக் குறிப்பை நோக்கி உற்றதை உணர வல்ல ஒருவரைத் துணையாகப் பெற்றால், அவர் எதிரே நின்றாலே போதும்; எதுவும் சொல்ல வேண்டா.

709. கண்பார்வையால் கருத்தை வகைப்படுத்தி உணர்பவரைத் துணையாகப் பெற்றால் ஒருவரது பகைமையையும் நட்பையும் அவரது கண்களே நமக்கு உணர்த்திவிடும்.

710. 'நுண்ணறிவுடையோர் யாம்' என்பவர் பிறரை அளந்தறியும் அளவுகோல் யாதென ஆராயுங் காலத்து, அப்பிறரது கண்களே அல்லாமல் பிற உறுப்புகள் யாதும் இல்லை.

72. அவை அறிதல்

அவையறிந்து ஆராய்ந்து சொல்லுக சொல்லின்
தொகையறிந்த தூய்மை யவர். 711

இடைதெரிந்து நன்குணர்ந்து சொல்லுக சொல்லின்
நடைதெரிந்த நன்மை யவர். 712

அவையறியார் சொல்லல்மேற் கொள்பவர் சொல்லின்
வகையறியார் வல்லதூஉம் இல். 713

ஒளியார்முன் ஒள்ளிய ராதல் வெளியார்முன்
வான்சுதை வண்ணம் கொளல். 714

நன்றென்ற வற்றுள்ளும் நன்றே முதுவருள்
முந்து கிளவாச் செறிவு. 715

ஆற்றின் நிலைதளர்ந் தற்றே வியன்புலம்
ஏற்றுணர்வார் முன்னர் இழுக்கு. 716

கற்றறிந்தார் கல்வி விளங்கும் கசடறச்
சொல்தெரிதல் வல்லார் அகத்து. 717

உணர்வது உடையார்முன் சொல்லல் வளர்வதன்
பாத்தியுள் நீர்சொரிந் தற்று. 718

புல்லவையுள் பொச்சாந்தும் சொல்லற்க நல்லவையுள்
நன்கு செலச்சொல்லு வார். 719

அங்கணத்துள் உக்க அமிழ்தற்றால் தங்கணத்தர்
அல்லார்முன் கோட்டி கொளல். 720

அவை அறிதல்

711. சொற்களின் தொகைபற்றி அறிந்த தூய அறிவுடையவர்கள் அவைக்களத்தின் தன்மை அறிந்து ஏற்ற சொற்களை ஆராய்ந்து சொல்வாராக.

712. சொற்களின் நடையை ஆராய்ந்தறிந்த நல்லறி வுடையவர்கள் தாமிருக்கும் அவையின் செவ்வியைத் தெரிந்து, சொல்லவேண்டியவற்றை நன்கு உணர்ந்து சொல்ல வேண்டும்.

713. அவையின் தன்மையை அறியாமல் சொல்லுதலை மேற்கொள்ளுகின்றவர் சொற்களின் வகையை அறியாதவர்கள்; அவர் சொல்ல வல்லதும் ஒன்றும் இல்லை.

714. அறிவினால் ஒளியுடையவரின் முன்பாகத் தாமும் அறிவிற் சிறந்தவராய்ப் பேசுதல் வேண்டும்; அறிவில்லாதவர்முன் தாமும் அறிவில்லாதவர்போல் இருந்துகொள்ள வேண்டும்.

715. அறிவு மிகுந்தவர்கள் குழுமியுள்ள அவையில் தாம் முந்திச் சென்று பேசாத அடக்கம், ஒருவனுக்கு நன்மை என்று சொல்லப்பட்டவை அனைத்திலும் சிறந்தது.

716. விரிந்த அறிவு நுட்பங்களை அறிந்து உணர்கின்றவர் களின்முன் சென்று பேசிக் குற்றப்படுதல், ஒழுக்கநெறியிலிருந்து நிலை தளர்ந்து கெடுவதைப் போன்றதாகும்.

717. குற்றமறச் சொற்களை ஆராய்வதில் வல்ல அறிஞரிடத்தில், பல நூல்களையும் கற்றறிந்தவரின் கல்வியறிவு மேலும் விளக்கம் பெற்றுத் தோன்றும்.

718. தாமே உணர்கின்ற தன்மை உடையவரின் முன்பாகக் கற்றவர் ஒன்றைச் சொல்லுதல் தானாக வளரும் பயிருள்ள பாத்தியினுள்ளே நீர் சொரிந்தாற்போன்றது.

719. நல்ல அறிஞரின் அவையில் நல்ல பொருளை நன்கு மனத்தில் பதியுமாறு சொல்ல வல்லவர்கள், அறிவற்றவரின் கூட்டத்தில் மறந்தும் பேசாதிருக்க வேண்டும்.

720. நல்லார் தம் இனத்தவர் அல்லாதவரின் கூட்டத்தின் முன் ஒரு பொருள்பற்றிப் பேசுதல் தூய்மையில்லாத முற்றத்தின்கண் சிந்திய அமிழ்தம் போன்றது.

73. அவை அஞ்சாமை

வகையறிந்து வல்லவை வாய்சோரார் சொல்லின்
தொகையறிந்த தூய்மை யவர். 721

கற்றாருள் கற்றார் எனப்படுவர் கற்றார்முன்
கற்ற செலச்சொல்லு வார். 722

பகையகத்துச் சாவார் எளியர் அரியர்
அவையகத்து அஞ்சா தவர். 723

கற்றார்முன் கற்ற செலச்சொல்லித் தாம்கற்ற
மிக்காருள் மிக்க கொளல். 724

ஆற்றின் அளவறிந்து கற்க அவையஞ்சா
மாற்றம் கொடுத்தற் பொருட்டு. 725

வாளொடென் வன்கண்ணர் அல்லார்க்கு நூலொடென்
நுண்ணவை அஞ்சு பவர்க்கு. 726

பகையகத்துப் பேடிகை ஒள்வாள் அவையகத்து
அஞ்சு மவன்கற்ற நூல். 727

பல்லவை கற்றும் பயமிலரே நல்லவையுள்
நன்கு செலச்சொல்லா தார். 728

கல்லா தவரின் கடையென்ப கற்றறிந்தும்
நல்லார் அவையஞ்சு வார். 729

உளரெனினும் இல்லாரொடு ஒப்பர் களன்அஞ்சிக்
கற்ற செலச்சொல்லா தார். 730

அவை அஞ்சாமை

721. சொற்களின் தொகைபற்றி நன்கு அறிந்த தூய அறிவுடையவர்கள் அவையின் தன்மையை அறிந்து வல்லவரின் அவையில் அச்சத்தால் வாய்சோர்ந்து பிழைபடப் பேசமாட்டார்கள்.

722. கற்றவரின்முன் தாம் கற்றவற்றை அவருடைய மனத்தில் பதியுமாறு சொல்லவல்லவர், கற்றவர் எல்லாரிலும் கற்றவர் என்று மதித்துப் புகழப்படுவர்.

723. பகைவர் உள்ள போர்க்களத்தில் அஞ்சாமல் சென்று சாகத் துணிந்தவர்கள் உலகில் பலர்; ஆனால், கற்றோர் அவைக் களத்தில் அஞ்சாமல் துணிவாகப் பேசவல்லவர்கள் சிலரே.

724. கற்றவரின்முன் தாம் கற்றவற்றை அவர்கள் மனம் கொள்ளும்படியாகச் சொல்லி மிகுதியாகக் கற்றவர்களிடம் தாமும் மிகுதியான கல்வியை அறிந்து கொள்ள வேண்டும்.

725. அவையில் எழும் வினாக்களுக்கு அஞ்சாமல் விடை யளிக்கும்பொருட்டு நூல்களைக் கற்கும் நெறியில் அளவை நூலை அறிந்து கற்க வேண்டும்.

726. அஞ்சாத வீரர் அல்லாத மற்றவர்க்கு அவர் ஏந்தியுள்ள வாளினால் என்ன பயன்? நுட்பமான அறிவுடையவர்களின் அவைக்கு அஞ்சுபவர்கட்கு நூலோடு என்ன தொடர்பு உண்டு?

727. அவையினிடத்தில் நின்று அஞ்சுகின்றவன் கற்ற நூல், பகைவரின் போர்க்களத்தில் அஞ்சுகின்ற பேடியின் கையில் ஏந்திய கூர்மையான வாள் போன்றது.

728. நல்ல அறிஞரின் அவையில் நல்ல பொருளைக் கேட்பவர் மனம் ஏற்றுக் கொள்ளும் வகையில் சொல்ல முடியாதவர் பலவகையான நூல்களைக் கற்றவராயினும் பயன் இல்லாதவரே.

729. நல்ல நூல்களைக் கற்றறிந்திருந்தாலும் நல்ல அறிஞரின் அவைக்கு அஞ்சுகின்றவர் கல்லாதவரைவிடக் கடைப்பட்டவர்கள் என்று கூறுவர்.

730. அவைக்களத்திற்கு அஞ்சித் தாம் கற்றவற்றைக் கேட்பவர் மனம் ஏற்றுக்கொள்ளும் வகையில் எடுத்துக் கூற முடியாதவர் உயிர்வாழ்கின்றவராயினும் இறந்தவர்க்கு ஒப்பாவர்.

74. நாடு

தள்ளா விளையுளும் தக்காரும் தாழ்விலாச்
செல்வரும் சேர்வது நாடு. 731

பெரும்பொருளால் பெட்டக்க தாகி அருங்கேட்டான்
ஆற்ற விளைவது நாடு. 732

பொறையொருங்கு மேல்வருங்கால் தாங்கி இறைவற்கு
இறையொருங்கு நேர்வது நாடு. 733

உறுபசியும் ஓவாப் பிணியும் செறுபகையும்
சேரா தியல்வது நாடு. 734

பல்குழுவும் பாழ்செய்யும் உட்பகையும் வேந்தலைக்கும்
கொல்குறும்பும் இல்லது நாடு. 735

கேடறியாக் கெட்ட விடத்தும் வளங்குன்றா
நாடென்ப நாட்டின் தலை. 736

இருபுனலும் வாய்ந்த மலையும் வருபுனலும்
வல்லரணும் நாட்டிற்கு உறுப்பு. 737

பிணியின்மை செல்வம் விளைவின்பம் ஏமம்
அணியென்ப நாட்டிற்கிவ் வைந்து. 738

நாடென்ப நாடா வளத்தன நாடல்ல
நாட வளந்தரு நாடு. 739

ஆங்கமை வெய்தியக் கண்ணும் பயமின்றே
வேந்தமை வில்லாத நாடு. 740

நாடு

731. குறையாத விளைபொருளும் தக்க அறிஞரும் கேடில்லாத செல்வம் உடையவரும் ஒன்று சேர்ந்திருப்பதே நல்ல நாடாகும்.

732. மிக்க பொருள் உடையதாயும், அனைவராலும் விரும்பத் தக்கதாயும், கேடுகள் இல்லாததாயும் மிகுதியான விளைபொருள் உள்ளதாயும் திகழ்வதே நல்ல நாடாகும்.

733. வேறு நாட்டு மக்கள் குடியேறுவதில் சுமை ஒருசேரத் தன்மேல் வரும்போது தாங்கியும் தன் அரசனுக்குரிய திறைப் பொருள் முழுவதும் தரவல்லதுமானதே நல்ல நாடு.

734. மிக்க பசியும் ஓயாத நோயும் வெளியிலிருந்து வந்து தாக்கி அழிவு செய்யும் பகையும் தன்னிடம் சேராமல் இனிதாக நடைபெறுவதே நல்ல நாடாகும்.

735. பலவகையாகப் பிரிந்து இயங்கும் கூட்டங்களும், உடனிருந்தே அழிவு செய்யும் பகையும், வேந்தனை வருத்துகின்ற கொலை வெறியுள்ள குறுநில மன்னரும் இல்லாததே நல்ல நாடு.

736. பகைவரால் கெடுக்கப் படாததாயும் இயற்கையின் மாறுபாடுகளால் கெட்டவிடத்தும் வளம் குன்றாததாயும் உள்ள நாடுதான் நாடுகளுள் சிறந்த நாடு.

737. ஊற்று நீரும் மழை நீரும் ஆகிய இருவகை நீர் வளமும், தக்கவாறு வளமாய் அமைந்த மலையும், அந்த மலையிலிருந்து வரும் ஆற்றுநீர் வளமும், வலிய அரணும் நாட்டிற்குகந்த நல்லுறுப்புகளாகும்.

738. மக்கள் நோயில்லாதிருத்தல், செல்வம் உடைமை, விளைபொருள் பெருக்கம், இன்பம் தரும் கவின்கலைகள், நல்ல காவல் ஆகிய இந்த ஐந்தும் நாட்டிற்கு அழகு என்று கூறுவர்.

739. முயற்சிசெய்து வருந்தித் தேடாமல் தரும் வளத்தையுடைய நாடே நல்ல நாடு என்பர்; தேடி முயன்றால் வளம் தரும் நாடு சிறந்த நாடு ஆகாது.

740. மேற்கூறிய எல்லாம் சிறப்பாக அமைந்திருந்தபோதிலும் ஆட்சிபுரியும் அரசன் பொருத்தமில்லாமல் இருந்தால் அந்த நாடு பயனற்ற நாடாகும்.

75. அரண்

ஆற்று பவர்க்கும் அரண்பொருள் அஞ்சித்தற்
போற்று பவர்க்கும் பொருள். 741

மணிநீரும் மண்ணும் மலையும் அணிநிழல்
காடும் உடையது அரண். 742

உயர்வகலம் திண்மை அருமைஇந் நான்கின்
அமைவரண் என்றுரைக்கும் நூல். 743

சிறுகாப்பிற் பேரிடத்த தாகி உறுபகை
ஊக்கம் அழிப்பது அரண். 744

கொளற்கரிதாய்க் கொண்டகூழ்த் தாகி அகத்தார்
நிலைக்கெளிதாம் நீரது அரண். 745

எல்லாப் பொருளும் உடைத்தாய் இடத்துதவும்
நல்லாள் உடையது அரண். 746

முற்றியும் முற்றா தெறிந்தும் அறைப்படுத்தும்
பற்றற் கரியது அரண். 747

முற்றாற்றி முற்றி யவரையும் பற்றாற்றிப்
பற்றியார் வெல்வது அரண். 748

முனைமுகத்து மாற்றலர் சாய வினைமுகத்து
வீறெய்தி மாண்டது அரண். 749

எனைமாட்சித் தாகியக் கண்ணும் வினைமாட்சி
இல்லார்கண் இல்லது அரண். 750

அரண்

741. அறிவு, பெருமை, ஆண்மை என்ற மூவகை ஆற்றலும் உடையவராய்ப் போரிடவல்லவர்க்கும் அரண் சிறந்தது; படை எடுத்தவர்க்கு அஞ்சி, தன்னைப் புகலிடமாக அடைந்தவர்க்கும் அது சிறந்தது.

742. நீல மணிபோன்ற தெளிந்த நீரினை உடைய அகழியும், வெளியான நிலப்பரப்பும், உயரமான மலையும், அழகிய நிழலால் செறிந்த காடும் ஆகிய இவை நான்கும் உடையதே பாதுகாப்பான நல்ல அரண்.

743. உயரம், அகலம், உறுதி, பகைவரால் அழிக்க முடியாத அருமை ஆகிய நான்கும் சிறப்பாக அமைந்திருப்பதே அரண் என்று போரியல் நூல்கள் கூறும்.

744. காக்க வேண்டிய இடம் சிறிதாயும் மற்ற இடம் பெரிய பரப்புள்ளதாயும் தன்னை எதிர்த்துவந்த பகைவருடைய ஊக்கத்தை அழிக்க வல்லதாகவும் அமைந்திருப்பதே நல்ல அரண்.

745. பகைவரால் கைப்பற்றப்படுவதற்கு அரிதாயும், தன்னிடம் உணவுப் பொருள் கொண்டதாயும், உள்ளிருப்போர் போர் செய்யும் நிலைக்கு எளிதாயும் உள்ளதே நல்ல அரண்.

746. உள்ளே இருப்பவர்க்குத் தேவையான எல்லாப் பொருளும் உடையதாயும், போர் நெருக்கடியான நேரத்தில் உதவ வல்ல நல்ல வீரர்களைக் கொண்டதாயும் உள்ளதே நல்ல அரண்.

747. முற்றுகையிட்டும், முற்றுகை இடாமல் திடீரென்று தாக்கியும், வஞ்சனை செய்தும் பகைவரால் கைப்பற்ற முடியாத அருமையுடையது நல்ல அரண்.

748. வந்து சூழ்ந்துள்ள பகைவரது பெரும் படையையும் உள்ளிருப்போர் இடம் பெயராமல் நிலைத்து நின்றபடியே வெல்லும் அமைப்பு பொருந்தியதே நல்ல அரண்.

749. முற்றுகையிட்ட பகைவர்கள் போர் முனையின் முகப்பிலேயே அழியும்படியாக உள்ளிருப்பவர் போர்செயல் வகையால் வீறுபெற்றுச் சிறப்புடையதாய்த் திகழ்வது நல்ல அரண்.

750. எத்தகைய பாதுகாவலை உடையதாக இருந்தாலும் அரண் காக்கும் செயல்வகையால் சிறப்பு இல்லாத மறவர்கள் இல்லாதவிடத்து அரணும் பயனற்று அழிவெய்தும்.

76. பொருள் செயல்வகை

பொருளல் லவரைப் பொருளாகச் செய்யும்
பொருளல்லது இல்லை பொருள். 751

இல்லாரை எல்லாரும் எள்ளுவர் செல்வரை
எல்லாரும் செய்வர் சிறப்பு. 752

பொருளென்னும் பொய்யா விளக்கம் இருளறுக்கும்
எண்ணிய தேயத்துச் சென்று. 753

அறன்ஈனும் இன்பமும் ஈனும் திறனறிந்து
தீதின்றி வந்த பொருள். 754

அருளொடும் அன்பொடும் வாராப் பொருளாக்கம்
புல்லார் புரள விடல். 755

உறுபொருளும் உல்கு பொருளும்தன் ஒன்னார்த்
தெறுபொருளும் வேந்தன் பொருள். 756

அருளென்னும் அன்பீன் குழவி பொருளென்னும்
செல்வச் செவிலியால் உண்டு. 757

குன்றேறி யானைப்போர் கண்டற்றால் தன்கைத்தொன்று
உண்டாகச் செய்வான் வினை. 758

செய்க பொருளைச் செறுநர் செருக்கறுக்கும்
எஃகதனிற் கூரியது இல். 759

ஒண்பொருள் காழ்ப்ப இயற்றியார்க்கு எண்பொருள்
ஏனை இரண்டும் ஒருங்கு. 760

பொருள் செயல்வகை

751. ஒரு பொருளாக மதிப்பதற்குத் தகுதியல்லாதவரையும் பிறர் மதிக்கும்படியாகச் செய்யக்கூடிய பொருள் அல்லாமல் சிறப்புடைய பொருள் வேறு இல்லை.

752. பொருள் இல்லாத வறியரை (வேறு நன்மை பெற்றிருந்த போதிலும்) எல்லாரும் இகழ்வர்; பொருள் உடையவரையோ (எல்லாத் தீமையும் உடையவராயினும்) சிறப்புச் செய்து போற்றுவர்.

753. 'பொருள்' என்று கூறப்பெறும் நந்தா விளக்கு தன்னை உடையவர் எண்ணிய இடங்களுக்குச் சென்று அவர் பகையாகிய இருளைப் போக்கும் ஆற்றல் உடையது.

754. தீமை ஒன்றும் இல்லாமல் பொருள் தேடும் திறம் அறிந்து வந்தடைந்த பொருள் ஒருவனுக்கு அறத்தையும் இன்பத்தையும் ஒருங்கே கொடுக்கும்.

755. அருளோடும் அன்போடும் பொருந்தி வராத வழிகளில் வந்தடைந்த பொருட் பெருக்கத்தைத் தீமையானது என்று விலக்கி விடவேண்டும்.

756. உடையவர் இல்லாததாலே வந்து சேரும் பொருளும், சுங்க வரியாக வந்து சேரும் பொருளும் பகைவரை வென்று திறையாகப் பெறும் பொருளும் வேந்தனின் உரிமைப் பொருளாகும்.

757. 'அன்பு' என்னும் அன்னை பெற்றெடுத்த 'அருள்' என்று கூறப்பெறும் குழந்தை, 'பொருள்' என்று கூறப்பெறும் செல்வம் படைத்த செவிலித் தாயால் வளர்வதாகும்.

758. தன் கைப்பொருள் ஒன்று தன்னிடம் இருக்க அதைக் கொண்டு ஒருவன் ஒரு செயலை ஆற்றத் தொடங்குதல் ஒரு குன்றின்மீது ஏறி நின்று யானைப் போரைக் கண்டாற் போன்றதாகும்.

759. ஒருவன் எப்போதும் பொருளைத் தேடி ஈட்டவேண்டும்; அவனுடைய பகைவரின் செருக்கை அழிக்க வல்ல வாள் அதைவிடக் கூர்மையானது வேறு இல்லை.

760. நல்ல வழியில் சிறந்ததாகிய பொருளை மிகுதியாக ஈட்டியவர்க்கு மற்ற அறமும் இன்பமுமாகிய இரண்டும் ஒருங்கே வந்து வாய்க்கும் எளிய பொருள்களாகும்.

77. படைமாட்சி

உறுப்பமைந்து ஊறஞ்சா வெல்படை வேந்தன்
வெறுக்கையு ளெல்லாம் தலை. 761

உலைவிடத்து ஊறஞ்சா வன்கண் தொலைவிடத்துத்
தொல்படைக் கல்லால் அரிது. 762

ஒலித்தக்கால் என்னாம் உவரி எலிப்பகை
நாகம் உயிர்ப்பக் கெடும். 763

அழிவின்று அறைபோகா தாகி வழிவந்த
வன்க ணதுவே படை. 764

கூற்றுடன்று மேல்வரினும் கூடி எதிர்நிற்கும்
ஆற்ற லதுவே படை. 765

மறமானம் மாண்ட வழிச்செலவு தேற்றம்
எனநான்கே ஏமம் படைக்கு. 766

தார்தாங்கிச் செல்வது தானை தலைவந்த
போர்தாங்கும் தன்மை யறிந்து. 767

அடற்றகையும் ஆற்றலும் இல்லெனினும் தானை
படைத்தகையால் பாடு பெறும். 768

சிறுமையும் செல்லாத் துனியும் வறுமையும்
இல்லாயின் வெல்லும் படை. 769

நிலைமக்கள் சால உடைத்தெனினும் தானை
தலைமக்கள் இல்வழி இல். 770

படைமாட்சி

761. எல்லா உறுப்புகளும் முறையாக அமைந்து களத்திற்படும் இடையூறுகளுக்கு அஞ்சாமல் பகைவரை எதிர்த்து நின்று வெற்றி தரும் படையே அரசனுடைய செல்வங்கள் எல்லாவற்றிலும் சிறந்த தாகும்.

762. போரில் அழிவு வந்தவரிடத்தில் வலிமை குன்றினாலும் இடையூறுகளுக்கு அஞ்சாமல் பகைவர்மேல் செல்லும் ஆண்மை வழிவழிப் புகழோடு விளங்கும் தொல்படைக்கே இயல்வதாகும்.

763. எலிகள் திரண்டு கடல்போல் ஆரவாரம் செய்தாலும் ஒரு பாம்பு மூச்சுவிட்ட அளவில் அவை ஒருங்கே கெட்டழியும்.

764. போர்முனையில் மனத்தின் உறுதியில் அழிவற்றதாய், பகைவருடைய வஞ்சனைக்கு உட்படாததாய் வழிவழித் தொடர்ந்து வந்த அஞ்சாமை உடையதே அரசனது சிறந்த படையாகும்.

765. எமனே சினங்கொண்டு தன்மீது எதிர்த்து வந்தாலும் அதனோடு ஒன்றாகத் திரண்டு எதிர்த்து நின்று தாக்கும் ஆற்றலையுடையதே சிறந்த படையாகும்.

766. மறப்பண்பு (வீரம்), மான உணர்வு, சிறந்த வழியில் செயற்படும் தன்மை, மன்னனால் தெளியப்பட்ட சிறப்பு ஆகிய நான்கும் படைக்குச் சிறந்த பாதுகாப்பாகும்.

767. தன்மீது எதிர்த்து வந்த பகைவரின் போரைத் தாங்கி நின்று, அவர்களை வெல்லும் வகைகளை ஆராய்ந்து, அவருடைய தூசிப்படையைத் தாக்கி அதனைத் தடுத்து நிறுத்த மேற்செல்வதே சிறந்த படையாகும்.

768. போரிடுகின்ற வீரமும் எதிர்ப்பைத் தாங்கும் ஆற்றலும் இல்லையாயினும், படை தன்னுடைய அணி வகுப்பின் தோற்றத் தால் பெருமை பெறும்.

769. தேய்ந்து சிறுத்தலும், தலைவனிடம் நீங்காத வெறுப்பும், பொருளில்லாத வறுமையும் இல்லாதிருக்குமானால் அத்தகைய படை தவறாமல் வெற்றிபெறும்.

770. நெடுங்காலமாக நிலைத்திருக்கும் மறவர்களை உடையதேயானாலும், தலைமை தாங்கும் தலைவர்கள் திறமை யில்லாதபோது படைக்குப் பெருமையின்றி அழிந்து படும்.

78. படைச்செருக்கு

என்னைமுன் நில்லன்மின் தெவ்விர் பலர்என்னை
முன்நின்று கல்நின் றவர். 771

கான முயலெய்த அம்பினில் யானை
பிழைத்தவேல் ஏந்தல் இனிது. 772

பேராண்மை என்ப தறுகண்ஒன் றுற்றக்கால்
ஊராண்மை மற்றதன் எஃகு. 773

கைவேல் களிற்றொடு போக்கி வருபவன்
மெய்வேல் பறியா நகும். 774

விழித்தகண் வேல்கொண் டெறிய அழித்திமைப்பின்
ஓட்டன்றோ வன்க ணவர்க்கு. 775

விழுப்புண் படாதநாள் எல்லாம் வழுக்கினுள்
வைக்கும்தன் நாளை எடுத்து. 776

சுழலும் இசைவேண்டி வேண்டா உயிரார்
கழல்யாப்புக் காரிகை நீர்த்து. 777

உறின்உயிர் அஞ்சா மறவர் இறைவன்
செறினும்சீர் குன்றல் இலர். 778

இழைத்தது இகவாமைச் சாவாரை யாரே
பிழைத்தது ஒறுக்கிற் பவர். 779

புரந்தார்கண் நீர்மல்கச் சாகிற்பின் சாக்காடு
இரந்துகோள் தக்க துடைத்து. 780

படைச்செருக்கு

771. பகைவரே! என் தலைவனின் முன்னே எதிர்த்து நிற்காதீர்! அவன் முன் எதிர்த்து நின்று களத்தில் வேலால் வீழ்ந்துபட்டு நடுகற்களாய் நிற்பவர் மிகப் பலர்.

772. காட்டு முயலைக் குறி தவறாமல் எய்து வீழ்த்திக் கொன்ற அம்பை ஏந்துதலைவிட, வெட்ட வெளியில் நின்ற யானைமீது எறிந்து குறி தவறிய வேலினை ஏந்துதல் சிறந்தது.

773. பகைவரை அஞ்சாமல் எதிர்க்கும் வீரத்தை மிக்க ஆண்மை என்று கூறுவர்; அப்பகைவருக்கு ஒரு கேடு வந்தவிடத்து உதவி செய்தலை அந்த ஆண்மையின் கூர்மை என்று பகர்வர்.

774. கையில் ஏந்திய வேலை தன்னை எதிர்த்து வந்த ஒரு யானையின்மீது எறிந்து அதன் உயிரைப் போக்கி விட்டு வேறு வேல் தேடி வருகின்றவன் தன் மார்பில் தைத்திருந்த பகைவரின் வேலைக் கண்டு பறித்து மகிழ்கின்றான்.

775. பகைவரைச் சினந்து நோக்கிய கண் அவர் தம் கை வேலை எறிந்தபோதும் அந்நோக்கை அழித்து இமைக்குமானாலும் அது வீரமுள்ளவருக்குத் தோல்வி அல்லவோ?

776. கழிந்து போன நாட்களைக் கணக்கிட்டு, விழுப்புண் படாத நாட்களையெல்லாம் பயன்படாமல் தான் தவறவிட்ட நாட்களுள் சேர்ப்பவனே சிறந்த வீரன்.

777. உலகைச் சூழ்ந்து பரந்து நிற்கும் புகழை விரும்பி உயிர் வாழ்தலையும் விரும்பாத ஆண்மையுள்ள வீரரின் காலில் விளங்கும் வீரக்கழல்களே அழகு செய்யும் தன்மையுடையனவாகும்.

778. போர் நேரிட்டால் தம் உயிருக்கும் அஞ்சாமல் போர்புரியும் வீரர்கள் தம் அரசனே தடுத்தாலும் தம்முடைய மனவூக்கத்தில் சிறிதும் குன்றாதவர் ஆவர்.

779. தாம்*உரைத்த சூளுரையிலிருந்து தவறாமல் போர்செய்து சாகத் துணிந்தவரை எவர்தாம் சூளுரை பிழைத்தற்காகத் தண்டிக்க வல்லவர்?

780. தம்மைப் பேணியவரின் கண்கள் நீர் பெருக்குமாறு சாகப் பெற்றால், சாவு ஒருவன் இரந்தும் பெற்றுக்கொள்ளத்தக்க சிறப்பினை உடையதாகும்.

79. நட்பு

செயற்கரிய யாவுள நட்பின் அதுபோல்
வினைக்கரிய யாவுள காப்பு. 781

நிறைநீர நீரவர் கேண்மை பிறைமதிப்
பின்நீர பேதையார் நட்பு. 782

நவில்தொறும் நூல்நயம் போலும் பயில்தொறும்
பண்புடை யாளர் தொடர்பு. 783

நகுதற் பொருட்டன்று நட்டல் மிகுதிக்கண்
மேற்சென்று இடித்தற் பொருட்டு. 784

புணர்ச்சி பழகுதல் வேண்டா உணர்ச்சிதான்
நட்பாம் கிழமை தரும். 785

முகநக நட்பது நட்பன்று நெஞ்சத்து
அகநக நட்பது நட்பு. 786

அழிவி னவைநீக்கி ஆறுய்த்து அழிவின்கண்
அல்லல் உழப்பதாம் நட்பு. 787

உடுக்கை இழந்தவன் கைபோல ஆங்கே
இடுக்கண் களைவதாம் நட்பு. 788

நட்பிற்கு வீற்றிருக்கை யாதெனில் கொட்பின்றி
ஒல்லும்வாய் ஊன்றும் நிலை. 789

இணையர் இவர்எமக்கு இன்னயாம் என்று
புனையினும் புல்லென்னும் நட்பு. 790

நட்பு

781. நட்பைப்போல் செய்து கொள்வதற்கு அருமையான செயல் எதுவுமே இல்லை; அதைப்போல் பகைவர் செயலைத் தடுத்து நிறுத்தும் அரிய பாதுகாப்பு எதுவும் இல்லை.

782. அறிவுடையவரின் நட்பு திங்களின் வளர்பிறைபோல் நாள் தோறும் வளரும் தன்மையுடையது; அறிவில்லாதவரின் நட்பு தேய் பிறைபோல் நாள்தோறும் தேய்ந்து போகும் தன்மையுடையது.

783. நற்பண்பு உடையவரின் நட்பு பழகப் பழக இன்பம் தருதல், நூலின் நற்பொருள் கற்கக் கற்க மேன்மேலும் இன்பம் தருதலைப் போன்றது.

784. நட்புச் செய்து கொள்வது ஒருவரோடொருவர் சிரித்து மகிழ்வதற்காக மட்டும் அன்று; நண்பர் நெறிகடந்து செல்லும் போது முற்பட்டுச் சென்று இடித்து உரைப்பதற்காகவும் ஆகும்.

785. நட்புச் செய்வதற்கு தொடர்பும் பழக்கமும் கூடத் தேவை இல்லை; இருவரிடமும் உள்ள ஒத்த உணர்ச்சியே நட்பு ஏற்படு வதற்கு வேண்டிய உரிமையைத் தரும்.

786. முகம் மட்டிலும் மலரும்படியாக நட்புக் கொள்வது நல்ல நட்பு ஆகாது; நெஞ்சம் மலரும்படியாக உள்ளன்பு கொண்டு நட்பு செய்வதே நல்ல நட்பாகும்.

787. நண்பனை அழிவைத் தரும் தீமைகளிலிருந்து விலக்கி, அவனை நல் வழியில் நிலைபெறச் செய்து, அழிவு நேரிட்ட காலத் தில் தானும் அவனோடு இருந்து துன்பப்படுவதே நல்ல நட்பாகும்.

788. உடை நெகிழ்ந்தவனது கை உடனே உதவி மானத்தைக் காப்பதுபோல, நண்பனுக்குத் துன்பம் வந்தால் அப்பொழுதே சென்று துன்பத்தை விரைந்து நீக்குவதுதான் சிறந்த நட்பு.

789. நட்பிற்குச் சிறந்த நிலை எது என்றால் எப்போதும் மன மாறுபாடின்றி இயலும்போதெல்லாம் இணைந்து நின்று உதவி செய்து பேணும் நிலையாகும்.

790. 'இவர் எமக்கு இத்தன்மையர், யாம் இவருக்கு இத்தன்மையோம்' என்று நட்பின் அளவைப் புனைந்துரைத்தாலும் அந்த நட்பு தன் சிறப்பினை இழந்து விடும்.

80. நட்பாராய்தல்

நாடாது நட்டலிற் கேடில்லை நட்டபின்
வீடில்லை நட்பாள் பவர்க்கு. 791

ஆய்ந்தாய்ந்து கொள்ளாதான் கேண்மை கடைமுறை
தான்சாம் துயரம் தரும். 792

குணனும் குடிமையும் குற்றமும் குன்றா
இனனும் அறிந்தியாக்க நட்பு. 793

குடிப்பிறந்து தன்கண் பழிநாணு வானைக்
கொடுத்தும் கொளல்வேண்டும் நட்பு. 794

அழச்சொல்லி அல்லது இடித்து வழக்கறிய
வல்லார்நட்பு ஆய்ந்து கொளல். 795

கேட்டினும் உண்டோர் உறுதி கிளைஞரை
நீட்டி அளப்பதோர் கோல். 796

ஊதியம் என்பது ஒருவற்குப் பேதையார்
கேண்மை ஒரீஇ விடல். 797

உள்ளற்க உள்ளஞ் சிறுகுவ கொள்ளற்க
அல்லற்கண் ஆற்றறுப்பார் நட்பு. 798

கெடுங்காலைக் கைவிடுவார் கேண்மை அடுங்காலை
உள்ளினும் உள்ளம் சுடும். 799

மருவுக மாசற்றார் கேண்மைஒன் றீத்தும்
ஒருவுக ஒப்பிலார் நட்பு. 800

நட்பாராய்தல்

791. நன்றாக ஆராயாமல் நட்புச் செய்தலைவிடக் கெடுதி எதுவும் இல்லை; அப்படி நட்புச் செய்த பிறகு நட்பை உடையவர்க்கு அதிலிருந்து விடுதலை இல்லை.

792. பலவகையாலும் ஒருவனை ஆராய்ந்து தெளிந்தபின் கொள்ளாதவனுடைய நட்பு இறுதியில் தானே சாவதற்குக் காரணமான துயரத்தைத் தந்து விடும்.

793. ஒருவனுடைய குணத்தையும், அவன் பிறந்த குடியின் சிறப்பையும், அவன் குற்றங்குறைகளையும், நிலையாக இருக்கும் தோழர்களையும் அறிந்தே நட்புக் கொள்ள வேண்டும்.

794. உயர்ந்த குடியில் பிறந்தவனும், தன்னிடத்தில் வரக்கூடிய பழிக்கு நாணப்படுகின்றவனும் ஆகிய ஒருவனைப் பொருள் கொடுத்தாவது நட்புக் கொள்ள வேண்டும்.

795. நன்மையற்ற செயலைக் கண்டபோது வருந்தும்படியாக இடித்து உரைத்தும், மேலும் செய்யாதபடி தடுத்தும் உலக நடை முறையை அறிய வல்லவரின் நட்பை ஆராய்ந்து கொள்ள வேண்டும்.

796. ஒருவனுக்குக் கேடு வந்துவிடத்தும் ஒருவகை நன்மை உண்டு; அது நண்பரின் இயல்புகளை அளந்து அறிந்து கொள்ள உதவும் அளவு கோலாக அமையும்.

797. ஒருவனுக்கு நற்பேறு என்பது யாதெனில், அவன் அறிவில்லாதவருடன் கொண்ட நட்பிலிருந்து நீங்கி அவரைக் கைவிடுதலாகும்.

798. நண்பனைக் குறித்து ஊக்கம் குறைவதற்குக் காரணமான செயல்களை எண்ணாமல் இருத்தல் வேண்டும்; அதுபோல் துன்பம் வந்துற்றபோது கைவிடுகின்றவரின் நட்பையும் கொள்ளா திருத்தல் வேண்டும்.

799. கேடு வருங்காலத்தில் கைவிட்டு ஒதுங்கிப் போகின்ற வரின் நட்பு ஒருவன் சாகின்ற காலத்தில் நினைத்தாலும் உள்ளம் வேதனையால் எரியும்.

800. குற்றமற்ற நல்லோர்களின் நட்பையே கொள்ளவேண்டும்; ஒத்த பண்பு இல்லாதவருடைய நட்பினை ஒன்றைக் கொடுத்தாவது கைவிடுதல் வேண்டும்.

81. பழைமை

பழைமை எனப்படுவது யாதெனின் யாதும்
கிழமையைக் கீழ்ந்திடா நட்பு. 801

நட்பிற் குறுப்புக் கெழுதகைமை மற்றதற்கு
உப்பாதல் சான்றோர் கடன். 802

பழகிய நட்பெவன் செய்யும் கெழுதகைமை
செய்தாங்கு அமையாக் கடை. 803

விழைதகையான் வேண்டி யிருப்பர் கெழுதகையாற்
கேளாது நட்டார் செயின். 804

பேதைமை ஒன்றோ பெருங்கிழமை என்றுணர்க
நோதக்க நட்டார் செயின். 805

எல்லைக்கண் நின்றார் துறவார் தொலைவிடத்தும்
தொல்லைக்கண் நின்றார் தொடர்பு. 806

அழிவந்த செய்யினும் அன்பறார் அன்பின்
வழிவந்த கேண்மை யவர். 807

கேளிழுக்கம் கேளாக் கெழுதகைமை வல்லார்க்கு
நாளிழுக்கம் நட்டார் செயின். 808

கெடாஅ வழிவந்த கேண்மையார் கேண்மை
விடாஅர் விழையும் உலகு. 809

விழையார் விழையப் படுப பழையார்கண்
பண்பின் தலைப்பிரியா தார். 810

பழைமை

801. பழைமை என்று சொல்லப்படுவது யாதென்றால், அது பழகியவர் உரிமைத் தொடர்பை சிறிதும் சிதைத்து விடாமல் காத்து வரும் நல்ல நட்பாகும்.

802. நட்புக்கு உறுப்பாவது நெருக்கமாகப் பொருந்தும் உரிமை யாகும்; அப்படிப்பட்ட உரிமைச் செயலுக்கு உடன்பட்டவராதல் சான்றோரின் கடமை.

803. பழகியவர் உரிமையால் செய்யும் செயலைத் தாம் செய்தது போல் கருதி உடன்படாவிட்டால் அவருடன் தாம் நெடுங்காலம் பழகிய நட்பு என்ன பயனைத் தரும்?

804. தம்மோடு கொண்ட நெருக்கமான உரிமை காரணமாக தம்மைக் கேளாமலே நண்பர் ஒரு செயலைச் செய்து விட்டாலும் அந்த உரிமையைப் போற்றி விரும்பும் தன்மையோடு அச்செயலையும் விரும்பி உடன்பட்டிருப்பர் அறிஞர்.

805. நட்பாகக் கொண்டவர் நாம் விரும்பாத ஒரு செயலைச் செய்தாரென்றால் அதனை அறியாமை என்றோ, மிகுந்த உரிமை என்றோ உணர்தல் வேண்டும்.

806. உரிமை வாழ்வின் எல்லையில் நின்றவர் தமக்கு நேரிட்ட தொல்லைகளின்போது பழைமையாய் உறவு கொண்டு உதவியாய் நின்றவரின் தொடர்பை அவர்கள் தொலைவான இடங்கட்குப் போனாலுங்கூடக் கைவிடார்.

807. தொன்று தொட்டு அன்புடன் பொருந்திய நட்பினை யுடையவர்கள் தமக்கு அழிவு வரக்கூடிய ஒரு செயலைச் செய்தாலும் அவர்கள்மீது தம் அன்பு நீங்காமலிருப்பர்.

808. பழகிய நண்பர் செய்த குற்றங்குறைகளைப் பிறர் சொன்னாலும் கேளாமலிருக்கும் நட்புரிமையுடையவர்க்கு அந்நண்பர் தவறு செய்வாரானால் அது பயனுள்ள நாளாகும்.

809. நட்புரிமை கெடாமல் தொன்று தொட்டுப் பழகிவந்த உறவு உடையவரின் தொடர்பைக் கைவிடாத பண்பினரை உலகம் விரும்பிப் போற்றும்.

810. தவறு செய்தபோதிலும் பழகிய நண்பரிடத்தில் தம் நட்புரிமைப் பண்பிலிருந்து மாறாதவர் தம் பகைவராலும் விரும்பப் படுவதற்குரிய சிறப்பினை அடைவர்.

82. தீ நட்பு

பருகுவார் போலினும் பண்பிலார் கேண்மை
பெருகலிற் குன்றல் இனிது. 811

உறின்நட்டு அறின்ஒரூஉம் ஒப்பிலார் கேண்மை
பெறினும் இழப்பினும் என். 812

உறுவது சீர்தூக்கும் நட்பும் பெறுவது
கொள்வாரும் கள்வரும் நேர். 813

அமரகத்து ஆற்றுஅறுக்கும் கல்லாமா அன்னார்
தமரின் தனிமை தலை. 814

செய்தேமஞ் சாராச் சிறியவர் புன்கேண்மை
எய்தலின் எய்தாமை நன்று. 815

பேதை பெருங்கெழீஇ நட்பின் அறிவுடையார்
ஏதின்மை கோடி உறும். 816

நகைவகைய ராகிய நட்பின் பகைவரால்
பத்தடுத்த கோடி உறும். 817

ஒல்லும் கருமம் உடற்று பவர்கேண்மை
சொல்லாடார் சோர விடல். 818

கனவினும் இன்னாது மன்னோ வினைவேறு
சொல்வேறு பட்டார் தொடர்பு. 819

எனைத்தும் குறுகுதல் ஓம்பல் மனைக்கெழீஇ
மன்றில் பழிப்பார் தொடர்பு. 820

தீ நட்பு

811. அன்பு மிகுதியால் தம்மை அள்ளிப் பருகுவார்போல் தோன்றினாலும், நற்பண்பு இல்லாதவரின் நட்பு நாளுக்கு நாள் வளர்ந்து பெருகுவதைவிடத் தேய்ந்து குறைவது நன்று.

812. தமக்குப் பயன் உள்ளபோது நட்புச் செய்தும் பயன் இல்லாதபோது நீங்கிவிடும் ஒத்த தன்மை இல்லாதவரின் நட்பைப் பெற்றாலும் இழந்தாலும் ஒன்றுதான்.

813. கிடைக்கும் பயனை அளந்து பார்க்கும் நண்பரும், கொடுப்பாரைக் கொள்ளாது பெறுகின்ற பொருளைக் கொள்ளும் பொது மகளிரும், நம் பொருளைக் கவரும் கள்வரும் ஒரே தன்மையினர்.

814. போர் வந்துள்ளபோது களத்தில் தள்ளிவிட்டு ஓடிவிடும் அறிவில்லாத குதிரை போன்றவரின் நட்பைவிட ஒரு நட்பும் இல்லாமல் தனித்திருத்தலே மிகவும் சிறந்தது.

815. காவல் செய்து வைத்தாலும் பாதுகாப்பிற்கு ஆகாத கீழ் மக்களது தீய நட்பைப் பெறுவதைவிட அதனைப் பெறாமலிருப்பதே சிறந்தது.

816. அறிவற்றவரின் மிகப் பொருந்திய நட்பைவிட அறிவுடையவரின் நட்பின்மை கோடி மடங்கு நன்மை தருவதாகும்.

817. அகத்தில் அன்பற்று, புறத்தில் நகைக்கும் தன்மை உடையவரின் நட்பைவிட, பகைவரால் வருவன பத்து கோடி மடங்கு நன்மையாகும்.

818. தம்மால் செய்து முடிக்கக்கூடிய செயலையும் முடியாத வண்ணம் செய்யாமல் கெடுப்பவரின் நட்பு உறவை அவர் அறியுமாறு ஒன்றும் சொல்லாமலே தளரச் செய்து கைவிட வேண்டும்.

819. தாம் செய்யும் செயல் வேறாகவும், சொல்லும் சொல் வேறாகவும் உள்ளவரின் நட்பு நனவில் மட்டுமின்றிக் கனவிலும் துன்பம் தருவதாகும்.

820. தனியே இல்லத்தில் உள்ளபோது நட்புரிமை பேசிப் பலர் கூடியுள்ள பொதுமன்றத்தில் பழித்துப் பேசுபவரின் நட்பை எவ்வளவு சிறிய அளவிலும் நம்மை அணுகாமல் காத்தல் வேண்டும்.

83. கூடா நட்பு

சீரிடம் காணின் எறிதற்குப் பட்டடை
நேரா நிரந்தவர் நட்பு. 821

இனம்போன்று இனமல்லார் கேண்மை மகளிர்
மனம்போல வேறு படும். 822

பலநல்ல கற்றக் கடைத்தும் மனம்நல்லர்
ஆகுதல் மாணார்க்கு அரிது. 823

முகத்தின் இனிய நகாஅ அகத்தின்னா
வஞ்சரை அஞ்சப் படும். 824

மனத்தின் அமையா தவரை எனைத்தொன்றும்
சொல்லினால் தேறற்பாற்று அன்று. 825

நட்டார்போல் நல்லவை சொல்லினும் ஒட்டார்சொல்
ஒல்லை உணரப் படும். 826

சொல்வணக்கம் ஒன்னார்கண் கொள்ளற்க வில்வணக்கம்
தீங்கு குறித்தமை யான். 827

தொழுதகை யுள்ளும் படையொடுங்கும் ஒன்னார்
அழுதகண் ணீரும் அனைத்து. 828

மிகச்செய்து தம்மெள்ளு வாரை நகச்செய்து
நட்பினுள் சாப்புல்லற் பாற்று. 829

பகைநட்பாம் காலம் வருங்கால் முகம்நட்டு
அகநட்பு ஒரீஇ விடல். 830

கூடா நட்பு

821. உள்ளத்தால் நெருக்கமில்லாமல் புறத்தில் மட்டும் பொருந்தி நடப்பவரது நட்பு தக்க இடம் கண்டபோது எறிவதற்கு மறைந்துள்ள பட்டடை போன்றதாகும்.

822. தம் இனத்தார்போல் உறவு காட்டி, உண்மையில் உள்ளத்தில் தம் இனம் அல்லாத கீழோரின் நட்பு பொதுமகளிரின் மனம்போல உள்ளொன்று புறமொன்றாக வேறுபட்டு நிற்கும்.

823. பல நல்ல நூல்களை எல்லாம் கற்றுத் தேர்ந்தபோதிலும், அவற்றின் பயனாக நல்ல பண்பினராகப் பழகுதல் (உள்ளன் பினால்) மாட்சிமையில்லாதாருக்கு அரிது.

824. முகத்தில் இனிமை தோன்ற நகைத்துப் பழகினபோதும் அகத்திலே தீமை கொண்டுள்ள வஞ்சகருடன் நட்புக் கொள்வதற்கு அஞ்ச வேண்டும்.

825. மனத்தினால் தம்மோடு நெருக்கம் கொள்ளாமல் பழகு கின்றவரை அவர் கூறுகின்ற சொல்லைக்கொண்டு எத்தகைய ஒரு செயலிலும் நண்பராகத் தெளிவு கொள்ளல் ஆகாது.

826. தம்மிடம் பேசும்போது நண்பர்போல் தகுதியானவற்றைச் சொன்னாலும் பகைமை கொண்டவர் சொல்லும் சொற்களின் உண்மைத் தன்மை விரைவில் உணரப்படும்.

827. வில்லின் வளைவு தீங்கு செய்தலையே குறியாகக் கொண்டது; இவ்வாறே பகைவரிடத்திலிருந்து வரும் வணக்கமான பேச்சையும் தீமை தரும் என்று தள்ளிவிட வேண்டும்.

828. பகைவர் வணங்கித் தொழுத ஃகையினுள்ளும் கொலைக் கருவி மறைக்கப்பெற்றிருக்கும்; பகைவர் அழுது சொரியும் கண்ணீரும் அத்தன்மையானதே.

829. வெளிப்பட மிகுதியாக நட்புத்தோன்றச் செய்து உள்ளத்தில் இகழ்கின்றவர்களைத் தாமும் அந்நட்பில் நகைத்து மகிழுமாறு செய்து அத்தொடர்பை அழித்துவிட வேண்டும்.

830. பகைவரும் நண்பராகும் காலம் வருங்கால் முகத்தளவில் அவரிடம் நட்புக் கொண்டு அகத்தில் போற்றாது வாய்ப்புக் கிடைத்தபோது அதையும் நீக்கிடவேண்டும்.

84. பேதைமை

பேதைமை என்பதொன்று யாதெனின் ஏதங்கொண்டு
ஊதியம் போக விடல். 831

பேதைமை யுள்எல்லாம் பேதைமை காதன்மை
கையல்ல தன்கண் செயல். 832

நாணாமை நாடாமை நாரின்மை யாதொன்றும்
பேணாமை பேதை தொழில். 833

ஓதிஉணர்ந்தும் பிறர்க்குரைத்தும் தான் அடங்காப்
பேதையிற் பேதையார் இல். 834

ஒருமைச் செயலாற்றும் பேதை எழுமையும்
தான்புக் கழுந்தும் அளறு. 835

பொய்படும் ஒன்றோ புனைபூணும் கையறியாப்
பேதை வினைமேற் கொளின். 836

ஏதிலார் ஆரத் தமர்பசிப்பர் பேதை
பெருஞ்செல்வம் உற்றக் கடை. 837

மையல் ஒருவன் களித்தற்றால் பேதைதன்
கையொன்று உடைமை பெறின். 838

பெரிதினிது பேதையார் கேண்மை பிரிவின்கண்
பீழை தருவதொன்று இல். 839

கழாஅக்கால் பள்ளியுள் வைத்தற்றால் சான்றோர்
குழாஅத்துப் பேதை புகல். 840

பேதைமை

831. பேதைமை என்று சொல்லப்படுவது யாதென்றால், தனக்குக் கேடு பயப்பனவற்றைக் கைக்கொண்டு ஆக்கம் பயப்பனவற்றைக் கைவிடுதலாகும்.

832. பேதைமை என்பவற்றுள் எல்லாம் பெரிய பேதைமையாவது, தன் ஒழுக்கத்திற்குப் பொருந்தாததில் விருப்பம் கொள்ளுதல் ஆகும்.

833. தகாதவற்றிற்கு நாணாதிருத்தல், தக்கவற்றை நாடாம லிருத்தல், கண்ணோட்டம் இல்லாதிருத்தல், எதனையும் பேணிக் காவாதிருத்தல் ஆகியவை பேதையரது தொழிலாகும்.

834. நூல்களை முறையாக ஓதி உணர்ந்தும், பிறருக்கு எடுத்துச் சொல்லியும் தான் அவற்றின் நெறியில் அடங்கி ஒழுகாத பேதைபோல் வேறு பேதையர் இவ்வுலகில் இலர்.

835. ஏழு பிறப்பிலும் தான் புகுந்து அழுந்துவதற்கு உரிய நரகத் துன்பத்தை பேதை தன் இந்த ஒரு பிறவியில் செய்து கொள்ள வல்லவனாவான்.

836. செய்யும் நெறி அறியாத பேதை ஒரு செயலை மேற்கொண்டால், அது பொய்யாகிப் போவதுடன் அவனும் குற்றவாளியாகி கைவிலங்கு பூண்கின்ற துயரத்தை அடைவான்.

837. பேதை முன்வினைப் பயனால் பெருஞ்செல்வம் அடைந்த போது அவனோடு தொடர்பில்லாத அயலார் பலரும் நிறைந்த நன்மை பெற, அவனுடைய சுற்றத்தார் பசியால் வருந்துவர்.

838. பேதை ஒருபொருளை உடைமையாகப் பெற்றால் அவனது நிலைமை பித்துப் பிடித்த ஒருவன் கள் குடித்து மயங்கினாற் போலாகும்.

839. பேதையரிடமிருந்து பிரிவு நேரிடும்போது அப்பிரிவுத் துன்பம் ஒன்றும் விளைவிப்பதில்லை; ஆகையால், ஒரு வகையில் பேதையருடன் கொள்ளும் நட்பு மிகவும் இனிமை பயப்பதாகும்.

840. சான்றோர் கூட்டத்தில் ஒரு பேதை புகுதல், ஒருவன் தூய்மையற்றவற்றை மிதித்து, கழுவித் துப்புரவு செய்யாத காலைப் படுக்கையில் வைத்தலைப் போன்றது.

85. புல்லறிவாண்மை

அறிவின்மை இன்மையுள் இன்மை பிறிதின்மை
இன்மையா வையாது உலகு. 841

அறிவிலான் நெஞ்சுவந்து ஈதல் பிறிதுயாதும்
இல்லை பெறுவான் தவம். 842

அறிவிலார் தாம்தம்மைப் பீழிக்கும் பீழை
செறுவார்க்கும் செய்தல் அரிது. 843

வெண்மை எனப்படுவது யாதெனின் ஒண்மை
உடையம்யாம் என்னும் செருக்கு. 844

கல்லாத மேற்கொண்டு ஒழுகல் கசடற
வல்லதூஉம் ஐயம் தரும். 845

அற்றம் மறைத்தலோ புல்லறிவு தம்வயின்
குற்றம் மறையா வழி. 846

அருமறை சோரும் அறிவிலான் செய்யும்
பெருமிறை தானே தனக்கு. 847

ஏவவும் செய்கலான் தான்தேறான் அவ்வுயிர்
போஒம் அளவுமோர் நோய். 848

காணாதான் காட்டுவான் தான்காணான் காணாதான்
கண்டானாம் தான்கண்ட வாறு. 849

உலகத்தார் உண்டென்பது இல்லென்பான் வையத்து
அலகையா வைக்கப் படும். 850

புல்லறிவாண்மை

841. அறிவில்லாத தன்மையே வறுமையுள் கொடிய வறுமை; பொருளில்லாத மற்ற வறுமைகளை உலகம் அத்தகைய வறுமையாகக் கருதாது.

842. அறிவில்லாத ஒருவன் மன மகிழ்ச்சியுடன் ஒரு பொருளைக் கொடுத்தலுக்குக் காரணம், வேறு ஒன்றும் இல்லை, அந்தப் பொருளைப் பெறுகின்றவனுடைய நல்வினையேயாகும்.

843. அறிவில்லாதவர் தமக்குத் தாமே செய்துகொள்ளும் வருத்தம் தரக்கூடிய துன்பங்கள் அவருடைய பகைவராலும் அவருக்குச் செய்யமுடியாத அளவினதாகும்.

844. புல்லறிவு என்று சொல்லப்படுவது யாது என்றால், அஃது அறிவில்லாதவனும் 'தான் அறிவுடையவன்' என்று ஒருவன் தன்னைத்தானே மதித்துக் கொள்ளும் செருக்காகும்.

845. அறிவில்லாதவர் தாம் கல்லாத நூல்களையும் கற்றவர் போல மேற்கொண்டு நடத்தல் மற்றவர் பழுதறக் கற்றுணர்ந்த பொருளைப்பற்றியும் அவர்க்கு ஐயத்தை விளைவிக்கும்.

846. தம்மிடத்திலுள்ள குற்றத்தை அறிந்து நீக்காதபோது தம் மரும உறுப்புகளை மட்டும் ஆடையால் மறைத்துக் கொள்ளுதல் அறிவற்ற தன்மையாகும்.

847. அரிய மறைப்பொருளைப் பெற்றாலும் அவற்றை மனத்தில் வைத்துக் காக்காமல் வெளிப்படுத்தும் அறிவில்லாதவன் தனக்குத்தானே பெருந்தீங்கு இழைத்துக் கொள்வான்.

848. பிறர் ஏவினாலும் தனக்கு நன்மையானவற்றைச் செய்யாதவனாய், தானாகவும் உணர்ந்து தெளியாதவனாய் உள்ளவன் உயிர்போகுமளவும் பிறர்க்கு ஒரு நோய் போன்றவன்.

849. அறிவில்லாதவனை அறிவுடையவனாக்க முயல்வோன் தானே அறிவில்லாதவனாய் நிற்பான்; அறிவு இல்லாதவனோ தான் அறிந்த வகையால் அறிவுள்ளவனாய்த் தோன்றுவான்.

850. உலகத்தார் 'உண்டு' என்று சொல்வதை 'இல்லை' என்று கூறுகின்ற ஒருவன் உலகத்தில் காணப்பெறும் ஒரு பேயாகக் கருதி விலக்கி வைக்கப்பெறுவான்.

86. இகல்

இகலென்ப எல்லா உயிர்க்கும் பகலென்னும்
பண்பின்மை பாரிக்கும் நோய். 851

பகல்கருதிப் பற்றா செயினும் இகல்கருதி
இன்னாசெய் யாமை தலை. 852

இகலென்னும் எவ்வநோய் நீக்கின் தவலில்லாத்
தாவில் விளக்கம் தரும். 853

இன்பத்துள் இன்பம் பயக்கும் இகலென்னும்
துன்பத்துள் துன்பம் கெடின். 854

இகலெதிர் சாய்ந்தொழுக வல்லாரை யாரே
மிகலூக்கும் தன்மை யவர். 855

இகலின் மிகலினிது என்பவன் வாழ்க்கை
தவலும் கெடலும் நணித்து. 856

மிகல்மேவல் மெய்ப்பொருள் காணார் இகல்மேவல்
இன்னா அறிவி னவர். 857

இகலிற்கு எதிர்சாய்தல் ஆக்கம் அதனை
மிகலூக்கின் ஊக்குமாம் கேடு. 858

இகல்காணான் ஆக்கம் வருங்கால் அதனை
மிகல்காணும் கேடு தரற்கு. 859

இகலானாம் இன்னாத எல்லாம் நகலானாம்
நன்னயம் என்னும் செருக்கு. 860

இகல்

851. எல்லா உயிர்களுக்கும் பிற உயிர்களோடு பொருந்தாமல் வேறுபடுதலாகிய தீய பண்பை வளர்க்கும் நோய் 'இகல்' (மாறுபாடு) என்று பெரியோர்கள் கூறுவர்.

852. ஒருவன் தன்னோடு பொருந்தாமல் வேறுபடுதலைக் கருதி வெறுக்கக்கூடியவனவற்றைச் செய்தானாயினும், தான் அவனோடு மாறுபடுதலைக்குறித்து அவனுக்குத் துன்பம் செய்யாதிருப்பதே உயர்ந்தது.

853. ஒருவன் 'மாறுபாடு' என்னும் துன்பம் செய்யும் நோயை மனத்திலிருந்து நீக்கி விட்டால் அஃது அவனுக்கு எந்தக் காலத்திலும் அழிவில்லாத நிலையான புகழைக் கொடுக்கும்.

854. 'மாறுபாடு' (இகல்) என்னும் துன்பங்களுள் கொடிதான துன்பம் கெட்டொழிந்தால் அஃது ஒருவனுக்கு இன்பங்களுள் சிறந்த இன்பத்தைக் கொடுக்கும்.

855. தம் உள்ளத்தில் மாறுபாடு தோன்றும்பொழுது அதனை ஏற்றுக்கொள்ளாமல் அதன் எதிரே சாய்ந்து ஒழுகவல்லவரை வெல்லக் கருதுகின்ற ஆற்றலுடையோர் எவருமே இலர்.

856. மாறுபாடு கொள்வதால் வெல்லுதல் இனியது என்று கருதுகின்றவனுடைய உயிர்வாழ்க்கை தவறிப் போதலும் அழிதலும் சிறுபொழுதிற்குள் நிகழ்ந்து விடும்.

857. மாறுபாட்டை விரும்புகிற தீய அறிவையுடையவர் வெற்றி பொருந்துதலையுடைய நீதி நூல்களின் பொருள்களை ஒருபோதும் உணர்ந்து அறியமாட்டார்கள்.

858. தன் உள்ளத்தில் மாறுபாடு தோன்றியபோது அதனை எழாமல் தடுத்துக் கொள்ளுதலே ஆக்கம் தருவதாகும்; அதனை எதிர்த்து வெல்லக் கருதினால் அவனுக்குக் கேடு வந்து சேரும்.

859. ஒருவன் தனக்கு நற்காலம் வரும்போது காரணம் இருந்தாலும் இகலைக் கருதான்; அவன் தனக்குக் கேடுகாலம் வரும்போது அதனை எதிர்த்து வெல்லக் கருதுவான்.

860. 'மாறுபாடு' என்னும் ஒன்றினால் துன்பமானவை எல்லாம் உண்டாகும்; அதற்கு மாறான நட்பால் நல்ல நீதியாகிய பெருமித நிலை உண்டாகும்.

87. பகைமாட்சி

வலியார்க்கு மாறேற்றல் ஓம்புக ஓம்பா
மெலியார்மேல் மேக பகை. 861

அன்பிலன் ஆன்ற துணையிலன் தான்துவ்வான்
என்பரியும் ஏதிலான் துப்பு. 862

அஞ்சும் அறியான் அமைவிலன் ஈகலான்
தஞ்சம் எளியன் பகைக்கு. 863

நீங்கான் வெகுளி நிறையிலன் எஞ்ஞான்றும்
யாங்கணும் யார்க்கும் எளிது. 864

வழிநோக்கான் வாய்ப்பன செய்யான் பழிநோக்கான்
பண்பிலன் பற்றார்க்கு இனிது. 865

காணாச் சினத்தான் கழிபெருங் காமத்தான்
பேணாமை பேணப் படும். 866

கொடுத்தும் கொளல்வேண்டும் மன்ற அடுத்திருந்து
மாணாத செய்வான் பகை. 867

குணனிலனாய்க் குற்றம் பலவாயின் மாற்றார்க்கு
இனனிலனாம் ஏமாப்பு உடைத்து. 868

செறுவார்க்குச் சேண்இகவா இன்பம் அறிவிலா
அஞ்சும் பகைவர்ப் பெறின். 869

கல்லான் வெகுளும் சிறுபொருள் எஞ்ஞான்றும்
ஒல்லானை ஒல்லாது ஒளி. 870

பகைமாட்சி

861. தம்மைவிட வலியவருக்குப் பகையாகி அவரை எதிர்த்தலைக் கைவிட வேண்டும்; தம்மைவிட மெலியவருக்குப் பகையாவதை விடாமல் கொள்வதற்கு விரும்ப வேண்டும்.

862. தன் சுற்றத்தாரிடம் அன்பில்லாதவன்; வலிய துணை யில்லாதவன், தானும் வலிமையற்றவன் என்ற நிலையில் ஒருவன் இருந்தால் அவன் பகைவனுடைய வலிமையை எவ்வாறு எதனால் ஒழிக்க முடியும் ?

863. ஒருவன் அஞ்சுகின்றவனாய், அறியவேண்டுவதை அறியாதவனாய், பிறருடன் பொருந்தும் பண்பு இல்லாதவனாய், எவருக்கும் கொடுத்து உதவாதவனாய் இருந்தால், அவன் பகைவரால் அழிக்கப்படுவதற்கு மிகவும் எளியவனாவான்.

864. ஒருவன் சினம் நீங்காதவனாய், நெஞ்சத்தை நிறுத்தி ஆளமாட்டாதவனாய் இருந்தால் அவனை பகைத்து வெற்றியடைதல் எக்காலத்திலும், எவ்விதத்திலும், எவர்க்கும் எளிதாகும்.

865. ஒருவன் நல்வழியை நோக்காதவனாய், பொருத்த மானவற்றைச் செய்யாதவனாய் தனக்கு வரும் பழியையும் பாராதவனாய், நற்பண்பும் இல்லாதவனாய் இருந்தால், அவன் பகைவரால் எளிதில் வெல்லத் தக்கவனாவான்.

866. தன்னையும் பிறரையும் அறியாமைக்கு ஏதுவாகிய சினத்தையுடையவனாய், மேன்மேலும் பெருகும் காமத்தவனாய் ஒருவன் இருப்பின், அவன் பகைமை பிறரால் விரும்பி ஏற்றுக்கொள்ளப்படும்.

867. ஒரு தொழிலைத் தொடங்கும்போது உடனிருந்து, பின் கேடுகளைச் செய்பவனின் பகையைப் பொருள் கொடுத்தாவது உறுதியாகப் பெற்றுக்கொள்ள வேண்டும்.

868. ஒருவன் குணம் எதுவும் இல்லாதவனாய்க் குற்றங்களும் பலவாக உள்ளவனானால் அவன் துணையற்றவன் ஆவான். அந் நிலைமையே அவனுடைய பகைவர்க்கு நன்மையாக அமையும்.

869. நீதியை அறிதல் இல்லாதவரும் அஞ்சும் இயல்பும் உடைய வருமான பகைவரைப் பெற்றால் அவரை எதிர்த்துப் பகை கொள் பவர்க்கு உயர்ந்த இன்பங்கள் எல்லாம் தொலைவில் நீங்காமல் நிற்கும்.

870. நீதிநூல்களைக் கல்லாதவனோடு பகை கொண்டு எளிய செயலைச் செய்ய இயலாத ஒருவனிடம் எக்காலத்திலும் புகழ் வந்து பொருந்தாது.

88. பகைத்திறம் தெரிதல்

பகைஎன்னும் பண்பி லதனை ஒருவன்
நகையேயும் வேண்டற்பாற்று அன்று. 871

வில்லேர் உழவர் பகைகொளினும் கொள்ளற்க
சொல்லேர் உழவர் பகை. 872

ஏமுற் றவரினும் ஏழை தமியனாய்ப்
பல்லார் பகைகொள் பவன். 873

பகைநட்பாக் கொண்டொழுகும் பண்புடை யாளன்
தகைமைக்கண் தங்கிற்று உலகு. 874

தன்துணை இன்றால் பகைஇரண்டால் தான்ஒருவன்
இன்துணையாக் கொள்கவற்றின் ஒன்று. 875

தேறினும் தேறா விடினும் அழிவின்கண்
தேறான் பகாஅன் விடல். 876

நோவற்க நொந்தது அறியார்க்கு மேவற்க
மென்மை பகைவ ரகத்து. 877

வகையறிந்து தற்செய்து தற்காப்ப மாயும்
பகைவர்கண் பட்ட செருக்கு. 878

இளைதாக முள்மரம் கொல்க களையுநர்
கைகொல்லும் காழ்த்த விடத்து. 879

உயிர்ப்ப உளரல்லர் மன்ற செயிர்ப்பவர்
செம்மல் சிதைக்கலா தார். 880

பகைத்திறம் தெரிதல்

871. 'பகை' என்று கூறப்படும் பண்பு இல்லாத தீமையை ஒருவன் சிரித்து மகிழும் பொழுதுபோக்கு விளையாட்டாகவும் விரும்புதல் கூடாது; இது நீதிநூலின் முடிந்த முடிபாகும்.

872. வில்லை ஏராகவுடைய உழவராகிய வீரருடன் பகை கொண்ட போதிலும் சொல்லை ஏராகவுடைய அறிஞருடன் பகை கொள்ளலாகாது.

873. தான் தனியாக இருந்துகொண்டு பலருடைய பகையைத் தேடிக் கொள்பவன் பித்துப் பிடித்தவனைவிட அறிவில்லாதவனாகக் கருதப்பெறுவான்.

874. பகையையும் நட்பாக்கிக் கொண்டு நடக்கும் பண்புடைய அரசனது பெருமையினுள்ளே இவ்வுலகமே அடங்கியுள்ளது.

875. தனக்கு உதவியாகத் துணையோ இல்லை; தனக்குப் பகையோ இரண்டு; தானோ ஒருவன்; இந்நிலையில் அப்பகை களுள் ஒன்றை தனக்கு இனிய துணையாகக் கொள்ள வேண்டும்.

876. இதற்குமுன் ஒருவனைப்பற்றி ஆராய்ந்து தெளிந்திருந் தாலும் தெளியாவிட்டாலும், மற்றொரு காலத்தில் அழிவு வந்துற்ற போது அவனைத் தெளியாமலும் நீங்காமலும் வாளா விட வேண்டும்.

877. தான் துன்புற்றதைத் தாமாகவே அறியாத நண்பர்க்குத் தன் துன்பத்தைச் சொல்லலாகாது; வலியிழந்த நிலைமையைப் பகைவரிடத்தும் புலப்படுத்தலாகாது.

878. தான் செய்யும் செயலின் வகையை அறிந்து தன்னை வலிமைப்படுத்திக்கொண்டு அது வெற்றியுடன் முடிவதற்கேற்பப் பொருளைப் பெருக்கிக் கொண்டு தற்காப்புத் தேடிக்கொண்டால் பகைவரிடத்தில்உள்ள செருக்குதானாகவேதேய்ந்தழியும்.

879. களைய வேண்டிய முள் மரத்தை அஃது இளையதாக இருக்கும்போதே களைந்துவிடவேண்டும்; காழ்ப்பு ஏறி முதிர்ந்த போது களைய முற்பட்டால், களைகின்றவரின் கையையே அது வருத்தும்.

880. பகைவரது தலைமையைக் கெடுக்கும் வாய்ப்பு வந்த போதும் அவர்மீதுள்ள இகழ்ச்சியால் அதனைச் செய்யாத அரசர் திண்ணமாக மூச்சுவிடும் அளவிற்கும் உயிரோடிருப்பர் ஆகார்; இஃது உறுதி.

89. உட்பகை

நிழல்நீரும் இன்னாத இன்னா தமர்நீரும்
இன்னாவாம் இன்னா செயின். 881

வாள்போல் பகைவரை அஞ்சற்க அஞ்சுக
கேள்போல் பகைவர் தொடர்பு. 882

உட்பகை அஞ்சித்தற் காக்க உலைவிடத்து
மட்பகையின் மாணத் தெறும். 883

மனம்மாணா உட்பகை தோன்றின் இனம்மாணா
ஏதம் பலவும் தரும். 884

உறல்முறையான் உட்பகை தோன்றின் இறல்முறையான்
ஏதம் பலவுந் தரும். 885

ஒன்றாமை ஒன்றியார் கண்படின் எஞ்ஞான்றும்
பொன்றாமை ஒன்றல் அரிது. 886

செப்பின் புணர்ச்சிபோல் கூடினும் கூடாதே
உட்பகை உற்ற குடி. 887

அரம்பொருத பொன்போலத் தேயும் உரம்பொருது
உட்பகை உற்ற குடி. 888

எள்பக வன்ன சிறுமைத்தே ஆயினும்
உட்பகை உள்ளதாம் கேடு. 889

உடம்பாடு இலாதவர் வாழ்க்கை குடங்கருள்
பாம்போடு உடனுறைந் தற்று. 890

உட்பகை

881. நிழலும் நீரும் நுகருங்காலத்தில் இன்பம் தருவனவாயினும், பின்னர் நோய் செய்தால் தீயனவே ஆகும்; அதுபோலவே சுற்றத்தாரின் இயல்புகளும் துன்பம் செய்யின் தீயனவாகும்.

882. வாளைப்போல் வெளிப்படையான பகைவர்க்கு அஞ்ச வேண்டியதில்லை; ஆனால், உறவினரைப்போல் இருந்து அன்பு காட்டி உள்ளத்தில் பகை மறைத்து நிற்பவருக்கே அஞ்ச வேண்டும்.

883. உட்பகையாக இருப்பவருக்கு அஞ்சி, தன்னைக் காத்துக் கொள்ள வேண்டும்; அங்ஙனம் காவாக்கால், தனக்குத் தளர்ச்சி வந்துற்றபோது மட்கலத்தை அறுக்கும் கருவிபோல அந்த உட்பகை தவறாமல் அழிவு செய்யும்.

884. உள்ளத்தில் திருந்தாத பகை ஒருவருக்கு உண்டானால், அவர் அதனை அப்போதே ஒழிக்க வேண்டும்; இல்லையானால் அது சுற்றம் சீர்படாமைக்குக் காரணமான குற்றம் பலவற்றையும் தரும்.

885. புறத்தே உறவு முறைத் தன்மையோடு பழகுவோரிடம் உட்பகை தோன்றினால், அஃது ஒருவருக்கு இறக்கும் வகையான குற்றம் பலவற்றையும் கொடுக்கும்.

886. ஒருவருடைய உற்றாரிடத்தில் பகைமை ஏற்படுமானால் அந்த உட்பகையால் அவன் அழியாதிருத்தல் என்பது எக்காலத்திலும் அரிதாகும்.

887. செப்பின் இணைப்பைப்போல் புறத்தே பொருந்தி யிருப்பினும், உட்பகை உண்டாகிய குடியிலுள்ளவர்கள் அகத்தே பொருந்தியிருக்க மாட்டார்கள்.

888. முன்உயர்ந்து வளர்ந்ததேயாயினும், உட்பகை உண்டான குடி அரத்தினால் அராவப்பட்ட இரும்பைப்போல் வலிமை குறைக்கப்பட்டு நாளுக்குநாள் தேய்ந்து அழிந்து போகும்.

889. ஒருவரது உட்பகை அவரது பெருமையை நோக்க எள்ளின் பிளவைப்போல் சிறிதானது என்றாலும், அதனால் அவன் பெருமையெல்லாம் பிற்காலத்தில் கெட்டழியும்.

390. மனம் பொருந்தாதவரோடு ஒருவன் கூடியிருந்து வாழும் வாழ்க்கை ஒரு குடிசையுள்ளே பாம்போடு தங்கியிருந்து வாழ்வதைப் போன்றது.

90. பெரியாரைப் பிழையாமை

ஆற்றுவார் ஆற்றல் இகழாமை போற்றுவார்
போற்றலுள் எல்லாம் தலை. 891

பெரியாரைப் பேணாது ஒழுகின் பெரியாரால்
பேரா இடும்பை தரும். 892

கெடல்வேண்டின் கேளாது செய்க அடல்வேண்டின்
ஆற்று பவர்கண் இழுக்கு. 893

கூற்றத்தைக் கையால் விளித்தற்றால் ஆற்றுவார்க்கு
ஆற்றாதார் இன்னா செயல். 894

யாண்டுச்சென்று யாண்டும் உளராகார் வெந்துப்பின்
வேந்து செறப்பட்ட வர். 895

எரியாற் சுடப்படினும் உய்வுண்டாம் உய்யார்
பெரியார்ப் பிழைத்தொழுகு வார். 896

வகைமாண்ட வாழ்க்கையும் வான்பொருளும் என்னாம்
தகைமாண்ட தக்கார் செறின். 897

குன்றன்னார் குன்ற மதிப்பின் குடியொடு
நின்றன்னார் மாய்வர் நிலத்து. 898

ஏந்திய கொள்கையார் சீறின் இடைமுரிந்து
வேந்தனும் வேந்து கெடும். 899

இறந்தமைந்த சார்புடைய ராயினும் உய்யார்
சிறந்தமைந்த சீரார் செறின். 900

பெரியாரைப் பிழையாமை

891. மேற்கொண்ட செயல்களைச் செய்து முடிக்க வல்லவரின் ஆற்றல்களை இகழாதிருத்தல், காப்பவர் தமக்குத் தீங்குவராமல் செய்துகொள்ளும் காவல்கள் எல்லாவற்றிலும் சிறந்தது.

892. ஆற்றல் மிகுந்த பெரியாரை விரும்பி மதிக்காமல் நடந்தால் அஃது அப்பெரியாரால் அவருக்கு எவ்விடத்தும் நீங்காத துன்பங்களைத் தந்து விடும்.

893. ஒருவன் தான் கெட்டுப்போக விரும்பினால் பெரியாரைக் கேளாமலே ஒரு செயலைச் செய்க; தன்னைக் கொன்று கொள்ள விரும்பினால் வலிமையுடையவருக்குக் குற்றம் செய்தாலே போதும்.

894. ஆற்றல் உடையவர்க்கு ஆற்றல் இல்லாதவர் தீங்கிழைத்தல், தானாக வரும் கூற்றுவனைக் கைகாட்டி அழைத்தலைப் போன்றது.

895. மிக்க வலிமையுடைய அரசனுடைய பகைக்கு உள்ளானவர் அவனிடமிருந்து தப்புவதற்காக எங்குச் சென்றாலும் எங்கும் உயிர்வாழ்ந்திருக்க முடியாது.

896. தீயால் சுடப்பட்டாலும் ஒருகால் உயிர்பிழைத்து வாழ முடியும்; ஆற்றல் மிகுந்த பெரியோரிடத்தில் தவறு செய்து நடப்பவர் தப்பிப் பிழைக்க முடியாது.

897. தகுதியால் சிறப்பெய்திய பெரியார் ஒருவனை வெகுண்டால் பல வகையாலும் சிறப்புற்ற அவனுடைய வாழ்க்கையும் பெரும் பொருளும் அழிந்து விடும்.

898. குன்றுபோலத் தவ நெறியால் உயர்ந்தவர்கள் கெட வேண்டும் என்று நினைப்பார்களாயின், உலகில் அழியாமல் நிலைபெற்றாற்போல் உள்ளவரும் தம் குடியோடு அழிந்து படுவர்.

899. உயர்ந்த விரத வாழ்க்கை கொண்டவர்கள் சீற்றம் கொண்டால், நாட்டை ஆளும் அரசனும் இடைநடுவே முரிந்து அரசு இழந்து கெட்டழிவான்.

900. மிகச் சிறப்பாக அமைந்த பெருமையுடையவர்கள் சினம் கொள்வாரானால், மிகப் பெரிய சார்புகள் உடையவரானாலும் உய்தல் முடியாது; அப்போதே அழிந்து படுவர்.

91. பெண்வழிச் சேறல்

மனைவிழைவார் மாண்பயன் எய்தார் வினைவிழைவார்
வேண்டாப் பொருளும் அது. 901

பேணாது பெண்விழைவான் ஆக்கம் பெரியதோர்
நாணாக நாணுத் தரும். 902

இல்லாள்கண் தாழ்ந்த இயல்பின்மை எஞ்ஞான்றும்
நல்லாருள் நாணுத் தரும். 903

மனையாளை அஞ்சும் மறுமையி லாளன்
வினையாண்மை வீறெய்தல் இன்று. 904

இல்லாளை அஞ்சுவான் அஞ்சுமற் றெஞ்ஞான்றும்
நல்லார்க்கு நல்ல செயல். 905

இமையாரின் வாழினும் பாடிலரே இல்லாள்
அமையார்தோள் அஞ்சு பவர். 906

பெண்ணேவல் செய்தொழுகும் ஆண்மையின் நாணுடைப்
பெண்ணே பெருமை உடைத்து. 907

நட்டார் குறைமுடியார் நன்றாற்றார் நன்னுதலாள்
பெட்டாங்கு ஒழுகு பவர். 908

அறவினையும் ஆன்ற பொருளும் பிறவினையும்
பெண்ஏவல் செய்வார்கண் இல். 909

எண்சேர்ந்த நெஞ்சத் திடனுடையார்க்கு எஞ்ஞான்றும்
பெண்சேர்ந்தாம் பேதைமை இல். 910

பெண்வழிச் சேறல்

901. தம் மனையாள் விரும்புகின்றவாறு வாழ்கின்றவர் சிறந்த பயன்களை அடையார்; கடமையைச் செய்தலை விரும்புகின்றவர் வேண்டாதபொருளும் அதுவேயாகும்.

902. கடமையை விரும்பாமல் மனைவியின் பெண்மையை விரும்புகின்றவனுடைய செல்வம் (ஆக்கம்) இவ்வுலகத்து ஆண்பாலர்கள் அனைவரையும் நாணும்படி செய்யும்.

903. மனைவியிடத்துத் தாழ்ந்து நடக்கும் இழிந்த தன்மை ஒருவனுக்கு எப்போதும் நல்லவரிடையே பழகும்போது நாணத்தைத் தரும்.

904. மனைவிக்கு அஞ்சி நடக்கின்ற மறுமைப்பயன் இல்லாத ஒருவனுக்குச் செயலாண்மை இருந்தபோதிலும் அது நல்லோரால் மதிக்கப்பெறாது.

905. மனைவிக்கு எப்போதும் அஞ்சி வாழ்கின்றவன், தான் தேடிய பொருளேயானாலும் நல்லவர்க்கு நன்மையான கடமையைச் செய்வதற்கும் அஞ்சுவான்.

906. தம் மனைவியின் மூங்கில் போன்ற தோளுக்கு அஞ்சி வாழ் கின்றவர், வீரத்தால் துறக்கம் பெற்ற அமரரைப் போல் சிறப்பான நிலையில் வாழ்ந்தபோதிலும் பெருமை இல்லாதவரே ஆவர்.

907. நாணமின்றி தன் இல்லாள் ஏவியபடியே செய்து ஒழுகு கின்றவனின் ஆண்மையைவிட நாணத்தைத் தன் இயல்பாகவுடைய பெண்மையே பெருமையுடையது.

908. தம் மனையாள் விரும்பியபடி நடப்பவர் தம் நண்பர்களின் குறையையும் தீர்க்க மாட்டார்; மறுமைக்குத் துணையாக உதவும் எந்த அறத்தையும் செய்யமாட்டார்.

909. அறச் செயலும் அதற்குக் காரணமாக அமைந்த பொருளைச் செய்தலும் மற்ற கடமைகளும் மனையாள் ஏவலின்படி நடப்போரிடத்தில் இல்லை.

910. எண்ண வல்ல நெஞ்சமும் அதனாலாகிய செல்வமும் உடைய வேந்தர்க்கு மனையாளின் ஏவலுக்கு இணங்கும் அறியாமை ஒருகாலத்தும் இல்லை.

92. வரைவின் மகளிர்

அன்பின் விழையார் பொருள்விழையும் ஆய்தொடியார்
இன்சொல் இழுக்குத் தரும். 911

பயன்தூக்கிப் பண்புரைக்கும் பண்பில் மகளிர்
நயன்தூக்கி நள்ளா விடல். 912

பொருட்பெண்டிர் பொய்ம்மை முயக்கம் இருட்டறையில்
ஏதில் பிணந்தழீஇ யற்று. 913

பொருட்பொருளார் புன்னலம் தோயார் அருட்பொருள்
ஆயும் அறிவி னவர். 914

பொதுநலத்தார் புன்னலம் தோயார் மதிநலத்தின்
மாண்ட அறிவி னவர். 915

தந்நலம் பாரிப்பார் தோயார் தகைசெருக்கிப்
புன்னலம் பாரிப்பார் தோள். 916

நிறைநெஞ்சம் இல்லவர் தோய்வர் பிறநெஞ்சில்
பேணிப் புணர்பவர் தோள். 917

ஆயும் அறிவினர் அல்லார்க்கு அணங்கென்ப
மாய மகளிர் முயக்கு. 918

வரைவிலா மாணிழையார் மென்றோள் புரையிலாப்
பூரியர்கள் ஆழும் அளறு. 919

இருமனப் பெண்டிரும் கள்ளும் கவறும்
திருநீக்கப் பட்டார் தொடர்பு. 920

வரைவின் மகளிர்

911. அன்பால் விரும்பாமல் ஒருவன் தருகின்ற பொருள் காரணமாக விரும்புகின்ற பொதுமகளிர் பேசுகின்ற இனிய சொல், ஒருவனுக்குத் துன்பத்தையே கொடுக்கும்.

912. ஒருவனிடமுள்ள பொருளின் அளவை அறிந்து அதனை அடையும்வரை பண்பைப்பற்றிப் பேசும் பண்பற்ற பொதுமகளிரின் இன்பத்தை ஆராய்ந்து பொருந்தாமல் விட்டுவிட வேண்டும்.

913. கொடுக்கும் பொருளையே விரும்பும் பொதுமகளிரின் பொய்யான தழுவுதல், பிணம் எடுப்பார் இருட்டறையில் தொடர்பு இல்லாத ஒரு பிணத்தைத் தழுவுவதைப் போன்றது.

914. இன்பமாகிய பொருளை இகழ்ந்து பொருளையே விரும்பும் பொதுமகளிரது இழிந்த இன்பத்தை அருளோடு கூடிய சிறந்த பொருளை ஆராயும் அறிவுடையோர் பொருந்தார்.

915. இயற்கையான மதிநலத்தால் மாட்சிமைப் பட்ட அறிவுடையோர் பொருள் தருவார் எல்லார்க்கும் பொதுவாக இன்பம் தரும் மகளிரின் இழிவான நலத்தைத் தீண்டார்.

916. அழகு முதலியவற்றால் செருக்கடைந்து தம் புன்மையான நலத்தை விற்கும் பொதுமகளிரின் தோளினைத் தம் புகழைக் கருதும் உயர்ந்தோர் தீண்டமாட்டார்.

917. நெஞ்சத்தை நிறுத்தி ஆளும் ஆற்றல் இல்லாதவர், தம் நெஞ்சில் வேறு பொருள்களை விரும்பிக் கூடும் பொதுமகளிரின் தோள்களைப் பொருந்துவர்.

918. வஞ்சித்தலில் வல்ல பொதுமகளிரின் முயக்கத்தை, அவ்வஞ்சனையை ஆராய்ந்து அறியும் அறிவில்லாதவர்க்கு 'அணங்கு தாக்கு' (மோகினி மயக்கு) என்பர் அறிஞர்.

919. உயர்ந்தோர், இழிந்தோர் என்னும் இருவரையும் விலை தந்தால் தழுவுகின்ற பொதுமகளிரது மெல்லிய தோள்கள் உயர் வில்லாத கீழ்மக்கள் புகுந்த அழுந்தும் நரகமாகும்.

920. இருவகைப்பட்ட மனம் உடைய பொதுமகளிரும், கள்ளும், சூதுமாகிய இம்மூன்று தொடர்புகளும் திருமகளால் கைவிடப் பெற்றவரின் நெருங்கிய உறவாகும்.

93. கள்ளுண்ணாமை

உட்கப் படாஅர் ஒளியிழப்பர் எஞ்ஞான்றும்
கட்காதல் கொண்டொழுகு வார். 921

உண்ணற்க கள்ளை உணில்உண்க சான்றோரால்
எண்ணப் படவேண்டா தார். 922

ஈன்றாள் முகத்தேயும் இன்னாதால் என்மற்றுச்
சான்றோர் முகத்துக் களி. 923

நாண்என்னும் நல்லாள் புறங்கொடுக்கும் கள்ளென்னும்
பேணாப் பெருங்குற்றத் தார்க்கு. 924

கையறி யாமை யுடைத்தே பொருள்கொடுத்து
மெய்யறி யாமை கொளல். 925

துஞ்சினார் செத்தாரின் வேறல்லர் எஞ்ஞான்றும்
நஞ்சுண்பார் கள்ளுண் பவர். 926

உள்ளொற்றி உள்ளூர் நகப்படுவர் எஞ்ஞான்றும்
கள்ளொற்றிக் கண்சாய் பவர். 927

களித்தறியேன் என்பது கைவிடுக நெஞ்சத்து
ஒளித்ததூஉம் ஆங்கே மிகும். 928

களித்தானைக் காரணம் காட்டுதல் கீழ்நீர்க்
குளித்தானைத் தீத்துரீஇ யற்று. 929

கள்ளுண்ணாப் போழ்தில் களித்தானைக் காணுங்கால்
உள்ளான்கொல் உண்டதன் சோர்வு. 930

கள்ளுண்ணாமை

921. கள்ளின்மேல் விருப்பங் கொண்டு நடப்பவர் எக்காலத்திலும் பகைவரால் அஞ்சப்படார்; அதுவேயன்றி தாம் முன்பு எய்தியிருந்த புகழையும் இழந்து விடுவர்.

922. அறிவை மயக்கும் கள்ளை அறிவுடையார் உண்ணலாகாது; சான்றோரால் நன்கு கருதப்பெறுவதை விரும்பாதவர் மட்டுமே வேண்டுமானால் உண்ணலாம்.

923. எது செய்தாலும் மகிழும் பெற்ற அன்னையின் முன்பு கள்ளுண்டு களித்தல் அவளுக்கு துன்பம் தருவதாகும்; அவ்வாறானால் குற்றம் எதனையும் பொறாத சான்றோரின் முன் அஃது என்னவாகும்?

924. 'நாணம்' என்று சொல்லப்படும் நல்லவள், 'கள்' என்று சொல்லப்படும் விரும்பத் தகாத பெருங்குற்றம் உடையவர்க்கு எதிரே நிற்காமல் அருவருத்து அகன்று போவாள்.

925. ஒருவன் விலைப்பொருள் கொடுத்துக் கள்ளுண்டு தன் உடலை மறக்கும் அறியாத நிலையை மேற்கொள்ளுதல் இன்னதென்று அறியாத அறியாமை உடையதாகும்.

926. உறங்கினார் அறிவிழந்திருப்பதால் இறந்தவரைவிட வேறுபட்டவர் அல்லர்; அவ்வாறே கள் உண்பவரும் எப்போதும் அறிவு மயங்குதலால் நஞ்சு உண்டவரை ஒப்பர்.

927. கள்ளை மறைந்திருந்து குடித்து அதன் களிப்பினாலே தம் அறிவை இழந்தவர்கள் உள்ளூரில் வாழ்பவரால் செய்திகள் அறியப்பெற்று எந்நாளும் எள்ளி நகையாடப்படுவர்.

928. கள்ளை உண்டபொழுதே முன்ஒளித்த குற்றம் மிகுதியாக வெளிப்படுதலால் மறைவாகக் கள்ளையுண்டு 'யான் ஒரு போதும் கள்ளுண்டறியேன்' என்று சொல்வதைக் கைவிட வேண்டும்.

929. கள்ளுண்டு மயங்கினவனைக் காரணம் காட்டித் தெளிவித்தல், நீரினுள் மூழ்கினவனைத் தீ விளக்குகொண்டு தேடுவதைப்போல் முடியாத செயலாகும்.

930. கள் உண்பவன் தான் உண்ணாதபொழுது உண்டு களித்தவனைக் காணுமிடத்தில் உண்டு மயங்குவதால் வரும் சோர்வு நிலையும் இப்படித்தான் ஆகும் என்று நினைக்கமாட்டானோ?

94. சூது

வேண்டற்க வென்றிடினும் சூதினை வென்றதூஉம்
தூண்டிற்பொன் மீன்விழுங்கி யற்று. 931

ஒன்றெய்தி நூறிழக்கும் சூதர்க்கும் உண்டாங்கொல்
நன்றெய்தி வாழ்வதோர் ஆறு. 932

உருளாயம் ஓவாது கூறின் பொருளாயம்
போஒய்ப் புறமே படும். 933

சிறுமை பலசெய்து சீரழிக்கும் சூதின்
வறுமை தருவதொன்று இல். 934

கவறும் கழகமும் கையும் தருக்கி
இவறியார் இல்லாகி யார். 935

அகடாரார் அல்லல் உழப்பர்சூ தென்னும்
முகடியால் மூடப்பட் டார். 936

பழகிய செல்வமும் பண்பும் கெடுக்கும்
கழகத்துக் காலை புகின். 937

பொருள்கெடுத்துப் பொய்மேற் கொளீஇ அருள்கெடுத்து
அல்லல் உழப்பிக்கும் சூது. 938

உடைசெல்வம் ஊண்ஒளி கல்விஎன்று ஐந்தும்
அடையாவாம் ஆயம் கொளின். 939

இழத்தொறூஉம் காதலிக்கும் சூதேபோல் துன்பம்
உழத்தொறூஉம் காதற்று உயிர். 940

சூது

931. வெற்றியே பெறுபவன் ஆனாலும் ஒருவன் சூதாட்டத்தை விரும்பக் கூடாது. வென்ற வெற்றியும் தூண்டில் இரும்பை இரை என்று மயங்கி மீன் விழுங்கினாற்போன்றது.

932. ஒரு பொருள் பெற்று, பெறுவோம் என்னும் ஆசையால் நூறு மடங்கு பொருளை இழந்து வறியராகும் சூதருக்கு நன்மைகளை அடைந்து வாழ்கின்ற நெறியும் ஒன்று உளதாகுமோ ?

933. உருளுகின்ற கருவியால் வரும் பொருளை ஒருவன் இடை விடாது கூறிச் சூதாடினால், அவன் ஈட்டிய பொருளும் பொருள் வருவாயும் அவனை விட்டு நீங்கி எதிரிகளிடம் சென்று அடைந்துவிடும்.

934. ஒருவனுக்குத் துன்பம் பலவற்றையும் இழைத்து அவனுடைய புகழையும் கெடுக்கும் சூதாட்டத்தைப் போல் வறுமை தருவது வேறொன்றும் இல்லை.

935. சூதாடு கருவியும், ஆடும் இடமும், கைத்திறனும் ஆகிய இவற்றைக் கைவிடாதவர், தாம் எல்லாப் பொருளும் உடையவராக இருந்தும் இல்லாதவர் ஆகிவிடுவர்.

936. சூது என்னும் மூதேவியால் ஆட்கொள்ளப் பெற்றவர்கள், இம்மையில் வயிறார உணவைப் பெறார்; மறுமையிலும் நரகத்தில் சிக்கி மிகவும் வருந்துவர்.

937. நல்லது செய்வதற்கென்று அமைந்த காலம் சூதாடும் களத்தில் கழியுமானால், அஃது அவனுக்குத் தொன்றுதொட்டு வந்த செல்வத்தையும் இயல்பான நற்பண்புகளையும் கெடுத்து ஒழித்துவிடும்.

938. சூதாட்டம் உள்ள பொருளையும் அழித்து, பொய்யையும் மேற்கொள்ளச் செய்து, அருளையும் கெடுத்து பலவகையிலும் துன்பத்தினால் வருந்தச் செய்யும்.

939. சூதாட்டத்தை ஒருவன் மேற்கொண்டால், அவனுடைய புகழ், கல்வி, செல்வம், உணவு, உடை ஆகிய ஐந்துமே அவனை விட்டு அகன்று விடும்.

940. பொருளை வைத்து இழக்க இழக்க மேன்மேலும் விருப்பத்தை வளர்க்கும் சூதாட்டம்போல் உடல் துன்பப்பட்டு வருந்த வருந்த உயிர் மேன்மேலும் அதனை விரும்பும்.

95. மருந்து

மிகினும் குறையினும் நோய்செய்யும் நூலோர்
வளிமுதலா எண்ணிய மூன்று. 941

மருந்தென வேண்டாவாம் யாக்கைக்கு அருந்தியது
அற்றது போற்றி உணின். 942

அற்றால் அளவறிந்து உண்க அஃதுடம்பு
பெற்றான் நெடிதுய்க்கு மாறு. 943

அற்றது அறிந்து கடைப்பிடித்து மாறல்ல
துய்க்க துவரப் பசித்து. 944

மாறுபாடு இல்லாத உண்டி மறுத்துண்ணின்
ஊறுபாடு இல்லை உயிர்க்கு. 945

இழிவறிந்து உண்பான்கண் இன்பம்போல் நிற்கும்
கழிபே ரிரையான்கண் நோய். 946

தீயள வன்றித் தெரியான் பெரிதுண்ணின்
நோயள வின்றிப் படும். 947

நோய்நாடி நோய்முதல் நாடி அதுதணிக்கும்
வாய்நாடி வாய்ப்பச் செயல். 948

உற்றான் அளவும் பிணியளவும் காலமும்
கற்றான் கருதிச் செயல். 949

உற்றவன் தீர்ப்பான் மருந்துழைச் செல்வானென்று
அப்பால்நாற் கூற்றே மருந்து. 950

மருந்து

941. ஒருவனுடைய உணவும் செயல்களும் உடற்கூறுபாட்டிற்கு மேல் கூடினாலும் குறைந்தாலும் மருத்துவ நூலோர் வாதம், பித்தம், சிலேத்துமம் என எண்ணி வகுத்த மூன்று நோயைச் செய்யும்.

942. ஒருவன் முன்பு உண்ட உணவு செரித்த தன்மையைத் தெளிவாக அறிந்து அதன் பின்னர் தக்க அளவு உண்பானானால், அவன் உடம்பிற்கு மருந்து என்னும் ஒன்று வேண்டியதில்லை.

943. ஒருவன் தான் முன்னுண்டது செரித்துவிட்டால், பின் வேண்டிய அளவு அறிந்து உண்ணவேண்டும்; அதுவே உடம்பு பெற்ற அவன் அதை நெடுங்காலம் காப்பாற்றும் வழி.

944. முன்பு உண்ட உணவு செரித்த தன்மையை அறிந்து, மாறுபாடில்லாத உணவைத் தெரிந்தெடுத்து அதனையும் நன்றாகப் பசித்த பிறகு உண்ண வேண்டும்.

945. மாறுபாடில்லாத உணவை அளவு மீறாமல் மறுத்து அளவோடு உண்டால் அவன் உயிர் உடம்பில் வாழ்வதற்கு இடையூறான பிணிகளால் துன்பம் இல்லை.

946. அளவுக்குச் சிறிது குறைவாகவே உண்பவனிடம் இன்பம் நீங்காமல் நிலை நிற்பது போல், அளவுக்கு மிகுதியாக உண்பவனிடம் நோயும் நீங்காமல் நிலைத்து நிற்கும்.

947. பசித்தீயின் அளவின்படி அல்லாமல் காலமும் அளவும் அறியாதபடி பெருமளவு ஒருவன் உண்பானாயின், அதனால் நோய்களும் அவனிடத்தில் எல்லையில்லாமல் வளரும்.

948. குணம் குறிகளால் நோய் இன்னதென்று துணிந்து, அதன் காரணத்தையும் தெளிந்து, அதைத் தீர்க்கும் வழியையும் அறிந்து, செய்யும் வகை பிழையாமல் மருத்துவம் செய்தல் வேண்டும்.

949. மருத்துவத்தைக் கற்றறிந்தவன் நோயுற்றவனுடைய வயது முதலியவற்றையும், நோயின் தன்மையையும் (அளவையும்) காலத்தின் இயல்பையும் நன்கு கருதிய பின்னரே மருத்துவம் செய்ய வேண்டும்.

950. நோயுற்றவன், நோய்தீர்க்கும் மருத்துவன், அவனுக்கு உதவும் மருந்து வகைகள், மருந்தை அருகிலிருந்து கொடுப்பவன் என்று மருத்துவமுறை நான்குவகைப் பாகுபாடு உடையது.

96. குடிமை

இற்பிறந்தார் கண்அல்லது இல்லை இயல்பாகச்
செப்பமும் நாணும் ஒருங்கு. 951

ஒழுக்கமும் வாய்மையும் நாணும்இம் மூன்றும்
இழுக்கார் குடிப்பிறந் தார். 952

நகைஈகை இன்சொல் இகழாமை நான்கும்
வகைஎன்ப வாய்மைக் குடிக்கு. 953

அடுக்கிய கோடி பெறினும் குடிப்பிறந்தார்
குன்றுவ செய்தல் இலர். 954

வழங்குவ துள்வீழ்ந்தக் கண்ணும் பழங்குடி
பண்பில் தலைப்பிரிதல் இன்று. 955

சலம்பற்றிச் சால்பில செய்யார்மா சற்ற
குலம்பற்றி வாழ்தும்என் பார். 956

குடிப்பிறந்தார் கண்விளங்கும் குற்றம் விசும்பின்
மதிக்கண் மறுப்போல் உயர்ந்து. 957

நலத்தின்கண் நாரின்மை தோன்றின் அவனைக்
குலத்தின்கண் ஐயப் படும். 958

நிலத்தில் கிடந்தமை கால்காட்டும் காட்டும்
குலத்திற் பிறந்தார்வாய்ச் சொல். 959

நலம்வேண்டின் நாணுடைமை வேண்டும் குலம்வேண்டின்
வேண்டுக யார்க்கும் பணிவு. 960

குடிமை

951. செம்மையும் நாணமும் ஒன்று சேர்ந்து பொருந்தி விளங்குதல் என்பது உயர்குடியில் பிறந்தவரிடத்தில் அன்றி மற்றவரிடத்தில் இயல்பாக அமைந்திருப்பதில்லை.

952. உயர்குடியில் பிறந்தவர்கள் ஒழுக்கமும், வாய்மையும், நாணமும் ஆகிய இம்மூன்று பண்புகளிலிருந்தும் தவறாமல் இயல்பாகவே நன்னெறியில் வாழ்வர்.

953. உண்மையாக உயர்குடியில் பிறந்தவர்க்கு முகமலர்ச்சி, ஈகை, இனிய சொல், பிறரை இகழ்ந்து கூறாமை ஆகிய நான்கும் நல்ல பண்புகள் என்று கூறுவர்.

954. பலகோடிப் பொருளைப் பெறுவதாக இருந்தாலும் நல்ல குடியில் பிறந்தவர்கள் தம் குடிப்பெருமைக்குக் குறைவான எந்தக் குற்றங்களையும் செய்யமாட்டார்கள்.

955. தொன்றுதொட்டு வருகின்ற பழங்குடியில் பிறந்தவர்கள் தாம் கொடுத்துதவும் பொருள் தம் வறுமையால் சுருங்கிய போதிலும் தம் பண்பினிலிருந்து குறையமாட்டார்கள்.

956. மாசற்ற குடிமரபினோடு ஒத்து வாழ்வதாகக் கருதி வாழ்பவர்கள் வறுமையுற்ற காலத்திலும் வஞ்சனைகொண்டு தகுதியில்லாதவற்றைச் செய்யமாட்டார்கள்.

957. உயர்குடியிற் பிறந்தவர்களிடம் தோன்றும் குற்றம் அளவால் சிறிதானாலும் வானத்துத் திங்களிடம் காணப்படும் களங்கம்போல் பலரறிய ஓங்கித் தோன்றும்.

958. ஒருவனுடைய நல்ல பண்புகளுக்கிடையில் அன்பற்ற தன்மை காணப்பட்டால், அவனை அவனுடைய குடிப்பிறப்புப் பற்றி ஐயப்பட நேரும்.

959. நிலத்தின் இயல்பினை அதனிடம் முளைத்த முளை தெரிவிக்கும்; அதுபோல் உயர்குடியில் பிறந்தவரின் வாய்ச் சொற்கள் அவருடைய குடிப்பிறப்பின் இயல்பினைக் காட்டும்.

960. ஒருவன் தனக்கு நன்மைகள் வேண்டும் என விரும்பினால் அவன் பழிக்கு நாணமுடையவனாதல் வேண்டும்; குடியின் உயர்வு வேண்டும் என்று விரும்பினால் எல்லோரிடத்தும் பணிவோடு நடத்தல் வேண்டும்.

97. மானம்

இன்றி யமையாச் சிறப்பின ஆயினும்
குன்ற வருப விடல். 961

சீரினும் சீரல்ல செய்யாரே சீரொடு
பேராண்மை வேண்டு பவர். 962

பெருக்கத்து வேண்டும் பணிதல் சிறிய
சுருக்கத்து வேண்டும் உயர்வு. 963

தலையின் இழிந்த மயிரனையர் மாந்தர்
நிலையின் இழிந்தக் கடை. 964

குன்றின் அனையாரும் குன்றுவர் குன்றுவ
குன்றி அனைய செயின். 965

புகழ்இன்றால் புத்தேள்நாட்டு உய்யாதால் என்மற்று
இகழ்வார்பின் சென்று நிலை. 966

ஒட்டார்பின் சென்றொருவன் வாழ்தலின் அந்நிலையே
கெட்டான் எனப்படுதல் நன்று. 967

மருந்தோமற்று ஊன்ஓம்பும் வாழ்க்கை பெருந்தகைமை
பீடழிய வந்த இடத்து. 968

மயிர்நீப்பின் வாழாக் கவரிமா அன்னார்
உயிர்நீப்பர் மானம் வரின். 969

இளிவரின் வாழாத மானம் உடையார்
ஒளிதொழுது ஏத்தும் உலகு. 970

மானம்

961. மிகவும் இன்றியமையாத சிறப்புகளை உடையவனாயினும் உயர்குடியில் பிறந்தவர் குடிப்பெருமைக்குத் தாழ்ச்சி வரும்படியான செயல்களைச் செய்யாமல் விடவேண்டும்.

962. புகழோடு பெரிய ஆண்மையும் விரும்புகின்றவர்கள் புகழ் தேடும் வழியிலும் தம் குடிப்பெருமைக்கு ஒவ்வாத செயல்களைச் செய்யமாட்டார்கள்.

963. செல்வச் செழிப்புள்ள காலத்தில் ஒருவனுக்குப் பணிவு வேண்டும்; செல்வம் சுருங்கி வறுமையுள்ள காலத்தில் பணியாத உயர்வு வேண்டும்.

964. மக்கள் தம் உயர்வான நிலையை விட்டுத் தாழ்ந்த நிலைமையை அடையும்போது தலையிலிருந்து அகன்று விழுந்து தாழ்வுற்ற மயிரினைப்போல் இழிவு அடைவார்கள்.

965. குடிப்பிறப்பால் குன்றுபோல் உயர்ந்த நிலையில் உள்ளவர்களும் தம் தாழ்வுக்குக் காரணமான செயல்களை ஒரு குன்றிமணி அளவு செய்தாலும் தாழ்ந்த நிலையை அடைவர்.

966. தன்னை மதியாமல் இகழ்கின்றவர்களின் பின்சென்று, பணிந்து நிற்கும் நிலை ஒருவனுக்குப் புகழையும் தராது; மற்றும் தேவர் உலகிலும் கொண்டுபோய்ச் சேர்க்காது; அதனால் என்ன பயன் ?

967. தன்னை இகழ்வாரின் பின்சென்று பொருள் பெற்று அதனால் ஒருவன் வாழ்தலைவிட அவ்வாறு செய்யாத நிலையில் நின்று அழிந்தான் என்று சொல்லப்படுதல் சிறந்தது.

968. ஒருவனுடைய பெருந்தகைமை அழியும் நிலையில், தான் இறந்து போகாமல் மானம் விட்டு உடம்பை மட்டும் காத்து வாழும் வாழ்க்கை இறவாமைக்கு மருந்தோ ?

969. தன் உடம்பிலிருந்து ஒரு மயிர் நீங்கினாலும் உயிர் வாழாத கவரிமானைப் போன்றவர்கள் மானம் அழிய நேர்ந்தால் அப்பொழுதே உயிரை விட்டு விடுவர்.

970. தமக்கு யாதேனும் ஓர் இழிவு நேர்ந்தால், உயிரை விட்டுவிட்ட மானமுள்ளவரின் புகழ்வடிவினை எக்காலத்திலும் உலகத்தார் கைதொழுது போற்றித் துதிப்பார்கள்.

98. பெருமை

ஒளிஒருவற்கு உள்ள வெறுக்கை இளிஒருவற்கு
அஃதிறந்து வாழ்தும் எனல். 971

பிறப்பொக்கும் எல்லா உயிர்க்கும் சிறப்பொவ்வா
செய்தொழில் வேற்றுமை யான். 972

மேலிருந்தும் மேலல்லார் மேலல்லர் கீழிருந்தும்
கீழல்லார் கீழல் லவர். 973

ஒருமை மகளிரே போலப் பெருமையும்
தன்னைத்தான் கொண்டொழுகின் உண்டு. 974

பெருமை உடையவர் ஆற்றுவார் ஆற்றின்
அருமை உடைய செயல். 975

சிறியார் உணர்ச்சியுள் இல்லை பெரியாரைப்
பேணிக்கொள் வேம்என்னும் நோக்கு. 976

இறப்பே புரிந்த தொழிற்றாம் சிறப்புந்தான்
சீரல் லவர்கண் படின். 977

பணியுமாம் என்றும் பெருமை சிறுமை
அணியுமாம் தன்னை வியந்து. 978

பெருமை பெருமிதம் இன்மை சிறுமை
பெருமிதம் ஊர்ந்து விடல். 979

அற்றம் மறைக்கும் பெருமை சிறுமைதான்
குற்றமே கூறி விடும். 980

பெருமை

971. ஒருவனுக்கு ஒளி என்பது ஊக்கமிகுதியாகும்; ஒருவனுக்கு இழிவு அந்த ஊக்கம் இல்லாமலே உயிர்வாழலாம் என்று நினைப்பதாகும்.

972. எல்லா உயிர்க்கும் பிறப்பு இயல்பு ஒரு தன்மையினதே; ஆயினும், தொழில் வேறுபாட்டால் பெருமை, சிறுமை என்னும் சிறப்பியல்புகள் ஒருபோதும் ஒத்திருப்பதில்லை.

973. செயற்கரிய செய்யாத சிறியவர் உயர்ந்த நிலையில் இருந்தாலும் பெரியவர் ஆகார்; அத்தகைய செயல்கள் செய்து பெருமையடைந்தவர் தாழ்ந்த நிலையான தரையில் இருந்தாலும் சிறியவர் ஆகார்.

974. ஒரு தன்மையான கற்புடைய மகளிர் நிறையில் வழுவாமல் தம்மைத்தாமே காத்து ஒழுகுதலைப்போல, பெருமைப் பண்பும் ஒருவன் தன்னைத் தான் காத்துக்கொண்டு நடப்பவனிடம் உளதாகும்.

975. பெருமைப் பண்பு உடையவர் தாம் வறுமை அடைந்த நிலையிலும் பிறரால் செய்வதற்கு அரிய செயல்களை விடாமல் செய்து முடிக்கும் வலிமை கொண்டவர் ஆவர்.

976. பெரியோரை விரும்பிப் போற்றி அவரியல்பைப் பெறுவோம் என்னும் உயரிய நோக்கம் அவருடைய சிறப்பை உணராத சிறியோரின் உள்ளத்தில் இல்லை.

977. செல்வம் முதலிய சிறப்பு தமக்குப் பொருந்தாத சீரற்ற கீழ் மக்களிடம் ஏற்பட்டால், அவர்கள் வரம்பு கடந்த செயல்களைச் செய்பவராவர்.

978. பெருமையுடையவர்கள் செருக்கின்றி எக்காலத்தும் பணிவாகவே இருப்பர்; ஆனால், சிறுமையுடையவரோ எப்போதும் தம்மை வியந்து பாராட்டிக் கொள்வர்.

979. பெருமைப் பண்பாவது காரணம் உள்ளபோதும் செருக்கின்றி அமைந்திருத்தல்; சிறுமைப் பண்போ பெருமை அற்றபோதும் செருக்கு மிகுந்த அதன் எல்லையில் நின்று விடுதல்.

980. பெருமையுடையவர் பிறருடைய பெருமையைப் பேசிக் குறைபாட்டை மறைப்பர்; சிறுமை உடையவரோ பிறரது குணத்தை மறைத்துக் குற்றத்தையே எடுத்துக் கூறுவர்.

99. சான்றாண்மை

கடன்என்ப நல்லவை எல்லாம் கடன்அறிந்து
சான்றாண்மை மேற்கொள் பவர்க்கு. 981

குணநலம் சான்றோர் நலனே பிறநலம்
எந்நலத்து உள்ளதூஉம் அன்று. 982

அன்புநாண் ஒப்புரவு கண்ணோட்டம் வாய்மையொடு
ஐந்துசால்பு ஊன்றிய தூண். 983

கொல்லா நலத்தது நோன்மை பிறர்தீமை
சொல்லா நலத்தது சால்பு. 984

ஆற்றுவார் ஆற்றல் பணிதல் அதுசான்றோர்
மாற்றாரை மாற்றும் படை. 985

சால்பிற்குக் கட்டளை யாதெனில் தோல்வி
துலையல்லார் கண்ணும் கொளல். 986

இன்னாசெய் தார்க்கும் இனியவே செய்யாக்கால்
என்ன பயத்ததோ சால்பு. 987

இன்மை ஒருவற்கு இளிவன்று சால்பென்னும்
திண்மைஉண் டாகப் பெறின். 988

ஊழி பெயரினும் தாம்பெயரார் சான்றாண்மைக்கு
ஆழி எனப்படு வார். 989

சான்றவர் சான்றாண்மை குன்றின் இருநிலந்தான்
தாங்காது மன்னோ பொறை. 990

சான்றாண்மை

981. "நமக்கு இது தகுவது" என்று அறிந்து சான்றாண்மை மேற்கொண்டு நடப்பவர்க்கு நல்ல குணங்கள் எல்லாம் இயல்பாகவே அமைந்திருக்கும் என்பர் நூலோர்.

982. சான்றோர்களின் நலம் என்பது, அவர்களுடைய குணநலன்களால் வந்த சிறப்பே; அஃது ஒழிந்த பிற நலன்கள் எல்லாம் வேறு எந்த நலத்திலும் சேர்ந்துள்ளதும் அன்று.

983. அன்பு, நாணம், ஒப்புரவு, கண்ணோட்டம், வாய்மை என்னும் ஐந்து பண்புகளும் 'சால்பு' என்னும் பாரத்தைத் தாங்கியுள்ள தூண்களாகும்.

984. 'தவம்' ஓர் உயிரையும் கொல்லாத அறத்தை அடிப்படையாகக் கொண்டது. 'சால்பு' பிறரது குற்றத்தை அறிந்தாலும் வெளியே சொல்லித் திரியாத நற்பண்பை அடிப்படையாகக் கொண்டது.

985. ஒரு செயலை முடிப்பவரது ஆற்றலாவது அதற்குத் துணையாவாரைப் பணிமொழியால் தாழ்ந்தும் கூட்டிக் கொள்ளுதல்; சால்புடையார் தம் பகைவரை ஒழிக்கும் படையும் அதுவேயாகும்.

986. சால்புக்கு உரைகல்போல் மதிப்பிடும் கருவி எது என்றால், தமக்கு ஒப்பில்லாத தாழ்ந்தோரிடத்திலும் தோல்வியை ஏற்றுக் கொள்ளும் பண்பாகும்.

987. தமக்குத் தீமை செய்தவர்க்கும் இனிய செயல்களைச் செய்யாவிட்டால் சான்றோரின் சால்பு என்ன பயனை உடைத்தாகும்?

988. 'சால்பு' என்னும் வலிமை ஒருவரிடம் உறுதி பெற்றிருந் தால், அவருக்கு வரும் வறுமைத் துன்பங்களும் அவருக்கு இழிவான நிலைமையைத் தந்துவிடாது.

989. 'சால்புடைமை' என்னும் கடலுக்குக் கரை என்று சொல்லப்படும் பெரியோர்கள், ஊழிக்காலத்தில் வேறுபாடுகளே நேர்ந்தாலும் தாம் வேறுபடாமல் இருப்பர்.

990. பல குணங்களாலும் நிறைந்தவர் தம் பண்புகளில் குன்றுவார்களானால், இந்தப் பெரிய நிலவுலகமும் தன் பாரத்தைத் தாங்க முடியாமற் போய்விடும்.

100. பண்புடைமை

எண்பதத்தால் எய்தல் எளிதென்ப யார்மாட்டும்
பண்புடைமை என்னும் வழக்கு. 991

அன்புடைமை ஆன்ற குடிப்பிறத்தல் இவ்விரண்டும்
பண்புடைமை என்னும் வழக்கு. 992

உறுப்பொத்தல் மக்களொப்பு அன்றால் வெறுத்தக்க
பண்பொத்தல் ஒப்பதாம் ஒப்பு. 993

நயனொடு நன்றி புரிந்த பயனுடையார்
பண்புபா ராட்டும் உலகு. 994

நகையுள்ளும் இன்னாது இகழ்ச்சி பகையுள்ளும்
பண்புள பாடறிவார் மாட்டு. 995

பண்புடையார்ப் பட்டுண்டு உலகம் அதுஇன்றேல்
மண்புக்கு மாய்வது மன். 996

அரம்போலும் கூர்மைய ரேனும் மரம்போல்வர்
மக்கட்பண்பு இல்லா தவர். 997

நண்பாற்றா ராகி நயமில செய்வார்க்கும்
பண்பாற்றா ராதல் கடை. 998

நகல்வல்லர் அல்லார்க்கு மாயிரு ஞாலம்
பகலும்பாற் பட்டன்று இருள். 999

பண்பிலான் பெற்ற பெருஞ்செல்வம் நன்பால்
கலந்தீமை யால்திரிந் தற்று. 1000

பண்புடைமை

991. எல்லாரிடத்திலும் எளிய செவ்வியுடன் இருப்பவருக்குப் பண்புடையவராக வாழும் நன்நெறியினை அடைந்து சிறப்படை தலும் எளிது என்று கூறுவர்.

992. பிறர்மேல் அன்புடைமையும், உலகத்தோடமைந்த உயர் குடியில் பிறந்த தன்மை அமைந்திருத்தலும் ஆகிய இவ்விரண்டும் பண்புடையவராக வாழும் நல்வழியாகும்.

993. உடம்பால் ஒருவரோடொருவர் ஒத்திருத்தல் மக்களோடு ஒப்புமை அன்று; பொருந்தத் தக்க பண்பால் ஒத்திருத்தலே கொள்ளத்தக்க ஒப்புடைமையாகும்.

994. நீதியையும் அறத்தையும் விரும்பிப் பிறர்க்கும் தமக்கும் பயன்பட வாழும் பெரியோரின் நல்ல பண்பினை உலகத்தார் அனைவருமே போற்றிக் கொண்டாடுவர்.

995. ஒருவனை இகழ்ந்து பேசுதல் விளையாட்டிலும் துன்பம் தருவதாகும்; ஆகையால், பிறருடைய இயல்பை அறிந்து நடப்பவரிடத்தில் பகைமையிலும் நல்ல பண்புகள் உள்ளன.

996. பண்புடையவரிடத்தில் பொருந்தியிருப்பதால் உலகம் இடையறாது தொடர்ந்து இயங்குகின்றது; அங்ஙனம் இல்லையானால், அது மண்ணில் புகுந்து அழிந்து விடும்.

997. நன்மக்களுக்கு உரிய பண்பு இல்லாதவர், அரம் போல் கூர்மையான அறிவு உடையவரானாலும் ஓரறிவேயுள்ள மரத்தைப் போன்றவரேயாவர்.

998. தம்மோடு நட்புக் கொள்ளாதவராகிய பகைமையே செய்கின்றவரிடத்திலும் தாம் பண்புடையவராக ஒழுகாமை அறிவுடையவர்கட்கு இழுக்காகும்.

999. பண்பு இல்லாமையால் ஒருவரோடொருவர் கலந்து பழகி உள்ளம் மகிழ முடியாதவர்க்கு மிகப் பெரிய இந்த உலகம் ஒளியுள்ள பகற்பொழுதிலும் இருளில் கிடப்பதாகும்.

1000. பண்பில்லாதவன் முன்னைய நல்வினையால் பெற்ற பெருஞ்செல்வம், நல்ல ஆவின் பால் வைத்த கலத்தின் குற்றத்தால் தன் சுவை முதலியன கெட்டாற்போன்றதாகும்.

101. நன்றியில் செல்வம்

வைத்தான்வாய் சான்ற பெரும்பொருள் அஃதுண்ணான்
செத்தான் செயக்கிடந்தது இல். 1001

பொருளானாம் எல்லாமென்று ஈயாது இவறும்
மருளானாம் மாணாப் பிறப்பு. 1002

ஈட்டம் இவறி இசைவேண்டா ஆடவர்
தோற்றம் நிலக்குப் பொறை. 1003

எச்சமென்று என்எண்ணுங் கொல்லோ ஒருவரால்
நச்சப் படாஅ தவன். 1004

கொடுப்பதூஉம் துய்ப்பதூஉம் இல்லார்க்கு அடுக்கிய
கோடிஉண் டாயினும் இல். 1005

ஏதம் பெருஞ்செல்வம் தான்துவ்வான் தக்கார்க்கொன்று
ஈதல் இயல்பிலா தான். 1006

அற்றார்க்கொன்று ஆற்றாதான் செல்வம் மிகநலம்
பெற்றாள் தமியள்மூத் தற்று. 1007

நச்சப் படாதவன் செல்வம் நடுவூருள்
நச்சு மரம்பழுத் தற்று. 1008

அன்பொரீஇத் தற்செற்று அறம்நோக்காது ஈட்டிய
ஒண்பொருள் கொள்வார் பிறர். 1009

சீருடைச் செல்வர் சிறுதுனி மாரி
வறங்கூர்ந் தனையது உடைத்து. 1010

நன்றியில் செல்வம்

1001. ஒருவன் வீடு நிறையப் பெரும் பொருளைச் சேர்த்து வைத்தும் கஞ்சத்தனத்தால் தானேயும் உண்டுநுகராது, அப்பொருளின் உரிமையிருந்தும் ஏதும் செய்யாததனால், அவன் செத்தவனுக்குச் சமமாவான்.

1002. 'பொருளினால் எல்லாமே உண்டாகும்' என்று அறிந்து அதனை எவர்க்கும் ஈயாமல் அதனை இறுகப் பற்றிய மயக்கத்தை உடையவனுக்கு, சிறப்பில்லாத பேய்ப்பிறவி தான் ஏற்படும்.

1003. சேர்த்து வைப்பதையே விரும்பிப் பற்றுள்ளம் கொண்டு புகழை விரும்பாத மக்கள் பிறந்து வாழ்தல் இப்பூமிக்கு ஒரு சுமையேயன்றி வேறில்லை.

1004. ஒரு பொருளையும் கொடுத்தறியாததால் எவராலும் விரும்பப்படாதவன், தான் இறந்த பிறகு இவ்வுலகில் எஞ்சி நிற்பதற்கென்று எதனை எண்ணுவானோ ?

1005. இரப்போர்க்குக் கொடுத்து உதவுவதும் தான் நுகர்வது மாகிய செல்வத்தின் பயனை இழந்தவர்க்கு மேன்மேலும் பெருகிய பலகோடிப் பொருள் உண்டானாலும் பயன் இல்லை.

1006. தானும் நுகராமல் தகுதியுள்ளவருக்குக் கொடுத்து உதவும் பண்பும் இல்லாமல் வாழ்கின்றவன், தான் பெற்ற பெருஞ்செல்வத்திற்கு ஒரு நோய் போன்றவன்.

1007. பொருள் இல்லாத வறியவர்க்குக் கொடுத்து உதவாதவ னுடைய செல்வம், அழகிய நங்கையொருத்தி திருமணப் பயனில்லாமல் தனியாக வாழ்ந்து முதுமையுற்றாற் போன்றது.

1008. வறியவர்க்கு அணியனாக இருந்தும் அவருக்கு உதவாத காரணத்தால் ஒருவராலும் விரும்பப்படாத கஞ்சனின் செல்வம், ஊர் நடுவே நச்சுமரம் நிறையப் பழுத்து விளங்குவதைப் போன்றது.

1009. சுற்றத்தார், உறவினர்களிடம் அன்பு செலுத்துவதையும் விட்டு தன்னையும் வருத்தி அறத்தையும் போற்றாமல் ஒருவன் தேடி வைத்த பெரும் பொருளைப் பிறர்தாம் பெற்று நுகர்வர்.

1010. புகழ் பொருந்திய செல்வம் உடையவரது சிறிதுகாலத்திய வறுமை உலகத்தைப் புரக்க வல்ல மேகம் வறுமை மிகுந்தாற் போன்ற தன்மையுடையது.

102. நாணுடைமை

கருமத்தான் நாணுதல் நாணுத் திருநுதல்
நல்லவர் நாணுப் பிற. 1011

ஊணுடை எச்சம் உயிர்க்கெல்லாம் வேறல்ல
நாணுடைமை மாந்தர் சிறப்பு. 1012

ஊனைக் குறித்த உயிரெல்லாம் நாண்என்னும்
நன்மை குறித்தது சால்பு. 1013

அணிஅன்றோ நாணுடைமை சான்றோர்க்கு அஃதின்றேல்
பிணிஅன்றோ பீடு நடை. 1014

பிறர்பழியும் தம்பழியும் நாணுவார் நாணுக்கு
உறைபதி என்னும் உலகு. 1015

நாண்வேலி கொள்ளாது மன்னோ வியன்ஞாலம்
பேணல மேலா யவர். 1016

நாணால் உயிரைத் துறப்பர் உயிர்ப்பொருட்டால்
நாண்துறவார் நாண்ஆள் பவர். 1017

பிறர்நாணத் தக்கது தான்நாணா னாயின்
அறம்நாணத் தக்கது உடைத்து. 1018

குலஞ்சுடும் கொள்கை பிழைப்பின் நலஞ்சுடும்
நாணின்மை நின்றக் கடை. 1019

நாண்அகத் தில்லார் இயக்கம் மரப்பாவை
நாணால் உயிர்மருட்டி யற்று. 1020

நாணுடைமை

1011. இழிந்த செயல் காரணமாக நாணுதலே நன்மக்களது நாணம்; மனம், மொழி, மெய் ஒடுக்கங்களால் வரும் பிற நாணங்கள் குலமகளிருக்குரியவை.

1012. உணவும் உடையும் எஞ்சி நிற்கும் மற்றவையும் எல்லா உயிர்கட்கும் பொதுவானவை. ஆயினும், நன்மக்களின் சிறப்பியல்பாக விளங்குவது நாணுடைமையே யாகும்.

1013. உயிர்கள் எல்லாம் தம் இருப்பிடமான ஊனாலான உடம்பை ஒருபோதும் விடமாட்டா; அவ்வாறே நாணம் என்னும் நற்குணத்தை இருப்பிடமாகக் கொண்ட 'சால்பு', அதனை ஒருபோதும் விட்டுவிடாது.

1014. நாணம் உடைமை சான்றோர்க்கு ஓர் அணிகலம் ஆகும்; அந்த அணி இல்லையாயின் அவரது பெருமித நடை காண்போருக்கு ஒரு நோயாகிவிடும்.

1015. பிறருக்கு வரும் பழியையும் தமக்கு வரும் பழியையும் சமமாக மதித்து நாணுபவரை 'நாணத்திற்கு உறைவிடமானவர் இவர்' என்று உலகம் சிறப்பித்துக் கூறும்.

1016. நாணமாகிய வேலியைத் தமக்குக் காவலாகச் செய்து கொள்ளாமல், மேலோர் அகன்ற இவ்வுலகில் வாழும் வாழ்க்கையை விரும்பி மேற்கொள்ளார்.

1017. நாணத்தைத் தமக்குரிய பண்பாகக் கொள்பவர் நாணத்தால் உயிரை விடுவர்; உயிரைக் காக்கும் பொருட்டாக நாணத்தை விடார்.

1018. கேட்டவரும் கண்டவரும் நாணத்தக்க பழியை ஒருவன் நாணாது செய்தால், அறம் நாணி அவனைக் கைவிடும் தன்மை யுடையதாகும்.

1019. ஒருவனது ஒழுக்கம் தவறினால் அவனது குடிப் பெருமை ஒன்றே கெடும்; நாணில்லாத தன்மை நிலைபெற்றால் நன்மை எல்லாவற்றையும் கெடுக்கும்.

1020. மனத்தில் நாணமில்லாத மக்கள் உயிருடையார்போல் இயங்குதல், மரத்தால் இயன்ற பாவையைக் கயிறுகொண்டு ஆட்டி உயிருள்ளதாகத் தோன்றுமாறு மயக்கினாற் போன்றது.

103. குடிசெயல் வகை

கருமம் செயஒருவன் கைதூவேன் என்னும்
பெருமையின் பீடுடையது இல். 1021

ஆள்வினையும் ஆன்ற அறிவும் எனஇரண்டின்
நீள்வினையால் நீளும் குடி. 1022

குடிசெய்வல் என்னும் ஒருவற்குத் தெய்வம்
மடிதற்றுத் தான்முந் துறும். 1023

சூழாமல் தானே முடிவெய்தும் தம்குடியைத்
தாழாது உஞற்று பவர்க்கு. 1024

குற்றம் இலனாய்க் குடிசெய்து வாழ்வானைச்
சுற்றமாச் சுற்றும் உலகு. 1025

நல்லாண்மை என்பது ஒருவற்குத் தான்பிறந்த
இல்லாண்மை ஆக்கிக் கொளல். 1026

அமரகத்து வன்கண்ணர் போலத் தமரகத்தும்
ஆற்றுவார் மேற்றே பொறை. 1027

குடிசெய்வார்க்கு இல்லை பருவம் மடிசெய்து
மானம் கருதக் கெடும். 1028

இடும்பைக்கே கொள்கலங் கொல்லோ குடும்பத்தைக்
குற்றம் மறைப்பான் உடம்பு. 1029

இடுக்கண்கால் கொன்றிட வீழும் அடுத்தூன்றும்
நல்லாள் இலாத குடி. 1030

குடிசெயல் வகை

1021. 'என் குடிப் பெருமைக்கு உரிய கடமையைச் செய்ய ஒருபோதும் சோர்வடையேன்' என்று ஒருவன் முயலும் பெருமையைப்போல மேம்பாடானது வேறொன்றும் இல்லை.

1022. முயற்சி, நிறைந்த அறிவு என்று சொல்லப்படும் இரண்டினையும் உடைய இடைவிடாத செயலால் ஒருவனுடைய குடிப்பெருமை தானே உயர்ந்து விளங்கும்.

1023. 'என் குடிப் பெருமையை உயரச்செய்வேன்' என்று அதற்கேற்ற செயல்களில் ஈடுபடும் ஒருவனுக்கு, ஊழ் ஆடையை வரிந்து கட்டிக்கொண்டு தானே முன் வந்து துணைசெய்யும்.

1024. தம் குடியை உயர்த்துவதற்கான செயலை விரைந்து முயன்று செய்பவர்க்கு அதன் வழிபற்றி அவர் ஆராயாமலேயே அச்செயல் தானாகவே நிறைவெய்தி விடும்.

1025. குற்றமாகிய செயல்களைச் செய்யாமல் தன் குடி உயர்வதற்கான செயல் செய்து வாழ்கின்றவனை உலகத்தார் எல்லாருமே அவனைச் சுற்றமாக விரும்பிச் சூழ்ந்து கொள்வர்.

1026. ஒருவனுக்கு நல்லாண்மை என்று சிறப்பித்துச் சொல்லப்படுவது அவன் தான் பிறந்த குடியினை ஆளும் தன்மையைத் தன்னிடம் உண்டாக்கிக் கொள்வதாகும்.

1027. போர்க்களத்தில் பலர் இருந்தாலும் வன்கண்மை உடையவரே போரைத் தாங்குவார்; அதுபோலக் குடியிற் பிறந்தவர் பலரானாலும் தாங்கவல்லவர் மேல்தான் தாங்கும் பொறுப்பு உள்ளது.

1028. தம் குடியினை உயரச் செய்வதற்கான செயல் செய்வதற் கென காலம் என்று ஒன்று இல்லை; சோம்பல்கொண்டு தம் மானத்தையும் கருதுவாரானால் குடிப்பெருமை கெடும்.

1029. தன் குடிக்கு வரக்கூடிய குற்றத்தை வராமல் காக்க முயல்கின்றவனின் உடம்பு அம்முயற்சித் துன்பத்திற்கே இருப்பிட மானதோ? அஃது இன்பத்திற்கும் இருப்பிடம் ஆகாதோ?

1030. துன்பம் வரும்போது உடனிருந்து அதனைத் தாங்கிக் காக்கவல்ல நல்ல ஆண்மகன் இல்லாத குடி, துன்பமாகிய கோடரி புகுந்ததனால் வீழ்கின்ற மரம்போலத் தானும் வீழ்ந்து படும்.

104. உழவு

சுழன்றும்ஏர்ப் பின்னது உலகம் அதனால்
உழந்தும் உழவே தலை. 1031

உழுவார் உலகத்தார்க்கு ஆணிஅஃ தாற்றாது
எழுவாரை எல்லாம் பொறுத்து. 1032

உழுதுண்டு வாழ்வாரே வாழ்வார்மற் றெல்லாம்
தொழுதுண்டு பின்செல் பவர். 1033

பலகுடை நீழலும் தங்குடைக்கீழ்க் காண்பர்
அலகுடை நீழ லவர். 1034

இரவார் இரப்பார்க்கொன்று ஈவர் கரவாது
கைசெய்தூண் மாலை யவர். 1035

உழவினார் கைம்மடங்கின் இல்லை விழைவதூஉம்
விட்டேம்என் பார்க்கும் நிலை. 1036

தொடிப்புழுதி கஃசா உணக்கின் பிடித்தெருவும்
வேண்டாது சாலப் படும். 1037

ஏரினும் நன்றால் எருஇடுதல் கட்டபின்
நீரினும் நன்றதன் காப்பு. 1038

செல்லான் கிழவன் இருப்பின் நிலம்புலந்து
இல்லாளின் ஊடி விடும். 1039

இலமென்று அசைஇ இருப்பாரைக் காணின்
நிலமென்னும் நல்லாள் நகும். 1040

உழவு

1031. உழுதலால்வரும்மெய்வருத்தத்தை நோக்கிப்பிற தொழில்களைச் செய்து சுழன்றாலும், முடிவில் ஏர்த்தொழில் உடையவரையே உலகம் எதிர்நோக்கியிருக்கின்றது; அதனால் உழவுத் தொழிலே மிகவும் சிறந்தது.

1032. உழவுத் தொழிலை விட்டுப் பிறதொழில்களை மேற்கொண்டு உயிர் வாழ்கின்றவர்கள் எல்லாரையும் தாங்குவதால் உழவு செய்வோர் உலகோருக்கு அச்சாணி ஆகின்றார்.

1033. யாவரும் உண்ணுவதற்காக உணவைத் தந்து, தாமும் உண்டு வாழ்கின்றவரே உரிமை வாழ்வினர்; மற்றவர் எல்லோரும் பிறரைத் தொழுது உண்டு அவர் பின் செல்கின்றவரேயாவர்.

1034. உழுதலால் நெல்லுடையவரான கருணையாளர் பல வேந்தரின் குடைநிழல்களையும் தம் குடைகீழ்க் காணவல்லவர் ஆவர்.

1035. தம் கையால் உழவுத் தொழில் செய்து உணவு தேடி உண்ணும் இயல்புடையவர் பிறரிடம் சென்று இரவார்; தம்பால் வந்து இரப்பவர்க்கும் ஒளிக்காமல் அவர் வேண்டுவதை ஈவர்.

1036. உழவருடைய கை, தொழில் செய்யாமல் மடங்கிவிட்டால் 'யாவரும் விரும்புகின்ற எல்லாப் பற்றையும் விட்டு விட்டோம்' என்று கூறும் துறவியரும் அவ்வறத்தில் நிலைத்து நிற்க முடியாது.

1037. ஒரு பலம் எடையுள்ள புழுதி கால் பலம் ஆகும்படி உழுது காய விட்டால் ஒரு பிடி எருவும் வேண்டாமல் அந்நிலத்தில் பயிர் செழித்து வளரும்.

1038. பலகால் உழுதலினும் எரு இட்டு வளப்படுத்துதல் நல்லது. இந்த இரண்டும் செய்து களைநீக்கிய பிறகு நீர்பாய்ச்சுதலைவிட பயிரைக் காத்தல் சிறந்தது.

1039. நிலத்திற்கு உரியவன் நாள்தோறும் நிலத்திற்குச் சென்று அதைப் பாராது வாளா இருந்து சோம்பினால், அந்த நிலமங்கையும் அவனுடைய துணைவியைப்போல் வெறுத்து அவனோடு பிணங்கிவிடுவாள்.

1040. 'எம்மிடம் ஒரு பொருளும் இல்லை' என்று எண்ணி வறுமையால் சோம்பியிருப்பவரைக் கண்டால், நிலமகள் என்று உயர் வாய்க் கூறப்படும் நல்லாள் தன்னுள்ளே நகைத்துக் கொள்வாள்.

105. நல்குரவு

இன்மையின் இன்னாதது யாதெனின் இன்மையின்
இன்மையே இன்னா தது. 1041

இன்மை எனஒரு பாவி மறுமையும்
இம்மையும் இன்றி வரும். 1042

தொல்வரவும் தோலும் கெடுக்கும் தொகையாக
நல்குரவு என்னும் நசை. 1043

இற்பிறந்தார் கண்ணேயும் இன்மை இளிவந்த
சொற்பிறக்கும் சோர்வு தரும். 1044

நல்குரவு என்னும் இடும்பையுள் பல்குரைத்
துன்பங்கள் சென்று படும். 1045

நற்பொருள் நன்குணர்ந்து சொல்லினும் நல்கூர்ந்தார்
சொற்பொருள் சோர்வு படும். 1046

அறஞ்சாரா நல்குரவு ஈன்றதா யானும்
பிறன்போல நோக்கப் படும். 1047

இன்றும் வருவது கொல்லோ நெருநலும்
கொன்றது போலும் நிரப்பு. 1048

நெருப்பினுள் துஞ்சலும் ஆகும் நிரப்பினுள்
யாதொன்றும் கண்பாடு அரிது. 1049

துப்புரவு இல்லார் துவரத் துறவாமை
உப்பிற்கும் காடிக்கும் கூற்று. 1050

நல்குரவு

1041. ஒருவனுக்கு வறுமையைப்போலத் துன்பம் தருவது எது என்று வினவினால், அந்த வறுமையைப்போல் துன்பம் தருவது அந்த வறுமை ஒன்றே ஆகும்.

1042. வறுமை என்று சொல்லப்படும் ஒரு பாவி ஒருவனை அணுகிவிட்டால், அவனுக்கு இம்மை இன்பமும் மறுமை இன்பமும் இல்லாமல் போகும் நிலைமை ஏற்படும்.

1043. வறுமை எனப்படும் ஆசை நிலை ஒருவனைப் பற்றினால் அவனுடைய பழைமையான குடிப்பண்பையும் புகழையும் ஒருசேரக் கெடுத்தொழிக்கும்.

1044. இழிவான சொல் பிறவாத நல்ல குடும்பத்தாரிடம் அது பிறப்பதற்கு ஏதுவான சோர்வு என்னும் நிலைமையை வறுமை உண்டாக்கி விடும்.

1045. வறுமை என்று சொல்லப்படும் துன்பம் ஒன்றினுள்ளே பலவகையான வேறுபட்டுள்ள அனைத்துத் துன்பங்களும் சென்று விளைந்திடும்.

1046. நல்ல நூற்பொருளைத் தெளிவாக உணர்ந்து எடுத்துச் சொன்னபோதிலும் வறுமைப்பட்டவர் சொன்ன சொற்பொருள் கேட்பார் இன்றிப் பயன்படாமல் போகும்.

1047. அறத்தோடு பொருந்தாத வறுமை ஒருவனை அடைந்தால் ஈன்றெடுத்த அன்னையாலும் அவன் அயலானைப் போலக் கருதிப் புறக்கணித்து நோக்கப்படுவான்.

1048. நேற்றும் கொலை செய்ததுபோல் துன்பம் செய்த வறுமை இன்றும் என்னிடம் வருமோ! வந்தால் இனி யான் யாது செய்வேன் ?

1049. மந்திர மருந்துகளின் துணையால் ஒருவன் நெருப்பினுள் கிடந்து உறங்கவும் முடியும்; ஆனால் வறுமை வந்துற்றபோது எந்த வகையாலும் கண்மூடி உறங்குதல் அரிது.

1050. நுகரும் பொருள் இல்லாத வறியவர் செய்யக்கூடியது முற்றத் துறத்தலாகும்; அங்ஙனம் செய்யாதிருப்பது பிறர் இல்லத்து உப்பிற்கும் கஞ்சிக்கும் தாம் எமனாவதேயாகும்.

106. இரவு

இரக்க இரத்தக்கார்க் காணின் கரப்பின்
அவர்பழி தம்பழி யன்று. 1051

இன்பம் ஒருவற்கு இரத்தல் இரந்தவை
துன்பம் உறாஅ வரின். 1052

கரப்பிலா நெஞ்சின் கடனறிவார் முன்நின்று
இரப்புமோ ரேஎர் உடைத்து. 1053

இரத்தலும் ஈதலே போலும் கரத்தல்
கனவிலும் தேற்றாதார் மாட்டு. 1054

கரப்பிலார் வையகத்து உண்மையான் கண்ணின்று
இரப்பவர் மேற்கொள் வது. 1055

கரப்பிடும்பை இல்லாரைக் காணின் நிரப்பிடும்பை
எல்லாம் ஒருங்கு கெடும். 1056

இகழ்ந்தெள்ளாது ஈவாரைக் காணின் மகிழ்ந்துள்ளம்
உள்ளுள் உவப்பது உடைத்து. 1057

இரப்பாரை இல்லாயின் ஈர்ங்கண்மா ஞாலம்
மரப்பாவை சென்றுவந் தற்று. 1058

ஈவார்கண் என்னுண்டாம் தோற்றம் இரந்துகோள்
மேவார் இலாஅக் கடை. 1059

இரப்பான் வெகுளாமை வேண்டும் நிரப்பிடும்பை
தானேயும் சாலும் கரி. 1060

இரவு

1051. இரந்து கேட்கத் தக்கவரைக் கண்டால் அவரிடம் இரந்து கேட்கலாம்; அவர் தம்மிடம் ஏதும் இல்லையென்று கை விரிப்பாராயின் அஃது அவருக்குப் பழி; கேட்டவருக்குப் பழி இல்லை.

1052. இரந்து கேட்ட பொருள்கள் துன்பமுறாமல் கிடைக்கப் பெற்றால் அவ்வாறு இரத்தலும் ஒருவருக்கு உலகில் இன்பம் தருவதற்கு காரணமாகும்.

1053. ஒளிப்பதறியாத நெஞ்சும் கடமை உணர்ச்சியும் உள்ளவரின் முன்னேபோய் நின்று அவரிடம் ஒரு பொருள் இரந்து கேட்பதும் ஓர் அழகு உடையதாகும்.

1054. தமக்கு உள்ளதைக் கனவிலும் ஒளிப்பதற்கு அறியாதவரிடம் சென்று இரந்து கேட்டலும் வறியார்க்கு ஈதலைப் போலவே சிறந்ததாகும்.

1055. தம்மிடம் உள்ளதை இல்லை என்று ஒளித்துக் கூறாத நன்மக்கள் இருப்பதனால்தான் உயிரைக் காக்கும்பொருட்டாக இரக்கும் சிலரும் உலகில் உள்ளனர்.

1056. உள்ளதை ஒளிக்கும் துன்பநிலை இல்லாதவரைக் கண்டால், இரப்பவரின் வறுமைத் துன்பங்கள் எல்லாம் ஒருசேர அவரை விட்டு ஒழியும்.

1057. இகழ்ந்து எள்ளாமல் பொருள் கொடுப்பவரைக் கண்டால் இரப்பவரின் உள்ளம் மகிழ்ச்சியால் பொங்கி உள்ளுக்குள்ளேயே உவகை அடையும் தன்மையுடையதாகும்.

1058. வறுமையால் இரப்பவர் இல்லையானால், குளிர்ந்த இடத்தையுடைய பெரிய உலகினரின் நடமாட்டம் மரப்பாவை இயக்கும் கயிற்றால் ஆட்டப்பட்டு சென்று வந்தாற் போன்றதாகும்.

1059. தம்மிடம் வந்து பொருள் இல்லை என்று இரந்து கொள்பவர் எவரும் இல்லாதபோது, கொடுக்க விழைவார்கட்கு இவ்வுலகில் என்ன புகழ் உண்டாகும் ?

1060. இரப்பவன் தனக்கு ஈயாத எவரிடத்திலும் சினம் கொள்ளாதிருக்க வேண்டும்; பொருள், வேண்டும்பொழுது வந்து உதவாது என்பதற்கு அவன் அடைந்துள்ள வறுமைத் துன்பமே அவனுக்கு அறிவு புகட்டும் சான்றாக அமையும்.

107. இரவச்சம்

கரவாது உவந்தீயும் கண்ணன்னார் கண்ணும்
இரவாமை கோடி யுறும். 1061

இரந்தும் உயிர்வாழ்தல் வேண்டின் பரந்து
கெடுக உலகியற்றி யான். 1062

இன்மை இடும்பை இரந்துதீர் வாமென்னும்
வன்மையின் வன்பாட்டது இல். 1063

இடமெல்லாம் கொள்ளாத் தகைத்தே இடமில்லாக்
காலும் இரவொல்லாச் சால்பு. 1064

தெண்ணீர் அடுபுற்கை யாயினும் தாள்தந்தது
உண்ணலி னூங்கினியது இல். 1065

ஆவிற்கு நீரென்று இரப்பினும் நாவிற்கு
இரவின் இளிவந்தது இல். 1066

இரப்பன் இரப்பாரை எல்லாம் இரப்பின்
கரப்பார் இரவன்மின் என்று. 1067

இரவென்னும் ஏமாப்பில் தோணி கரவென்னும்
பார்தாக்கப் பக்கு விடும். 1068

இரவுள்ள உள்ளம் உருகும் கரவுள்ள
உள்ளதூஉம் இன்றிக் கெடும். 1069

கரப்பவர்க்கு யாங்கொளிக்குங் கொல்லோ இரப்பவர்
சொல்லாடப் போஒம் உயிர். 1070

இரவச்சம்

1061. தம்மிடம் உள்ளதை ஒளிக்காமல் உவப்புடன் கொடுத்து உதவும் கண் போன்றவரிடமும் இரந்து நிற்காமல் ஒருவன் வறுமையைத் தாங்குதல் கோடி நன்மை தருவதாகும்.

1062. இவ்வுலகத்தைப் படைத்தவன் முயற்சி செய்து உயிர் வாழ்தல் என்றில்லாமல் சிலர் இரந்தும் உயிர் வாழுமாறு விதித்திருப்பானானால் அவன் இரப்பவனைப் போல் எங்கும் அலைந்து திரிந்து கெடுவானாக.

1063. வறுமைத் துன்பத்தை முயற்சியால் நீக்கக்கடவோம் என்று கருதாமல் இரப்பதன் வாயிலாக நீக்கக் கடவோம் என்று கருதும் கொடுமையைப்போல் கொடுமையானது வேறு இல்லை.

1064. நுகர் பொருள் இல்லாமல் வறுமைப்பட்ட வழியும் பிறர் பால் சென்று இரத்தலுக்கு உடன்படாத சால்பு, உலகமெல்லாம் சேர்ந்தாலும் ஈடாகாத பெருமையுடையது.

1065. நெறியோடு கூடிய முயற்சியால் கிடைத்தது, தெளிந்த நீர்போல் சமைத்த புல்லரிசிக் கூழேயானாலும் அதனை உண்பதை விட இனிமையானது வேறொன்றும் இல்லை.

1066. தண்ணீர் பெறாது வேட்கை மிகுதியால் சாகும் பசுவினைக் கண்டு அறன் நோக்கி 'இதற்கு நீர் தருவீராக' என்று இரந்தாலும், அந்த இரத்தலைவிட நாவிற்கு இழிவான செயல் ஒன்றும் இல்லை.

1067. இரந்து கேட்பதனால் உள்ளதை ஒளிப்பவரிடத்தில் சென்று இரத்தலைத் தவிர்க்க என்று இவ்வுலகிலுள்ள இரப்பவர் எல்லோரையும் யான் இரந்து வேண்டுகின்றேன்.

1068. வறுமைக் கடலைக் கடப்பதற்கு மேற்கொண்ட இரத்தல் என்னும் காவலற்ற மரக்கலம் உள்ளதை ஒளித்து வைக்கும் தன்மையாகிய பாறை தாக்கினால் உடைந்து போய்விடும்.

1069. உடையார்முன் இல்லார் இரந்து நிற்பதன் கொடுமையை நினைந்தால் எம் உள்ளம் கரைந்து உருகும்; உள்ளத்தை ஒளிக்கும் கொடுமையை நினைத்தால், கரைந்து நின்ற உள்ளமும் இல்லாமல் அழிந்தே போகும்.

1070. ஒளிப்பவர் 'இல்லை' என்று சொல்கின்ற அளவிலேயே இரப்பவர் உயிர் போகின்றதே; ஒளிப்பவர் உயிர் பின்னும் நிற்றலால் அஃது எங்கே புகுந்து ஒளிந்திருக்குமோ ?

108. கயமை

மக்களே போல்வர் கயவர் அவரன்ன
ஒப்பாரி யாங்கண்டது இல். 1071

நன்றறி வாரிற் கயவர் திருவுடையர்
நெஞ்சத்து அவலம் இலர். 1072

தேவர் அனையர் கயவர் அவருந்தாம்
மேவன செய்தொழுக லான். 1073

அகப்பட்டி ஆவாரைக் காணின் அவரின்
மிகப்பட்டுச் செம்மாக்கும் கீழ். 1074

அச்சமே கீழ்களது ஆசாரம் எச்சம்
அவாஉண்டேல் உண்டாம் சிறிது. 1075

அறைபறை அன்னர் கயவர்தாம் கேட்ட
மறைபிறர்க்கு உய்த்துரைக்க லான். 1076

ஈர்ங்கை விதிரார் கயவர் கொடிறுடைக்கும்
கூன்கைய ரல்லா தவர்க்கு. 1077

சொல்லப் பயன்படுவர் சான்றோர் கரும்புபோல்
கொல்லப் பயன்படும் கீழ். 1078

உடுப்பதூஉம் உண்பதூஉம் காணின் பிறர்மேல்
வடுக்காண வற்றாகும் கீழ். 1079

எற்றிற் குரியர் கயவரொன்று உற்றக்கால்
விற்றற்கு உரியர் விரைந்து. 1080

கயமை

1071. வடிவமைப்பால் கயவர் மக்களைப் போன்று இருப்பர்; அவரைப்போல ஒப்புமையான ஒன்றை வேறு எந்த இருவகைப் பொருள்களிடத்திலும் யாம் கண்டதில்லை.

1072. தமக்கு உறுதியானவை இவை என்று அறிந்தவரைவிடக் கயவரே நல்லபேறு உடையவர்; ஏனென்றால், அவர்போல இவர் தம் நெஞ்சில் எதைப்பற்றியும் கவலை இல்லாதவர்.

1073. கயவரும் தேவரைப்போல தாம் விரும்புகின்றவற்றைச் செய்து மனம்போன போக்கில் நடத்தலால், கயவரும் தேவரும் ஒரே தன்மையுடையவர் ஆவர்.

1074. கீழ்மக்கள் தம்மிலும் கீழாக நடப்பவரைக் கண்டால், அந்தக் கீழ்மையில் தாம் அவரை விட மேம்பட்டிருப்பதைக் காட்டித் தமக்குள் இறுமாப்பு அடைவர்.

1075. 'அரசால் ஏதம் வரும்' என்னும் அச்சமும் கீழ்மக்களது ஆசாரத்துக்குக் காரணம்; அஃது ஒழிந்தால், விரும்பப்படும் பொருள் வரும்போது அதனாலும் சிறிதளவு ஆசாரம் உண்டாகும்.

1076. கயவர் தாம் கேட்டறிந்த மறை பொருளைப் பிறருக்கு வலியக் கொண்டுபோய்ச் சொல்லுவதால், அவர்கள் செய்தி அறிவிக்க அறையப்படும் பறைபோன்றவர்கள் ஆவர்.

1077. கயவர் தம் கன்னத்தை நெரித்து உடைக்கும்படி வளைந்த கையினர் அல்லாத மற்றவருக்குத் தாம் உண்டு கழுவிய ஈரக்கையையும்கூட உதறமாட்டார்கள்.

1078. அணுகிக் குறையைச் சொன்னதும் சான்றோர் இரக்கங் கொண்டு உதவுதற்குப் பயன்படுவர்; கரும்புபோல் வலியவர் அழித்துப் பிழிந்தால்தான் கீழ்மக்கள் அவருக்குப் பயன்படுவர்.

1079. கீழ்மகன் பிறர் நன்றாக உடுப்பதையும் சுவையோடு உண்பதையும் கண்டால், அவர்மேல் பொறாமை கொண்டு வேண்டும் என்றே வடு உண்டாக்கவும் முயல்வான்.

1080. ஒரு துன்பம் வந்தடைந்த காலத்தில் அதற்காகக் கயவர் தம்மை விரைவில் பிறருக்கு விலையாக விற்பதற்கு உரியவராவர்; அதுவன்றி வேறு எத்தொழிற்கும் உரியவராகார்.

திருவள்ளுவ மாலை

பொருக்கு மணிகள்

பரந்த பொருளெல்லாம் பாரறிய வேறு
தெரிந்து திறந்தொறுஞ் சேரச் - சுருங்கிய
சொல்லால் விரித்துப் பொருள்விளங்கச் சொல்லுதல்
வல்லாரார் வள்ளுவரல் லால். (13)

- அரிசிற்கிழார்

ஆயிரத்து முந்நூற்று முப்ப தருங்குறளும்
பாயிரத்தி னோடு பகர்ந்ததற்பின் - போயொருத்தர்
வாய்க்கேட்க நூல்உளவோ மன்னு தமிழ்ப்புலவ
ராய்க்கேட்க வீற்றிருக்க லாம். (16)

- நத்தத்தனார்

ஓதற் கெளிதாய் உணர்தற் கரிதாகி
வேதப் பொருளாய் மிகவிளங்கித் - தீதற்றோர்
உள்ளுதொ றுள்ளுதொ றுள்ளம் உருக்குமே
வள்ளுவர் வாய்மொழி மாண்பு. (24)

- மாங்குடி மருதனார்

எல்லாப் பொருளும் இதன்பால் உளவிதன்பால்
இல்லாத எப்பொருளும் இல்லையால் - சொல்லால்
பரந்தபா வாலென் பயன்வள் ளுவனார்
சுரந்தபா வையத் துணை. (29)

- மதுரைத் தமிழ் நாகனார்

மணற்கிளைக்க நீர்ஊறும் மைந்தர்கள் வாய்வைத்து
உணச்சுரக்கும் தாய்முலை ஒண்பால் - பிணக்கிலா
வாய்மொழி வள்ளுவர் முப்பால் மதிப்புலவோர்க்கு
ஆய்தொறும் ஊறும் அறிவு. (31)

- உருத்திரசன்ம கண்ணர்

3

இன்பத்துப் பால்

களவியல்	:	1081 முதல் 1150 முடிய
கற்பியல்	:	1151 முதல் 1330 முடிய

109. தகையணங்குறுத்தல்

அணங்குகொல் ஆய்மயில் கொல்லோ கனங்குழை
மாதர்கொல் மாலும்என் நெஞ்சு. 1081

நோக்கினாள் நோக்கெதிர் நோக்குதல் தாக்கணங்கு
தானைக்கொண் டன்னது உடைத்து. 1082

பண்டறியேன் கூற்றென் பதனை இனியறிந்தேன்
பெண்டகையால் பேரமர்க் கட்டு. 1083

கண்டார் உயிருண்ணும் தோற்றத்தால் பெண்டகைப்
பேதைக்கு அமர்த்தன கண். 1084

கூற்றமோ கண்ணோ பிணையோ மடவரல்
நோக்கம்இம் மூன்றும் உடைத்து. 1085

கொடும்புருவம் கோடா மறைப்பின் நடுங்கஞர்
செய்யல மன்இவள் கண். 1086

கடாஅக் களிற்றின்மேல் கட்படாம் மாதர்
படாஅ முலைமேல் துகில். 1087

ஒண்ணுதற் கோஒ உடைந்ததே ஞாட்பினுள்
நண்ணாரும் உட்கும்என் பீடு. 1088

பிணையேர் மடநோக்கும் நாணும் உடையாட்கு
அணிஎவனோ ஏதில தந்து. 1089

உண்டார்கண் அல்லது அடுநறாக் காமம்போல்
கண்டார் மகிழ்செய்தல் இன்று. 1090

தகையணங்குறுத்தல்

1081. இந்த உருவம் தேவப் பெண்ணோ? சிறந்த அழகு மயிலோ? கனமான குழையணிந்த மானிடப் பெண்ணோ? புரியாமல் என் நெஞ்சம் மயங்குகின்றதே!

1082. என்னை அவள் நோக்கினாள்; என் பார்வைக்கு எதிரே பார்த்தாள்! அந்தப் பார்வை தானே தாக்கி வருத்தும் தெய்வப்பெண் ஒரு சேனையையும் கொண்டு வந்து தாக்கினாற் போன்றது.

1083. 'இயமன்' என்று சொல்லப்படுவதை இதன் முன்னர் அறியேன்; இன்று நான் அதனை அறிந்து விட்டேன்; அஃது அழகிய பெண் தன்மையுடன் போர் செய்யும் கண்களையுடையது.

1084. தன்னைக் கண்டவரின் உயிரை உண்ணுகின்ற தோற்றத்தோடு பெண்தன்மையுடைய இந்தப் பேதைக்குக் கண்களின் தன்மைகள் ஒன்றோடொன்று மாறுபட்டுள்ளனவே!

1085. இந்த இளமங்கையின் பார்வை வருத்தும் கூற்றமோ? பிறளுங் கண்ணோ? மருளும் பெண்ணோ? இந்த மூன்று தன்மையையும் தன்பால் கொண்டுள்ளதே!

1086. வளைவான இவள் புருவங்கள் கோணாமல் நேராக இருந்து மறைக்குமானால், அவற்றைக் கடந்து, இவளுடைய கண் களும் யான் நடுங்கும்படியான துன்பத்தைச் செய்ய மாட்டாவே!

1087. இந்த மாதின் சாயாத கொங்கைகளின்மேல் அணிந்த ஆடை, மதம் கொண்ட ஆண் யானையின்மேல் இட்ட முகபடாம் போன்றது.

1088. போர்க்களத்தில் பகைவரும் அஞ்சுதற்குக் காரணமான என் வலிமை, ஒளி பொருந்திய இவள் நெற்றியிடம் தோற்று அழிந்ததே!

1089. பெண் மானினது போன்ற இளமைப் பார்வையும், நாணமும் உடைய இவளுக்கு, ஒரு தொடர்பும் இல்லாத அணிகளைப் பூட்டி அழகுபடுத்துவது ஏனோ?

1090. உண்டவருக்கு மட்டிலும் மகிழ்ச்சியை உண்டாக்கும் கள் காமத்தைப்போல் கண்டவருக்கு மகிழ்வை உண்டாக்கும் ஆற்றலுடையது அல்லவே!

110. குறிப்பறிதல்

இருநோக்கு இவளுண்கண் உள்ளது ஒருநோக்கு
நோய்நோக்கொன் றந்நோய் மருந்து. 1091

கண்களவு கொள்ளும் சிறுநோக்கம் காமத்தில்
செம்பாகம் அன்று பெரிது. 1092

நோக்கினாள் நோக்கி இறைஞ்சினாள் அஃதவள்
யாப்பினுள் அட்டிய நீர். 1093

யான்நோக்குங் காலை நிலன்நோக்கும் நோக்காக்கால்
தான்நோக்கி மெல்ல நகும். 1094

குறிக்கொண்டு நோக்காமை அல்லால் ஒருகண்
சிறக்கணித்தாள் போல நகும். 1095

உறாஅ தவர்போல் சொலினும் செறாஅர்சொல்
ஒல்லை உணரப் படும். 1096

செறாஅச் சிறுசொல்லும் செற்றார்போல் நோக்கும்
உறாஅர்போன்று உற்றார் குறிப்பு. 1097

அசையியற்கு உண்டாண்டோர் ஏஎர்யான் நோக்கப்
பசையினள் பைய நகும். 1098

ஏதிலார் போலப் பொதுநோக்கு நோக்குதல்
காதலார் கண்ணே யுள. 1099

கண்ணொடு கண்ணிணை நோக்கொக்கின் வாய்ச்சொற்கள்
என்ன பயனும் இல. 1100

குறிப்பறிதல்

1091. இவளுடைய மையுண்ணும் கண்களில் இருவகைப் பார்வைகள் உள்ளன; ஒன்று என்னிடத்து நோய் செய்யும் பார்வை; மற்றொன்று அந்நோய்க்கு மருந்தாகும் பார்வை.

1092. கண்ணால் என்னை களவு கொள்கின்ற இவளது அருகிய சிறுபார்வை காமத்தின் சரி பாதி அன்று; அதனினும் மிகுதியானதாகும்.

1093. அன்போடு என்னை நோக்கினாள்; யான் கண்டதும் நோக்கித் தலை குனிந்தாள்; அக்குறிப்பு அவள் வளர்க்கும் அன்பினுள் வார்க்கின்ற நீராகும்.

1094. யான் அவளை நோக்கும்போது அவள் நிலத்தை நோக்குவாள்; யான் நோக்காதபோது அவள் என்னை நோக்கி மெல்லத் தனக்குள் மகிழ்ந்து புன்முறுவல் விளைவிப்பாள்.

1095. என்னை நேராகக் குறித்துப் பார்க்காத அத்தன்மையே யன்றி, ஒரு கண்ணைச் சுருக்கினவள்போல் என்னை நோக்கித் தனக்குள் மகிழ்வாள்.

1096. புறத்தே அயலார்போல் அன்பில்லாத சொற்களைச் சொன்னாலும், அகத்தே பகை இல்லாதவரின் சொல் என்பது விரைவில் உணரப்படும்.

1097. பகை கொள்ளாத போலிக் கடுஞ்சொல்லும் பகைவர் போலப் பார்க்கும் சினந்த பார்வையும், புறத்தே அயலார்போல் இருந்து அகத்தே அன்பு கொண்டவரின் குறிப்பாகும்.

1098. அவளை இரப்பது போல யான் நோக்கும்போது அதனால் நெகிழ்ந்தவளாய் மெல்லச் சிரிப்பாள்; அதனால் அசையும் இயல்புடையவளுக்கு அப்போது ஓர் அழகு உள்ளது.

1099. புறத்தே அயலார்போல் அன்பில்லாத பொது நோக்கம் கொண்டு ஒருவரை ஒருவர் பார்த்தலும், அகத்தே காதல் கொண்டவரிடம் காணப்படும் ஓர் இயல்பாகும்.

1100. இருவர் கண் இணைகளும் நோக்கால் ஒத்திருந்து அன்பு செய்யுமானால், அதற்குமேல் வாய்ச்சொற்களால் என்ன பயனும் இல்லாமல் போகின்றன.

111. புணர்ச்சி மகிழ்தல்

கண்டுகேட்டு உண்டுயிர்த்து உற்றறியும் ஐம்புலனும்
ஒண்டொடி கண்ணே உள. 1101

பிணிக்கு மருந்து பிறமன் அணியிழை
தன்நோய்க்குத் தானே மருந்து. 1102

தாம்வீழ்வார் மென்றோள் துயிலின் இனிதுகொல்
தாமரைக் கண்ணான் உலகு. 1103

நீங்கின் தெறூஉம் குறுகுங்கால் தண்ணென்னும்
தீயாண்டுப் பெற்றாள் இவள். 1104

வேட்ட பொழுதின் அவையவை போலுமே
தோட்டார் கதுப்பினாள் தோள். 1105

உறுதோறு உயிர்தளிர்ப்பத் தீண்டலால் பேதைக்கு
அமிழ்தின் இயன்றன தோள். 1106

தம்மில் இருந்து தமதுபாத்து உண்டற்றால்
அம்மா அரிவை முயக்கு. 1107

வீழும் இருவர்க்கு இனிதே வளியிடை
போழப் படாஅ முயக்கு. 1108

ஊடல் உணர்தல் புணர்தல் இவைகாமம்
கூடியார் பெற்ற பயன். 1109

அறிதோறு அறியாமை கண்டற்றால் காமம்
செறிதோறும் சேயிழை மாட்டு. 1110

புணர்ச்சி மகிழ்தல்

1101. கண்டும் கேட்டும் உண்டும் முகர்ந்தும் தீண்டியும் அறிகின்ற ஐந்து புலன்களாகிய இன்பங்களும் ஒளி பொருந்திய வளையல் அணிந்த இவளிடத்தில் மட்டிலுமே உள்ளன.

1102. நோய்க்கு மருந்தாவன நோயல்லாத பிற பொருள்களாக உள்ளன; அணிகலன்கள் புனைந்த இவளால் உண்டான நோய்க்கு இவளே மருந்தாக அமைகின்றாள்.

1103. தாம் விரும்பும் காதலியரின் மெல்லிய தோள்களில் துயிலும் இன்பத்தைப் போலத் திருமால் உலகமாகிய வைகுந்தத்தில் பெறும் இன்பமும் இனிதாக இருக்குமா ?

1104. விட்டுப் பிரிந்தால் சுடுகின்றது; கிட்ட நெருங்கினால் குளிர்ச்சியாக உள்ளது; இத்தகைய புதுமையான நெருப்பை இவள் எங்கு பெற்றாளோ ?

1105. மலரணிந்த கூந்தலையுடைய இவளுடைய தோள்கள் விரும்பியபொழுது விரும்பப்பட்ட பொருள்கள் வந்து இன்பம் விளைவித்தல்போலவே இன்பம் தருகின்றன.

1106. இம்மங்கையின் தோள்களை நான் தீண்டுகின்ற போதெல்லாம் என் உயிர் தளிர்ப்பதால் இவளுடைய தோள்கள் அமிழ்தினால் செய்யப் பெற்றிருத்தல் வேண்டும்.

1107. தம் சொந்த இல்லத்திலிருந்து தாம் ஈட்டிய பொருள்களைப் பகுத்துண்டால் பெறும் இன்பத்தைப் போன்றது இம் மங்கையைத் தழுவுவதால் அடையும் இன்பம்.

1108. காற்றும் இடையிலே புகுந்து பிளந்து செல்லாதபடி இறுக்கமாகத் தழுவுதல், ஒருவரையொருவர் விரும்பிக் கூடும் காதலர் இருவருக்கும் இனிமை தருவதாகும்.

1109. ஊடலும், அதனை அளவோடு உணர்ந்து தெளிவித்தலும், அதன்பின் கூடுதலும் ஆகிய இவை காதல் வாழ்வு நிறைவேறப் பெற்றவர் அடையும் பயன்களாகும்.

1110. நூற்பொருள்களை அறியும்தோறும் முன்னைய அறியாமையைக் காண்பது போல, செந்நிற அணிகளை உடையவளிடம் சேரும்தோறும் காதல் இன்பம் உண்டாகின்றது.

112. நலம் புனைந்துரைத்தல்

நன்னீரை வாழி அனிச்சமே நின்னினும்
மென்னீரள் யாம்வீழ் பவள். 1111

மலர்காணின் மையாத்தி நெஞ்சே இவள்கண்
பலர்காணும் பூவொக்கும் என்று. 1112

முறிமேனி முத்தம் முறுவல் வெறிநாற்றம்
வேலுண்கண் வேய்த்தோள் அவட்கு. 1113

காணிற் குவளை கவிழ்ந்து நிலன்நோக்கும்
மாணிழை கண்ணொவ்வேம் என்று. 1114

அனிச்சப்பூக் கால்களையாள் பெய்தாள் நுசுப்பிற்கு
நல்ல படாஅ பறை. 1115

மதியும் மடந்தை முகனும் அறியா
பதியிற் கலங்கிய மீன். 1116

அறுவாய் நிறைந்த அவிர்மதிக்குப் போல
மறுவுண்டோ மாதர் முகத்து. 1117

மாதர் முகம்போல் ஒளிவிட வல்லையேல்
காதலை வாழி மதி. 1118

மலரன்ன கண்ணாள் முகமொத்தி யாயின்
பலர்காணத் தோன்றல் மதி. 1119

அனிச்சமும் அன்னத்தின் தூவியும் மாதர்
அடிக்கு நெருஞ்சிப் பழம். 1120

நலம் புனைந்துரைத்தல்

1111. அனிச்ச மலரே! நீ முகர்ந்தாலே வாடும் நல்ல மென்மைத் தன்மை பெற்றுள்ளாய்! நீ வாழ்க! யாம் விரும்பும் காதலியோ உன்னைவிட மென்மைத்தன்மை உடையவள்.

1112. நெஞ்சமே! இவளுடைய கண்கள் பலரும் காண்கின்ற (குவளை) மலர்களை ஒத்துள்ளன என்று நினைத்து ஒத்த மலர்களைக் கண்டால் நீ மயங்குகின்றாய்!

1113. மூங்கில் போன்ற தோளையுடைய இவளுக்குத் தளிரே மேனி; முத்தே பல்; இயற்கை மணமே மணம்; வேலே மையுண்ட கண்.

1114. குவளை மலர்கள் காணும் தன்மை பெறுமானால் 'இவளுடைய கண்களுக்கு யாம் ஒப்பாக மாட்டோம்' என்று தலை கவிழ்ந்து நிலத்தை நோக்கும்.

1115. அவள் தன் இடையின் மென்மையை நினையாதவளாய் காம்பு கிள்ளாமல் அனிச்ச மலரைக் கூந்தலில் சூடினாள்; அவற்றால் நொந்து வருந்தும் அவளுடைய இடைக்குப் பறைகள் நல்லனவாக ஒலியா.

1116. விண்மீன்கள் திங்களுக்கும் இவளது முகத்திற்கும் யாதொரு வேறுபாடும் கண்டறிய முடியாமல் தம் நிலையில் நிற்க முடியாமல் கலங்கித் திரிகின்றனவே.

1117. தேய்ந்து பின்பு படிப்படியாக வளர்ந்து நிறைந்து விளங்கு கின்ற திங்களிடம் உள்ளதுபோல இந்த நங்கையினுடைய முகத்தில் களங்கம் உண்டோ? இல்லையே!

1118. திங்களே! இந்த நங்கையின் முகம்போல தேய்தல் வளர்தல் இன்றியும், களங்கம் இன்றியும் நின்னால் ஒளிவீச முடியுமானால் நீயும் இவள்போல் என் காதலுக்கு உரிமை பெறுவாய்.

1119. வான்மதியே! குவளை மலர்போன்ற கண்களையுடைய இவளது முகத்தை நீ ஒத்திருக்க விரும்பினால், இனியாவது நீ பலரும் காணும்படியாகத் தோன்றாதிருப்பாயாக!

1120. அனிச்ச மலரும் அன்னப் பறவையின் மெல்லிய இறகுகளும் இம் மாதின் மெல்லிய அடிகளுக்கு நெருஞ்சிப் பழம் (முள்) போல் வருத்தும்

113. காதற் சிறப்புரைத்தல்

பாலொடு தேன்கலந் தற்றே பணிமொழி
வாலெயிறு ஊறிய நீர். 1121

உடம்பொடு உயிரிடை என்னமற் றன்ன
மடந்தையொடு எம்மிடை நட்பு. 1122

கருமணியிற் பாவாய்நீ போதாய்யாம் வீழும்
திருநுதற்கு இல்லை இடம். 1123

வாழ்தல் உயிர்க்கன்னள் ஆயிழை சாதல்
அதற்கன்னள் நீங்கு மிடத்து. 1124

உள்ளுவன் மன்யான் மறப்பின் மறப்பறியேன்
ஒள்ளமர்க் கண்ணாள் குணம். 1125

கண்ணுள்ளின் போகார் இமைப்பின் பருவரார்
நுண்ணியர்எங் காத லவர். 1126

கண்ணுள்ளார் காத லவராகக் கண்ணும்
எழுதேம் கரப்பாக்கு அறிந்து. 1127

நெஞ்சத்தார் காத லவராக வெய்துண்டல்
அஞ்சுதும் வேபாக்கு அறிந்து. 1128

இமைப்பின் கரப்பாக்கு அறிவல் அனைத்திற்கே
ஏதிலர் என்னும்இவ் வூர். 1129

உவந்துறைவர் உள்ளத்துள் என்றும் இகந்துறைவர்
ஏதிலர் என்னும்இவ் வூர். 1130

காதற் சிறப்புரைத்தல்

1121. மென்மையான மொழிகளைப் பேசுகின்ற இவளது வெள்ளிய பற்களிடையே ஊறிய நீர் பாலோடு தேன் கலந்தாற் போன்ற மிகுந்த சுவையினை யுடையதாகும்.

1122. இம்மடந்தையோடு எம்மிடத்து உண்டான உறவுமுறை, உடம்போடு உயிருக்கு இடையேயுள்ள தொடர்பு போன்றதாகும்.

1123. எனது கண்ணின் கருமணியிலுள்ள பாவையே! நீ அவ்விடத்தை விட்டு நீங்கிவிடுவாயாக! ஏனெனில், யான் விரும்புகின்ற அழகிய நெற்றியையுடைய இவளுக்கு என் கண்ணில் இருக்க வேறு இடம் இல்லையே!

1124. ஆய்ந்தெடுத்த அணிகலன்களையுடைய இவள் என்னுடன் இருக்கும்போது என் உயிருக்கு வாழ்வு போன்றவள்; பிரியும்போது அவ்வுயிருக்குச் சாதலையொத்தவள்.

1125. ஒளி பொருந்தியனவாய்ப் போர் புரிகின்ற கண்களையுடைய இவளது பண்புகளை யான் மறந்தால், பிறகு நினைக்க முடியும்; ஆனால் அதனை எப்போதும் நான் மறந்ததில்லையே!

1126. எம் காதலர் எம் கண்ணுள்ளிருந்து ஒருபோதும் நீங்கார்; எம் கண்களை மூடி இமைத்தாலும் அதனால், வருந்தார்; அவர் அவ்வளவு நுட்பமானவர்.

1127. எம் காதலர் எம் கண்ணினுள் இருக்கின்றார்; ஆகையால் மை எழுதினால் அவர் மறைவதை எண்ணிக் கண்ணுக்கு மையும் எழுதமாட்டோம்!

1128. எம் காதலர் எம் நெஞ்சினுள் உறைகின்றார்; ஆகையால் சூடான பொருளை உண்டால் அவர் வெப்பமுறுதலை எண்ணி அதனை உண்ணுவதற்கும் அஞ்சுகின்றோம்.

1129. கண் இமைத்தால் கண்ணுள் இருக்கும் காதலர் மறைந்து போதலை அறிகின்றேன்; அவ்வளவிற்கே இந்த ஊரார் அவரை அன்பற்றவர் என்கின்றனரே!

1130. காதலர் எம் உள்ளத்துள்ளே மகிழ்ந்து உறைகின்றார்; அப்படி இருந்தும் அவர் 'பிரிந்து போய்விட்டார்; அதனால் அன்பில்லாதவர்' என்று இந்த ஊரார் அவரைப் பழிக்கின்றனரே!

114. நாணுத் துறவுரைத்தல்

காமம் உழந்து வருந்தினார்க்கு ஏமம்
மடலல்லது இல்லை வலி. 1131

நோனா உடம்பும் உயிரும் மடலேறும்
நாணினை நீக்கி நிறுத்து. 1132

நாணொடு நல்லாண்மை பண்டுடையேன் இன்றுடையேன்
காமுற்றார் ஏறும் மடல். 1133

காமக் கடும்புனல் உய்க்குமே நாணொடு
நல்லாண்மை என்னும் புணை. 1134

தொடலைக் குறுந்தொடி தந்தாள் மடலொடு
மாலை உழக்கும் துயர். 1135

மடலூர்தல் யாமத்தும் உள்ளுவேன் மன்ற
படல்ஒல்லா பேதைக்கென் கண். 1136

கடலன்ன காமம் உழந்தும் மடலேறாப்
பெண்ணின் பெருந்தக்கது இல். 1137

நிறையரியர் மன்அளியர் என்னாது காமம்
மறையிறந்து மன்று படும். 1138

அறிகிலார் எல்லாரும் என்றேஎன் காமம்
மறுகின் மறுகும் மருண்டு. 1139

யாங்கண்ணின் காண நகுப அறிவில்லார்
யாம்பட்ட தாம்படா வாறு. 1140

நாணுத் துறவுரைத்தல்

1131. காமநோயால் துன்புற்றுத் தம் காதலியின் அன்பு பெறாமல் வருந்தியவருக்கு மடலூர்தல் அல்லாமல் வேறு வலிமையான துணை ஒன்றும் இல்லை.

1132. காதலியின் பிரிவால் நேரிடும் துயரத்தைப் பொறுக்காத என் உடம்பும் உயிரும் நாணத்தை என்னிடமிருந்து நீக்கி நிறுத்தி விட்டு மடலேறத் துணிந்துவிட்டன.

1133. நாணத்தையும் நல்ல ஆண்மையையும் முன்பு பெற்றிருந்தேன்; காதலியைப் பிரிந்து வருந்துகின்ற இப்பொழுது காமநோய் மிகுந்தவர் ஏறும் மடற்குதிரையையே பெற்றுள்ளேன்.

1134. நாணமும் நல்ல ஆண்மையுமாகிய தோணிகளைக் காம நோய் என்கிற கடுமையான வெள்ளம் அடித்துக் கொண்டு செல்கின்றது.

1135. வளைந்த சிறு வளையல்களை அணிந்த காதலி தான் மாலைப் பொழுதிலே வருந்தும் துயரத்தையும் மடலூரும் நிலைமையையும் எனக்குத் தந்தாள்.

1136. அந்த நங்கையின் பொருட்டாக என் கண்கள் உறங்காமல் உள்ளன; அதனால் நள்ளிரவு வேளையிலும் மடலூர்தல் பற்றி உறுதியாக நினைக்கின்றேன்.

1137. கடல் போன்ற காம நோயால் வருந்தியும், மடலூராமல் துன்பத்தைப் பொறுத்துக் கொண்டிருக்கும் பெண் பிறப்பைப் போல் பெருமையுடைய தகுதி ஆணுக்கு இல்லை.

1138. நெஞ்சை நிறுத்தும் நிறையற்றவர் இவர் என்றும் மிகவும் இரங்கத்தக்கவர் இவர் என்றும் கருதாமல் காமநோய் மறைந்திருத் தலைக் கடந்து மன்றத்திலும் தானாக வெளிப்படுகின்றதே!

1139. பொறுத்திருந்தால் எல்லாரும் அறிந்தாரில்லை என்று நினைத்தே, என் காமநோய் இவ்வாறு தெருவில் பலரும் அறியுமாறு மயங்கித் திரிகின்றது போலும்!

1140. யாம் பட்ட இத்துன்பங்களைத் தாம் படாமையால்தான் அறிவில்லாதவர் யாம் கண்ணாற் காணும்படியாக எம் எதிரே நின்று எம்மைக் கண்டு நகையாடுகின்றனர்.

115. அலர் அறிவுறுத்தல்

அலரெழ ஆருயிர் நிற்கும் அதனைப்
பலரறியார் பாக்கியத் தால். 1141

மலரன்ன கண்ணாள் அருமை அறியாது
அலரெமக்கு ஈந்ததிவ் வூர். 1142

உறாஅதோ ஊரறிந்த கௌவை அதனைப்
பெறாஅது பெற்றன்ன நீர்த்து. 1143

கவ்வையால் கவ்விது காமம் அதுஇன்றேல்
தவ்வென்னும் தன்மை இழந்து. 1144

களித்தொறும் கள்ளுண்டல் வேட்டற்றால் காமம்
வெளிப்படுந் தோறும் இனிது. 1145

கண்டது மன்னும் ஒருநாள் அலர்மன்னும்
திங்களைப் பாம்புகொண் டற்று. 1146

ஊரவர் கௌவை எருவாக அன்னைசொல்
நீராக நீளும்இந் நோய். 1147

நெய்யால் எரிநுதுப்பேம் என்றற்றால் கௌவையால்
காமம் நுதுப்பேம் எனல். 1148

அலர்நாண ஒல்வதோ அஞ்சலோம்பு என்றார்
பலர்நாண நீத்தக் கடை. 1149

தாம்வேண்டின் நல்குவர் காதலர் யாம்வேண்டும்
கௌவை எடுக்கும்இவ் வூர். 1150

அலர் அறிவுறுத்தல்

1141. எங்கள் தொடர்பைப்பற்றி ஊரில் பழிச்சொல் எழுந்தும் என் அரிய உயிர் இன்னும் நீங்காது நிற்கின்றது; அஃது என் நல் வினையின் பயனால்தான் என்பதைப் பலரும் அறியாமல் உள்ளனர்.

1142. (குவளை) மலரைப் போன்ற கண்களையுடைய இவளின் அருமை அறியாமல், இந்த ஊரார் இவளை எளியவளாகக் கருதி அலர் கூறி எமக்கு உதவி செய்தனர்.

1143. ஊரார் எல்லாருமே அறிந்த இந்தப் பழிச் சொல் நமக்குப் பொருந்தாதோ ? பொருந்துமாதலால் இந்த அலர் பெற முடியாம லிருந்து பெற்றாற்போன்ற நன்மை உடையதாக உள்ளது.

1144. எம் காமம் ஊரார் கூறுகின்ற தூற்றலால் வளர்ந்து வருகின்றது ! அந்தத் தூற்றல் இல்லையானால் அஃது இன்பம் தருதலை இழந்து சுருங்கிப் போகும்.

1145. களிக்குந்தோறும் மேன்மேலும் கள்ளுண்டலை விரும்பினாற்போல, காமமும் அலரால் வெளிப்பட வெளிப்பட, மேலும் இனிமையாகின்றது.

1146. காதலரைக் கண்டது ஒருநாள்தான், அதனால் எழுந்த தூற்றுதலோ திங்களைப் பாம்பு கொண்ட செய்தி எங்கும் பரவினாற்போல எங்கும் நன்றாகப் பரவி விட்டதே.

1147. இந்தக் காமநோய் ஊராரின் பழிச் சொற்களை எருவாகவும் அது கேட்டு அன்னை சொல்லும் கடுஞ் சொல்லை நீராகவும் கொண்டு செழித்து வளர்கின்றது.

1148. 'பழிச் சொல்லால் காமத்தைத் தணித்துவிடுவோம்' என்று முயலுதல், 'நெய்யால் நெருப்பை அவிப்போம்' என்று முயல்வதைப் போன்றது.

1149. 'அஞ்சற்க' என்று அன்று உறுதி கூறியவர் இன்று பலரும் நாணும்படியாக நம்மை விட்டுப் பிரிந்த பின், அலருக்கு நாணவும் நம்மால் இயலுமோ ?

1150. யாம் விரும்புகின்ற அலரை இவ்வூரார் எடுத்து மொழிகின்றனர்; அதனால் இனிமேல் காதலர் வேண்டினால் விரும்பியவாறு அதற்கு (உடன் போக்கிற்கு) உடன்படுவர்.

116. பிரிவாற்றாமை

செல்லாமை உண்டேல் எனக்குரை மற்றுநின்
வல்வரவு வாழ்வார்க்கு உரை. 1151

இன்கண் உடைத்தவர் பார்வல் பிரிவஞ்சும்
புன்கண் உடைத்தால் புணர்வு. 1152

அரிதரோ தேற்றம் அறிவுடையார் கண்ணும்
பிரிவோ ரிடத்துண்மை யான். 1153

அளித்தஞ்சல் என்றவர் நீப்பின் தெளித்தசொல்
தேறியார்க்கு உண்டோ தவறு. 1154

ஓம்பின் அமைந்தார் பிரிவோம்பல் மற்றவர்
நீங்கின் அரிதால் புணர்வு. 1155

பிரிவுரைக்கும் வன்கண்ண ராயின் அரிதவர்
நல்குவர் என்னும் நசை. 1156

துறைவன் துறந்தமை தூற்றாகொல் முன்கை
இறைஇறவா நின்ற வளை. 1157

இன்னாது இனன்இல்ஊர் வாழ்தல் அதனினும்
இன்னாது இனியார்ப் பிரிவு. 1158

தொடிற்சுடின் அல்லது காமநோய் போல
விடிற்சுடல் ஆற்றுமோ தீ. 1159

அரிதாற்றி அல்லல்நோய் நீக்கிப் பிரிவாற்றிப்
பின்இருந்து வாழ்வார் பலர். 1160

பிரிவாற்றாமை

1151. பிரிந்து செல்லாத நிலைமையாக இருந்தால் எனக்குச் சொல்லுக; பிரிந்து சென்று விரைவில் திரும்பிவருவது பற்றியானால் அது வரையில் உயிர்வாழ வல்லவர்க்குச் சொல்லுக.

1152. அவருடைய அன்பான பார்வை முன்பு இன்பம் உடையதாக இருந்தது; இப்பொழுதோ பிரிவை நினைத்து அஞ்சுகின்ற துன்பத்தால் அவருடைய புணர்ச்சியும் துன்பமாகத் தோன்று கின்றது.

1153. அறிவுடைய காதலரிடத்தும் ஒவ்வொரு சமயம் பிரிவு உள்ளபடியால் அவர் 'பிரியேன்' என்று சொன்ன சொல்லும் நம்பித் தெளிவது அரிதாயுள்ளது.

1154. அருள் செய்த காலத்தில் 'அஞ்சற்க' என்று கூறித் தேற்றியவர் இப்போது பிரிந்து செல்வாரானால் அவர் கூறிய உறுதி மொழியை நம்பித் தெளிந்த நமக்குக் குற்றம் உண்டோ ?

1155. காத்துக் கொள்வதானால் காதலர் பிரியாதபடி தடுத்துக் காக்க வேண்டும்; அவர் பிரிந்து நீங்கினால் மீண்டும் அவரைக் கூடுதல் என்பது நமக்கு அரிதாகும்.

1156. பிரிவைப்பற்றித் தெரிவிக்கும் அளவிற்குக் கல் நெஞ்சம் உடையவரானால், அத்தகையவர் மீண்டும் வந்து நமக்கு இன்பம் நல்குவார் என்னும் நம் ஆசையும் பயனற்றது.

1157. என் மெலிவால் முன்கையில் கழன்றுநின்ற வளையல்கள் தலைவன் என்னைவிட்டுப் பிரிந்த செய்தியை ஊரறிய எடுத்துக் காட்டித் தூற்றமாட்டாவோ ?

1158. தோழியர் எவருமே இல்லாத ஊரில் வாழ்தல் துன்ப மானது; இனிய காதலரைப் பிரிந்து தனித்திருப்பது அதைவிட மிகவும் துன்பமானது.

1159. நெருப்பு தன்னைத் தொட்டால் சுடுவதல்லாமல் காம நோயைப் போலத் தன்னை விட்டு அகன்ற பொழுதும் சுடவல்ல தாகுமோ ?

1160. பிரிய முடியாத பிரிவிற்கு உடன்பட்டு, பிரியும்போது உண்டாகும் துயரையும் தாங்கி, பிரிந்தபின் பொறுத்திருந்து, அதன் பின்னரும் உயிரோடு இருக்கும் மகளிர் உலகத்தில் பலர் !

117. படர் மெலிந்து இரங்கல்

மறைப்பேன்மன் யானிஃதோ நோயை இறைப்பவர்க்கு
ஊற்றுநீர் போல மிகும். 1161

கரத்தலும் ஆற்றேன்இந் நோயைநோய் செய்தார்க்கு
உரைத்தலும் நாணுத் தரும். 1162

காமமும் நாணும் உயிர்காவாத் தூங்கும்என்
நோனா உடம்பி னகத்து. 1163

காமக் கடல்மன்னும் உண்டே அதுநீந்தும்
ஏமப் புணைமன்னும் இல். 1164

துப்பின் எவனாவர் மன்கொல் துயர்வரவு
நட்பினுள் ஆற்று பவர். 1165

இன்பம் கடல்மற்றுக் காமம் அஃதடுங்கால்
துன்பம் அதனிற் பெரிது. 1166

காமக் கடும்புனல் நீந்திக் கரைகாணேன்
யாமத்தும் யானே உளேன். 1167

மன்னுயிர் எல்லாம் துயிற்றி அளித்திரா
என்னல்லது இல்லை துணை. 1168

கொடியார் கொடுமையின் தாம்கொடிய இந்நாள்
நெடிய கழியும் இரா. 1169

உள்ளம்போன்று உள்வழிச் செல்கிற்பின் வெள்ளநீர்
நீந்தல மன்னோஎன் கண். 1170

படர் மெலிந்து இரங்கல்

1161. இக் காமநோயைப் பிறர் அறியாமல் யான் மறப்பேன்; ஆனால், அஃது இறைப்பவர்க்கு ஊற்று நீர் மிகுவதுபோல் சுரந்து சுரந்து பெருகுகின்றது.

1162. இக் காமநோயைப் பிறர் அறியாமல் மூடி மறைக்கவும் முடியவில்லை; நோயை விளைவித்த காதலர்க்குத் தூது அனுப்பித் தெரிவிக்கவும் நாணம் தருகின்றது.

1163. பிரிவுத் துன்பத்தைப் பொறுக்காமல் வருந்துகின்ற என் உடம்பினிடத்தில் உயிரைக் காவடித் தண்டாகக் கொண்டு காம நோயும் நாணமும் இரு முனைகளிலும் தொங்குகின்றன.

1164. காமநோயாகிய கடலே எனக்கு நிலையாக உள்ளது; ஆனால், அதை நீந்திக் கடந்து செல்வதற்குப் பாதுகாப்பாகிய தோணியைப் பெற்றேன் இல்லை.

1165. இன்பமாகிய நட்புடைய நம்மிடமே துன்பத்தை வரச் செய்ய வல்லவர், பகையை வெல்வதற்கான வலிமை வேண்டும்போது என்ன செய்வாரோ ?

1166. காமம் மகிழ்விக்கும்பொழுது அதன் இன்பம் கடல் அளவு பெரிதாயுள்ளது; அது நம்மை வருத்தும்போது அதன் துன்பமோ கடலைவிடப் பெரிதாக உள்ளதே!

1167. காமம் என்னும் வெள்ளத்தை நீந்தியும் அதன் கரையை யான் காணவில்லை. இந்த நள்ளிரவிலும் யான் ஒருத்தியே உறங்காமல் வருந்தியபடித் தனியாக இருக்கின்றேன்.

1168. இந்த இராக் காலமும் இரங்கத்தக்கதாய் உள்ளது; மற்ற எல்லா உயிர்களையும் உறங்கச் செய்துவிட்டு, என்னையன்றி யாரையும் தனக்குத் துணை இல்லாமல் உள்ளது.

1169. பிரிவுத் துயராலே வருந்தும்போது மிகநீண்டது போலக் கழிகின்ற இராப்பொழுது, நம்மைவிட்டுப் பிரிந்த கொடியவரின் கொடுமையைவிட மிகமிகக் கொடியது.

1170. காதலர் இருக்கும் இடத்திற்கு என் உள்ளத்தைப்போல், உடலும் செல்ல முடியுமானால் என் கண்கள் இவ்வாறு கண்ணீர் வெள்ளத்தில் நீந்த வேண்டியதில்லை.

118. கண்விதுப்பழிதல்

கண்தாம் கலுழ்வ தெவன்கொலோ தண்டாநோய்
தாம்காட்ட யாம்கண் டது. 1171

தெரிந்துணரா நோக்கிய உண்கண் பரிந்துணராப்
பைதல் உழப்பது எவன். 1172

கதுமெனத் தாம்நோக்கித் தாமே கலுழும்
இதுநகத் தக்கது உடைத்து. 1173

பெயலாற்றா நீருலந்த உண்கண் உயலாற்றா
உய்வில்நோய் என்கண் நிறுத்து. 1174

படலாற்றா பைதல் உழக்கும் கடலாற்றாக்
காமநோய் செய்தஎன் கண். 1175

ஓஒ இனிதே எமக்கிந்நோய் செய்தகண்
தாஅம் இதற்பட் டது. 1176

உழந்துழந்து உள்நீர் அறுக விழைந்திழைந்து
வேண்டி யவர்க்கண்ட கண். 1177

பேணாது பெட்டார் உளர்மன்னோ மற்றவர்க்
காணாது அமைவில கண். 1178

வாராக்கால் துஞ்சா வரின்துஞ்சா ஆயிடை
ஆரஞர் உற்றன கண். 1179

மறைபெறல் ஊரார்க்கு அரிதன்றால் எம்போல்
அறைபறை கண்ணா ரகத்து. 1180

கண்விதுப்பழிதல்

1171. இக்கண்கள் அவரைக் காட்டியதால் அல்லவா நீங்காத இக்காம நோயை யாம் பெற்றோம்? அவ்வாறிருக்க, காட்டிய கண்கள் தாமே இப்போது அழுவது ஏன்?

1172. பின்விளைவுபற்றி ஆராய்ந்து உணராமல் அன்று அவரை நோக்கிக் காதல் கொண்ட கண்கள் இன்று அன்பு கொண்டு என் துயரைப் பகுத்து உணராமல் தாமும் துன்பத்தால் வருந்துவது ஏன்?

1173. அன்று காதலரைக் கண்கள் தாமே விரைந்து நோக்கி இன்று தாமே அழுகின்றன; இது நகைக்கத்தக்க தன்மையுடையது.

1174. அன்று என் கண்கள் தப்பிப் பிழைக்க முடியாத அளவு தீராத காமநோயை என்னிடம் விளைவித்து நிறுத்திவிட்டு, தாமும் அழ முடியாமல் நீர்வற்றி வறண்டு விட்டன.

1175. அன்று கடலும் தாங்கமுடியாத பெரிதான காமநோயை உண்டாக்கிய என் கண்கள், இன்று உறங்கமுடியாமல் துன்பத்தால் அழுகின்றன.

1176. எமக்கு அன்று இந்தக் காம நோயை உண்டாக்கிய கண்கள் இன்று தாமும் இத்தகைய துன்பத்தைப்பட்டு வருந்துவது மிகவும் இனியதே!

1177. அன்று விரும்பி நெகிழ்ந்து காதலரைக் கண்டு மகிழ்ந்த கண்கள், இன்று உறக்கமின்றித் துன்பத்தால் வருந்தி வருந்திக் கண்ணீரும் அற்றுப் போவதாக!

1178. உள்ளத்தால் விரும்பாமல் சொல்லளவில் விரும்பிப் பழகியவர் ஒருவர் உள்ளார்; அவரைக் காணாமல் கண்கள் அமைதியுறவில்லை.

1179. காதலர் வாராதொழியினும் உறங்கா; வந்தாலும் உறங்கா, இவற்றுக்கிடையே என் கண்கள் பொறுத்தற்கரிய துன்பத்தை அடைந்துள்ளன.

1180. அறையப்படும் பறைபோல் துன்பத்தை வெளிப்படுத்தும் கண்களையுடைய எம்மைப் போன்றவரிடத்தில் மறைபொருளான செய்தியை அறிதல் ஊரார்க்கு எளிதாகும்.

119. பசப்புறு பருவரல்

நயந்தவர்க்கு நல்காமை நேர்ந்தேன் பசந்தஎன்
பண்புயார்க்கு உரைக்கோ பிற. 1181

அவர்தந்தார் என்னும் தகையால் இவர்தந்தென்
மேனிமேல் ஊரும் பசப்பு. 1182

சாயலும் நாணும் அவர்கொண்டார் கைம்மாறா
நோயும் பசலையும் தந்து. 1183

உள்ளுவன் மன்யான் உரைப்பது அவர்திறமால்
கள்ளம் பிறவோ பசப்பு. 1184

உவக்காண்எம் காதலர் செல்வார் இவக்காண்என்
மேனி பசப்பூர் வது. 1185

விளக்கற்றம் பார்க்கும் இருளேபோல் கொண்கண்
முயக்கற்றம் பார்க்கும் பசப்பு. 1186

புல்லிக் கிடந்தேன் புடைபெயர்ந்தேன் அவ்வளவில்
அள்ளிக்கொள் வற்றே பசப்பு. 1187

பசந்தாள் இவள்என்பது அல்லால் இவளைத்
துறந்தார் அவர்என்பார் இல். 1188

பசக்கமன் பட்டாங்கென் மேனி நயப்பித்தார்
நன்னிலையர் ஆவர் எனின். 1189

பசப்பெனப் பேர்பெறுதல் நன்றே நயப்பித்தார்
நல்காமை தூற்றார் எனின். 1190

பசப்புறு பருவரல்

1181. விரும்பிய காதலரின் பிரிவுக்கு அந்நாளில் உடன்பட்டேன், இப்பொழுது பசலையுற்ற என் தன்மையை வேறு யாருக்குச் சென்று சொல்வேன் ?

1182. அந்தக் காதலர் உண்டாக்கினார் என்னும் பெருமிதத் தோடு இந்தப் பசலை நிறம் உரிமையோடு என் மேனிமேல் ஏறி ஊர்ந்து எங்கும் பரவி வருகின்றது.

1183. என் அழகையும் நாணத்தையும் அவர் தம்மோடு எடுத்துக் கொண்டார்; அதற்குக் கைம்மாறாகக் காமநோயையும் பசலை நிறத்தையும் எனக்குத் தந்துள்ளார்.

1184. யான் அவருடைய நல்லியல்புகளையே நினைக் கின்றேன்; அவைபற்றியே பேசுவேன்; அவ்வாறு இருந்தும் பசலை வந்தது வஞ்சனையோ ? வேறு வகையோ ? அறியேன்.

1185. அதோ பார் ! எம்முடைய காதலர் பிரிந்து செல்கின்றார்; இதோ பார் ! என்னுடைய மேனியில் பசலை நிறம் வந்து பற்றிப் படர்கின்றது.

1186. விளக்கின் ஒளிகுறையும் சமயத்தைப் பார்த்து, தான் வரக் காத்திருக்கும் இருளைப் போலவே, காதலரின் தழுவுதலின் சோர்வை பசலை எதிர்பார்த்துக் காத்திருக்கின்றது.

1187. தலைவரைத் தழுவியபடியே கிடந்தேன், பக்கத்தே சிறிது அகன்றேன், அவ்வளவிலே பசலை நிறம் அள்ளிக் கொள்வது போல் என்மீது வந்து மிகுதியாகப் பரவிவிட்டதே.

1188.'இவள் பிரிவால் வருந்திப் பசலை நிறம் அடைந்தாள்' என்று என்னைப் பழி சொல்வதே அல்லாமல் 'இவளைக் காதலர் பிரிந்து சென்றார்' என்று சொல்பவர் யாரும் இல்லையே !

1189. 'பிரிவுக்கு உடன்படச் செய்த காதலர் நல்ல நிலையினர் ஆவார்' என்றால், என்னுடைய மேனியும் உள்ளபடியே பசலை நோயினை அடைவதாகுக !

1190. பிரிவுக்கு உடன்படச் செய்து பிரிந்து சென்றவர், நமக்கு அருள்செய்யாததுபற்றி ஊரார் தூற்றாமல் இருப்பாரானால், 'யான் பசந்தேன்' என்று பேர் பெறுவதும் நல்லதேயாகும்.

120. தனிப்படர் மிகுதி

தாம்வீழ்வார் தம்வீழப் பெற்றவர் பெற்றாரே
காமத்துக் காழில் கனி. 1191

வாழ்வார்க்கு வானம் பயந்தற்றால் வீழ்வார்க்கு
வீழ்வார் அளிக்கும் அளி. 1192

வீழுநர் வீழப் படுவார்க்கு அமையுமே
வாழுநம் என்னும் செருக்கு. 1193

வீழப் படுவார் கெழீஇயிலர் தாம்வீழ்வார்
வீழப் படாஅர் எனின். 1194

நாம்காதல் கொண்டார் நமக்கெவன் செய்பவோ
தாம்காதல் கொள்ளாக் கடை. 1195

ஒருதலையான் இன்னாது காமம்காப் போல
இருதலை யானும் இனிது. 1196

பருவரலும் பைதலும் காணான்கொல் காமன்
ஒருவர்கண் நின்றொழுகு வான். 1197

வீழ்வாரின் இன்சொல் பெறாஅது உலகத்து
வாழ்வாரின் வன்கணார் இல். 1198

நசைஇயார் நல்கார் எனினும் அவர்மாட்டு
இசையும் இனிய செவிக்கு. 1199

உறாஅர்க்கு உறுநோய் உரைப்பாய் கடலைச்
செறாஅஅய் வாழிய நெஞ்சு. 1200

தனிப்படர் மிகுதி

1191. தாம் விரும்பும் காதலர் தம்மை விரும்புகின்ற பேறுபெற்ற மகளிர் காதல் வாழ்க்கையின் பயனாகிய விதையற்ற கனியைப் பெற்றவரே ஆவர்.

1192. தம்மை விரும்புகின்றவர்க்குக் காதலர் அளிக்கும் அன்பு, உயிர்வாழ்கின்றவர்க்கு மேகம் மழை பெய்து காப்பதைப் போன்றது.

1193. காதலரால் விரும்பப்படுகின்றவர்க்குப் பிரிவுத் துன்பம் இருந்தாலும் 'மீண்டும் வந்தபின் இன்பமாக வாழ்வோம்' என்னும் செருக்கு ஏற்றதாகும்.

1194. தாம் விரும்பும் காதலரால் விரும்பப் படாவிட்டால் உலகத்தாரால் விரும்பப்படும் நிலையில் உள்ளவரும் நல்வினை பொருந்தியவர் அல்லர்.

1195. தாம் காதல் கொண்டவர் தாமும் அவ்வாறே தம்மிடம் காதல் கொள்ளாவிட்டால், தமக்கு அவர் என்ன நன்மை செய்வார்?

1196. காதல் ஒருபக்கமாக இருத்தல் மிகவும் துன்பம் தருவது; காவடித் தண்டின் சுமைபோல இருபக்கமாகவும் ஒத்திருப்பது மிகவும் இன்பம் தருவதாகும்.

1197. காதலர் இருவரிடத்திலும் ஒத்திருக்காமல் ஒருவரிடத்தில் மட்டும் காமன் நின்று இயங்குவதால் என் துன்பத்தையும் வருத்தத்தையும் அவன் அறியமாட்டானோ?

1198. தாம் விரும்பும் காதலரின் இனிய சொல்லைப் பெறாமல் உலகத்தில் பிரிவுத் துன்பத்தைப் பொறுத்து வாழ்கின்ற மகளிரைப்போல் வன்கண்மை உடையவர்கள் இல்லை.

1199. யான் விரும்பிய காதலர் மீண்டும் வந்து அன்பு செய்யார் என்றாலும், அவரைப் பற்றிய புகழைக் கேட்பதும் என் செவிக்கு இன்பமாக உள்ளது.

1200. நெஞ்சமே, நீ வாழ்க. நின்னிடம் அன்பற்றவரிடம் நினது மிகுந்த துன்பத்தை உரைக்கின்றாய்! அதனைவிட்டு எளிதாகக் (காமக்) கடலைத் தூர்ப்பதற்கு நீயும் முயல்வாயாக!

121. நினைந்தவர் புலம்பல்

உள்ளினும் தீராப் பெருமகிழ் செய்தலால்
கள்ளினும் காமம் இனிது.   1201

எனைத்தொன்று இனிதேகாண் காமம்தாம் வீழ்வார்
நினைப்ப வருவதொன்று இல்.   1202

நினைப்பவர் போன்று நினையார்கொல் தும்மல்
சினைப்பது போன்று கெடும்.   1203

யாமும் உளேங்கொல் அவர்நெஞ்சத்து எம்நெஞ்சத்து
ஓஒ உளரே அவர்.   1204

தம்நெஞ்சத்து எம்மைக் கடிகொண்டார் நாணார்கொல்
எம்நெஞ்சத்து ஓவா வரல்.   1205

மற்றியான் என்னுளேன் மன்னோ அவரொடுயான்
உற்றநாள் உள்ள உளேன்.   1206

மறப்பின் எவனாவன் மன்கொல் மறப்பறியேன்
உள்ளினும் உள்ளம் சுடும்.   1207

எனைத்து நினைப்பினும் காயார் அனைத்தன்றோ
காதலர் செய்யும் சிறப்பு.   1208

விளியும்என் இன்னுயிர் வேறல்லம் என்பார்
அளியின்மை ஆற்ற நினைந்து.   1209

விடாஅது சென்றாரைக் கண்ணினால் காணப்
படாஅதி வாழி மதி.   1210

நினைந்தவர் புலம்பல்

1201. முன்பு கூடி நுகர்ந்த இன்பத்தைப் பின்பு நினைத்தாலும் தீராத பெரிய மகிழ்ச்சியைத் தருவதனால், உண்டால் மட்டும் மகிழ்ச்சிதரும் கள்ளைவிடக் காமமே இன்பம் நல்குவதாகும்.

1202. யாம் விரும்புகின்ற காதலரை நினைத்தாலும் பிரிவுத் துன்பம் இல்லாமல் போகின்றது! அதனால் காமம் எவ்வளவு அளவினதானாலும் ஒருவகையில் இன்பம் தருவதாகும்.

1203. தும்மல் வருவதுபோல் தோன்றி வராமல் அடங்கி விடுகின்றதே! அதனால் நம் காதலர் நம்மை நினைப்பவர் போல் இருந்து நினையாமற் போயினாரோ?

1204. எம்முடைய நெஞ்சில் காதலராகிய அவர் எப்பொழுதுமே உள்ளார்; அதுபோலவே, நாமும் அவருடைய நெஞ்சில் எப்பொழுதும் நீங்காமல் இருக்கின்றோமோ?

1205. தம்முடைய நெஞ்சில் எம்மை வரவிடாது காவல் செய்து கொண்ட நம் காதலர் நம் உள்ளத்தில் தாம் ஓயாமல் வருவதைப்பற்றி நாணப்படமாட்டாரோ?

1206. காதலராகிய அவரோடு யான் இன்பமாயிருந்த அந்த நாட்களின் நினைவால்தான், நான் உயிரோடு உள்ளேன்; வேறு எதனால் நான் அவரைப் பிரிந்து உயிர் வாழ்கின்றேன்?

1207. காதலரை மறந்தறியாமல் நினைத்தாலும் உள்ளத்தைப் பிரிவுத் துன்பம் சுடுகின்றதே! நினைக்காமல் மறந்துவிட்டால் என்ன ஆவேனோ?

1208. காதலரை எவ்வளவு அதிகமாக நினைத்தாலும் என் மீது சினங் கொள்ளார்; காதலர் செய்யும் சிறந்த உதவியே அதுதான்!

1209. 'நாம் இருவரும் வேறு அல்லேம்' என்று அடிக்கடி சொல்லும் அவர், இப்போது அன்பில்லாமல் இருப்பதை மிகவும் நினைந்து என் இனிய உயிர் அழிகின்றது.

1210. திங்களே! என் உள்ளத்தில் பிரியாதிருந்து என்னைப் பிரிந்து சென்ற காதலரை என் கண்ணால் தேடிக் காண்பதற்காக நீயும் வானத்தில் மறைந்துவிடாது இருப்பாயாக.

122. கனவுநிலை உரைத்தல்

காதலர் தூதொடு வந்த கனவினுக்கு
யாதுசெய் வேன்கொல் விருந்து. 1211

கயலுண்கண் யானிரப்பத் துஞ்சிற் கலந்தார்க்கு
உயலுண்மை சாற்றுவேன் மன். 1212

நனவினால் நல்கா தவரைக் கனவினால்
காண்டலின் உண்டென் உயிர். 1213

கனவினால் உண்டாகும் காமம் நனவினால்
நல்காரை நாடித் தரற்கு. 1214

நனவினால் கண்டதூஉம் ஆங்கே கனவுந்தான்
கண்ட பொழுதே இனிது. 1215

நனவென ஒன்றில்லை யாயின் கனவினால்
காதலர் நீங்கலர் மன். 1216

நனவினால் நல்காக் கொடியார் கனவினால்
என்எம்மைப் பீழிப் பது. 1217

துஞ்சுங்கால் தோள்மேல ராகி விழிக்குங்கால்
நெஞ்சத்தர் ஆவர் விரைந்து. 1218

நனவினால் நல்காரை நோவர் கனவினால்
காதலர்க் காணா தவர். 1219

நனவினால் நம்நீத்தார் என்பர் கனவினால்
காணார்கொல் இவ்வூ ரவர். 1220

கனவுநிலை உரைத்தல்

1211. பிரிவால் வருந்திய நான் அயர்ந்து உறங்கியபோது காதலர் அனுப்பிய தூதோடு வந்த கனவுக்கு யான் விருந்தாக என்ன கைம்மாறு செய்து உதவுவேன்?

1212. யான் விரும்பும்போது என் கண்கள் உறங்குமானால் கனவில் வந்து தோன்றும் காதலருக்கு யான் தப்பிப் பிழைத்திருக்கும் உண்மையை உரைப்பேன்.

1213. நனவிலே வந்து நமக்கு அன்பு செய்யாதிருக்கின்ற காதலரைக் கனவிலாவது கண்டு மகிழ்வதால்தான் என் உயிர் இன்னும் நீங்காமல் உள்ளதாகின்றது.

1214. நனவில் வந்து கூடி அன்பு செய்யாத காதலரைத் தேடி அழைத்து வருவதற்காகவே அவரைப் பற்றிய காதல் நிகழ்ச்சிகள் கனவில் உண்டாகின்றன.

1215. முன்பு நனவில் காதலரைக் கண்டு நுகர்ந்த இன்பமும் அப்பொழுது மட்டுமே இனிதாக இருந்தது; இப்பொழுது காணும் கனவும் கண்டபொழுது மட்டுமே இன்பமாக உள்ளது.

1216. நனவு எனப்படும் ஒரு நிலை இல்லாதிருக்குமானால், கனவில் வருகின்ற நம் காதலர் எப்பொழுதுமே நம்மைவிட்டுப் பிரியாதிருப்பர் அல்லவோ?

1217. நனவில் வந்து நமக்கு அன்பு செய்ய நினையாத அக்கொடிய காதலர், கனவில் மட்டும் வந்து எம்மை வருத்துவது எதனாலோ?

1218. நான் உறங்கும்போது கனவில் வந்து என் தோள்மேல் உள்ளவராகி, விழிக்கும்போது உடனே விரைந்து என் நெஞ்சில் உள்ளவராகின்றார்.

1219. கனவில் காதலர் வரக்காணாத மகளிர், நனவில் வந்து அன்பு செய்யாத காதலரைக் குறித்து வருந்தி மனம் நொந்து கொள்வர்.

1220. 'நனவில் நம்மை விட்டு நீங்கினார்' என்று காதலரை இவ்வூரார் பழித்துப் பேசுகின்றனரே! இவர்கள் எம்மைப்போல் தம் காதலரைக் கனவில் காண்பதில்லையோ!

123. பொழுதுகண்டு இரங்கல்

மாலையோ அல்லை மணந்தார் உயிருண்ணும்
வேலைநீ வாழி பொழுது. 1221

புன்கண்ணை வாழி மருள்மாலை எம்கேள்போல்
வன்கண்ண தோநின் துணை. 1222

பனிஅரும்பிப் பைதல்கொள் மாலை துனிஅரும்பித்
துன்பம் வளர வரும். 1223

காதலர் இல்வழி மாலை கொலைக்களத்து
ஏதிலர் போல வரும். 1224

காலைக்குச் செய்தநன்று என்கொல் எவன்கொல்யான்
மாலைக்குச் செய்த பகை. 1225

மாலைநோய் செய்தல் மணந்தார் அகலாத
காலை அறிந்தது இலேன். 1226

காலை அரும்பிப் பகலெல்லாம் போதாகி
மாலை மலரும்இந் நோய். 1227

அழல்போலும் மாலைக்குத் தூதாகி ஆயன்
குழல்போலும் கொல்லும் படை. 1228

பதிமருண்டு பைதல் உழக்கும் மதிமருண்டு
மாலை படர்தரும் போழ்து. 1229

பொருள்மாலை யாளரை உள்ளி மருள்மாலை
மாயும்என் மாயா உயிர். 1230

பொழுதுகண்டு இரங்குதல்

1221. பொழுதே! நீ மாலைக் காலமும் அல்லை; (காதலரை மணந்து பிறகு பிரிந்து வாழும்) மகளிரின் உயிரை உண்ணும் முடிவுக் காலமாக ஆவாய்.

1222. மயங்கிய மாலைப்பொழுதே! வாழ்க! நீயும் எம்மைப் போலவே துன்பமுற்றுத் தோன்றுகின்றாயே! நின் துணையும் எம் காதலரைப் போலவே இரக்கம் அற்றதோ?

1223. பனி தோன்றிப் பசந்த நிறங் கொண்ட மாலைக்காலம் எமக்கு வருத்தம் தோன்றி மேன்மேலும் வளரும்படியாகவே வருகின்றது.

1224. காதலர் அருகே இல்லாதபோது கொலை செய்யும் இடத்தில் ஆறலைப்பார் வருவது போல, இம்மாலைப் பொழுதும் எம் உயிரைக் கொள்வதற்காகவே வருகின்றது.

1225. காலைப் பொழுதுக்கு யாம் செய்த நன்மைதான் யாது? எம்மை இப்படிப் பெரிதும் வருத்துகின்ற மாலைப்பொழுதுக்கு யாம் செய்த பகையாகிய தீமைதான் என்ன?

1226. மாலைப்பொழுது இவ்வாறு துன்பம் செய்ய வல்லது என்பதைக் காதலர் எம்மை விட்டு நீங்காமல் கூடியிருந்த காலத்தில் யான் அறியவே இல்லை.

1227. இந்தக் காமநோய் காலைப்பொழுதில் அரும்பாய்த் தோன்றி, பகற்பொழுதெல்லாம் பேரரும்பாய் வளர்ந்து மாலைப் பொழுதில் மலராக விரிகின்றது.

1228. ஆயனுடைய புல்லாங்குழல் நெருப்பைப்போல் சுடுகின்ற மாலைப்பொழுதிற்கு முன் தூதாக வந்து எம்மைக் கொல்லும் படையாகவும் அமைகின்றது.

1229. அறிவு மயங்கும்படியாக மாலைப்பொழுது வந்து படர்கின்றபோது இந்த ஊரும் மயங்கியதால் எம்மைப் போல் துன்பத்தால் வருந்தும்.

1230. பொருள் காரணமாகப் பிரிந்து சென்ற காதலரை நினைந்து பிரிவுத் துன்பத்தால் மாயாமல் நின்ற எம் உயிர் மயங்குகின்ற இம்மாலைப் பொழுதில் நலிவுற்று மாய்கின்றது.

124. உறுப்புநலன் அழிதல்

சிறுமை நமக்கொழியச் சேண்சென்றார் உள்ளி
நறுமலர் நாணின கண்.   *1231*

நயந்தவர் நல்காமை சொல்லுவ போலும்
பசந்து பனிவாரும் கண்.   *1232*

தணந்தமை சால அறிவிப்ப போலும்
மணந்தநாள் வீங்கிய தோள்.   *1233*

பணைநீங்கிப் பைந்தொடி சோரும் துணைநீங்கித்
தொல்கவின் வாடிய தோள்.   *1234*

கொடியார் கொடுமை உரைக்கும் தொடியொடு
தொல்கவின் வாடிய தோள்.   *1235*

தொடியொடு தோள்நெகிழ நோவல் அவரைக்
கொடியர் எனக்கூறல் நொந்து.   *1236*

பாடு பெறுதியோ நெஞ்சே கொடியார்க்கென்
வாடுதோள் பூசல் உரைத்து.   *1237*

முயங்கிய கைகளை ஊக்கப் பசந்தது
பைந்தொடிப் பேதை நுதல்.   *1238*

முயக்கிடைத் தண்வளி போழப் பசப்புற்ற
பேதை பெருமழைக் கண்.   *1239*

கண்ணின் பசப்போ பருவரல் எய்தின்றே
ஒண்ணுதல் செய்தது கண்டு.   *1240*

உறுப்புநலன் அழிதல்

1231. இத்துன்பத்தை நமக்கு விட்டு விட்டுத் தொலைவில் உள்ள நாட்டுக்குச் சென்ற காதலரை நினைந்து அழுதமையால் எம் கண்கள் தம் அழகிழந்து நறுமலர்களுக்கு நாணுகின்றன.

1232. பசலை நிறத்தைப் பெற்று நீர்சொரியும் கண்கள், நம்மை முன்பு விரும்பிய காதலர் இப்போது அன்பு செய்யாததைப் பிறருக்கும் சொல்வனபோல் உள்ளனவே!

1233. காதலரோடு கூடியிருந்த காலத்தில் மகிழ்ந்து பூரித்திருந்த தோள்கள் (இப்போது பிரிவினால்) மெலிந்து அவருடைய பிரிவைப் பிறருக்கு நன்றாகத் தெரிவிப்பனபோல் உள்ளன.

1234. தம் துணைவர் விட்டு நீங்கியதால் அவரால் பெற்ற செயற்கை அழகும் பழைய அழகும் கெட்டு வாடிய தோள்கள் தம் பருமன் குறைந்து பசும்பொன் வளையல்களையும் கழலச் செய்கின்றன.

1235. வளையல்களும் கழன்று விழ தம் பழைய அழகும் கெட்டுப்போன தோள்கள் (நம் துன்பத்தை உணராத) இரக்கம் அற்றவரின் கொடுமையை ஊரறியப் பறை சாற்றுகின்றன.

1236. வளையல்கள் கழன்று வீழ்ந்து, தோள்கள் மெலிந்தமை யால், காண்பவர் மனம் நொந்தவராக, அவரைக் கொடியர் எனக் கூறக்கேட்டு யானும் வருந்துகின்றேன்.

1237. நெஞ்சமே! கொடியவராகிவிட்ட காதலருக்கு மெலிவுற்ற என் தோள்களின் ஆரவாரத்தை எடுத்துக் கூறி உதவியைச் செய்ததனால் நீயும் பெருமை அடைவாயோ!

1238. தன்னை இறுகக் கட்டித் தழுவிய கைகளைத் தளர்த்திய அப்பொழுதிலேயே (சிறிதாகிய அப்பிரிவையும் பொறுக்க மாட்டாமல்) பசும்பொன் வளையல்களணிந்த இப்பேதைமை உடையவளின் நெற்றியும் பசலை நிறத்தை அடைந்து விட்டதே!

1239. கைகளைத் தளர்த்திய பொழுது தழுவியிருந்த முயக்கத் திற்கு இடையே குளிர்ந்த காற்று நுழைய, காதலியின் பெரிய குளிர்ந்த கண்களும் அழகிழந்த பசலை நிறம் அடைந்து விட்டன.

1240. காதலியின் ஒளியுள்ள நெற்றியின் நிறவேறுபாட்டைக் கண்டு, அவளுடைய கண்களின் பசலை நிறமும் மேலும் பெருந் துன்பம் அடைந்து விட்டது.

125. நெஞ்சொடு கிளத்தல்

நினைத்தொன்று சொல்லாயோ நெஞ்சே எனைத்தொன்றும்
எவ்வநோய் தீர்க்கும் மருந்து. 1241

காதல் அவரில ராகநீ நோவது
பேதைமை வாழிஎன் நெஞ்சு. 1242

இருந்துள்ளி என்பரிதல் நெஞ்சே பரிந்துள்ளல்
பைதல்நோய் செய்தார்கண் இல். 1243

கண்ணும் கொளச்சேறி நெஞ்சே இவையென்னைத்
தின்னும் அவர்காண லுற்று. 1244

செற்றா ரெனக்கை விடல்உண்டோ நெஞ்சேயாம்
உற்றால் உறாஅ தவர். 1245

கலந்துணர்த்தும் காதலர்க் கண்டால் புலந்துணராய்
பொய்க்காய்வு காய்திஎன் நெஞ்சு. 1246

காமம் விடுஒன்றோ நாண்விடு நன்னெஞ்சே
யானோ பொறேன்இவ் விரண்டு. 1247

பரிந்தவர் நல்காரென்று ஏங்கிப் பிரிந்தவர்
பின்செல்வாய் பேதைஎன் நெஞ்சு. 1248

உள்ளத்தார் காத லவராக உள்ளிநீ
யாருழைச் சேறிஎன் நெஞ்சு. 1249

துன்னாத் துறந்தாரை நெஞ்சத்து உடையேமா
இன்னும் இழத்தும் கவின். 1250

நெஞ்சொடு கிளத்தல்

1241. நெஞ்சமே! (காதலால் வளர்ந்த) இத்துன்பம் தரும் நோயினைத் தீர்க்கும் மருந்து ஏதாயினும் ஒன்றை நினைத்துப் பார்த்து எனக்குச் சொல்லமாட்டாயோ?

1242. என் நெஞ்சே! நீ வாழ்க! அவர்தாம் நம்மிடம் காதல் இல்லாதவராக இருக்கவும், நீ மட்டும் அவரையே நினைந்து வருந்துவது நின் அறியாமையேயாகும்.

1243. நெஞ்சமே! (என்னுடன்) இருந்தும் அவரை நினைந்து வருந்துவது ஏன்? இத்துன்ப நோயை விளைவித்தவரிடம் நம்மேல் இவ்வாறு அன்புற்று நினைக்கும் பண்பு இல்லையே!

1244. நெஞ்சமே! நீ அவரிடம் போகும்போது என் கண்களையும் உடன் கொண்டு செல்வாயாக; அவரைக் காண வேண்டும் என்று இவை என்னைப் பிடுங்கித் தின்கின்றன.

1245. நெஞ்சமே! யாம் விரும்பி நாடினாலும் எம்மை நாடாத அவர், எம்மை வெறுத்துவிட்டார் என நினைத்து, அவரைக் கைவிடுதல் நமக்குத் தகுமோ?

1246. என் நெஞ்சமே! நாம் ஊடியபோது ஊடலை உணர்த்திக் கூடுகின்றவரான காதலரைக் கண்டபோது நீ பிணங்கி உணர மாட்டாய்! பொய்யான சினங்கொண்டு காய்கின்றாய்.

1247. நல்ல நெஞ்சமே! ஒன்று காமத்தை விட்டுவிடு; அல்லது நாணத்தை விட்டுவிடு. இவை இரண்டையும் நீ விரும்பினால் என்னால் பொறுத்துக் கொண்டிருக்க இயலாது.

1248. என் நெஞ்சமே! பிரிவுத் துன்பத்தால் வருந்தி அவர் இரங்கி வந்து அன்பு செய்யவில்லையே என்று ஏங்கிப் பிரிந்தவரின் பின்னே செல்கின்றாய்! நீ பேதைமை உடையை.

1249. என் நெஞ்சமே! காதலர் நம் உள்ளத்தில் உள்ளவராக இருக்கும்போது நீ அவரை நினைந்து யாரிடம் தேடிச் செல்லுகின்றனை?

1250. நம்மோடு சேர்ந்திருக்காமல் கைவிட்டுச் சென்ற காதலரை நாம் நெஞ்சிலே வைத்திருக்கும்போது இன்னும் நாம் அழகிழந்து வருந்துகின்றோம்.

126. நிறையழிதல்

காமக் கணிச்சி உடைக்கும் நிறையென்னும்
நாணுத்தாழ் வீழ்த்த கதவு. 1251

காமம் எனவொன்றோ கண்ணின்றென் நெஞ்சத்தை
யாமத்தும் ஆளும் தொழில். 1252

மறைப்பேன்மன் காமத்தை யானோ குறிப்பின்றித்
தும்மல்போல் தோன்றி விடும். 1253

நிறையுடையேன் என்பேன்மன் யானோஎன் காமம்
மறையிறந்து மன்று படும். 1254

செற்றார்பின் செல்லாப் பெருந்தகைமை காமநோய்
உற்றார் அறிவதொன்று அன்று. 1255

செற்றவர் பின்சேறல் வேண்டி அளித்தரோ
எற்றென்னை உற்ற துயர். 1256

நாணென ஒன்றோ அறியலம் காமத்தால்
பேணியார் பெட்ப செயின். 1257

பன்மாயக் கள்வன் பணிமொழி அன்றோநம்
பெண்மை உடைக்கும் படை. 1258

புலப்ப லெனச்சென்றேன் புல்லினேன் நெஞ்சம்
கலத்த லுறுவது கண்டு. 1259

நிணந்தீயில் இட்டன்ன நெஞ்சினார்க்கு உண்டோ
புணர்ந்தூடி நிற்பேம் எனல். 1260

நிறையழிதல்

1251. 'நாணம்' என்னும் தாழ்ப்பாள் பொருந்திய 'நிறை' எனப்படும் கதவை, காமம் ஆகிய கோடரி தகர்த்து விடுகின்றது.

1252. காமம் என்று சொல்லப்படுகின்ற ஒன்று கண்ணோட்டம் இல்லாதது; அஃது எல்லோரும் உறங்கும் நள்ளிரவிலும் என் நெஞ்சத்தை ஏவல் செய்து ஆள்கின்றது.

1253. யான் காமத்தை என்னுள் மறைக்க முயல்வேன்; ஆனால், அதுவோ என் குறிப்பின்படி அடங்கி நிற்காமல் தும்மல் வெளிவருதல்போல் தானே வெளிப்பட்டு விடுகின்றது.

1254. யான் இதுகாறும் நிறையோடு இருப்பதாக எண்ணிக் கொண்டிருந்தேன். ஆனால், என் காமம், என்னுள் மறைந்திருந்த எல்லையைக் கடந்து மன்றத்தில் வெளிப்படுகின்றது.

1255. நம்மை வெறுத்து அகன்றவரின் பின் செல்லாமல் மானத்தோடு நிற்கும் நிறையுடைமை காமநோய் உறாதார் அறிவதொன்றன்றி உற்றவர் அறியும் தன்மையது அன்று.

1256. நம்மை வெறுத்துக் கைவிட்ட காதலரின் பின் யாம் செல்ல விழையும் நிலையிலிருப்பதால் எம்மைப் பற்றிய இந்தக் காம நோயானது எத்தன்மை உடையதோ !

1257. யாம் விரும்பிய காதலரும் காமத்தால் நமக்கு விருப்ப மானவற்றைச் செய்வாரானால், நாமும் 'நாணம்' எனப்படும் ஒரு பண்பையும் அறியாமலிருப்போம்.

1258. நம்முடைய நிறையாகிய அரணை அழிக்கும் படையாக இருப்பது, பல பொய்களில் வல்ல கள்வரான காதலரின் பணிவான சொற்கள் அன்றோ ?

1259. 'ஊடுவோம்' என்று நினைத்துக்கொண்டு சென்றோம்; ஆனால், எம் நெஞ்சம் எம்மை மறந்து அவரோடு சென்று கலந்து விடுவதைக் கண்டு அவரைத் தழுவினோம்.

1260. தீயிலே கொழுப்பை இட்டாற்போல் உருகும் நெஞ்சை யுடையவரான எம் போன்றவர்க்குப் புணரும்போது 'இசைந்து ஊடி நிற்போம்' என்று ஊடும் உறுதிதான் உண்டாகுமோ ?

127. அவர்வயின் விதும்பல்

வாளற்றுப் புற்கென்ற கண்ணும் அவர்சென்ற
நாளொற்றித் தேய்ந்த விரல்.   1261

இலங்கிழாய் இன்று மறப்பின்என் தோள்மேல்
கலங்கழியும் காரிகை நீத்து.   1262

உரன்நசைஇ உள்ளம் துணையாகச் சென்றார்
வரல்நசைஇ இன்னும் உளேன்.   1263

கூடிய காமம் பிரிந்தார் வரவுள்ளிக்
கோடுகொ டேறும்என் நெஞ்சு.   1264

காண்கமன் கொண்கனைக் கண்ணாரக் கண்டபின்
நீங்கும்என் மென்றோள் பசப்பு.   1265

வருகமன் கொண்கன் ஒருநாள் பருகுவன்
பைதல்நோய் எல்லாம் கெட.   1266

புலப்பேன்கொல் புல்லுவேன் கொல்லோ கலப்பேன்கொல்
கண்அன்ன கேளிர் வரின்.   1267

வினைகலந்து வென்றீக வேந்தன் மனைகலந்து
மாலை அயர்கம் விருந்து.   1268

ஒருநாள் எழுநாள்போல் செல்லும்சேண் சென்றார்
வருநாள்வைத்து ஏங்கு பவர்க்கு.   1269

பெறின்என்னாம் பெற்றக்கால் என்னாம் உறின்என்னாம்
உள்ளம் உடைந்துக்கக் கால்.   1270

அவர்வயின் விதும்பல்

1261. அவர் வருவாரென வழியையே பார்த்துப் பார்த்து என் கண்களும் ஒளி இழந்து அழகு கெட்டன; அவர் பிரிந்த நாட்களைக் குறித்துத் தொட்டுத் தொட்டு விரல்களும் தேய்ந்து போயின.

1262. தோழி! காதலரின் பிரிவால் துன்புற்று வருந்துகின்ற இன்றும் அவரை மறந்தால், என் தோள்கள் அழகு கெட்டு மெலியும்; தோள்மேல் அணிந்துள்ள அணிகள் கழலும்படி நேரும்.

1263. வெற்றியை விரும்பி ஊக்கமே துணையாகக் கொண்டு வெளிநாட்டுக்குச் சென்ற காதலர், திரும்பி வருதலைக் காண விரும்பியே இன்னும் யான் உயிரோடுள்ளேன்.

1264. முன்னர்க் கூடியிருந்த காம இன்பத்தையும் மறந்து பிரிந்து சென்றவரின் வருகையை நினைத்து, என் நெஞ்சம் மரக்கிளைகள் தோறும் ஏறிப் பார்க்கின்றது.

1265. என் காதலனைக் கண்ணாரக் காண்பேனாக; அங்ஙனம் கண்டபின் என் மெல்லிய தோள்களில் உண்டாகியுள்ள பசலை நோயும் தானாகவே நீங்கிவிடும்.

1266. என் காதலன் ஒருநாள் மட்டிலும் என்னிடம் வருவானாக; அங்ஙனம் வந்தபிறகு என் துன்பநோய் எல்லாம் தீரும்படியாக நான் அவனோடு இன்பத்தைப் பருகுவேன்.

1267. என் கண்போன்ற காதலர் வருவாரானால் யான் அவரோடு ஊடுவேனோ? அல்லது தழுவிக் கொள்வேனோ? அல்லது ஆவலோடு கலந்து இன்புறுவேனோ? என்ன செய்வேன்?

1268. மன்னன் இச்செயலில் முனைந்து நின்று வெற்றி பெறுவானாக; அதன்பின் யாம் மனைவியோடு கூடியிருந்து அன்று வரும் மாலைப் பொழுதில் அவளோடு விருந்தை நுகர்வேன்.

1269. தொலைவிடத்திற்குப் பிரிந்து சென்ற காதலர் திரும்பி வரும் நாளை மனத்தில் வைத்து ஏங்கும் மகளிருக்கு ஒருநாள் ஏழுநாள் போல் நெடிதாகக் கழியும்.

1270. துன்பத்தைத் தாங்காமல், காதலி மனம் உடைந்து இறந்து விட்டால் அவள் நம்மைத் திரும்பப் பெறமுடிவதனால் என்ன? பெற்றுவிட்டால் என்ன? பொருந்தினால்தான் என்ன?

128. குறிப்பறிவுறுத்தல்

கரப்பினுங் கையிகந் தொல்லாநின் உண்கண்
உரைக்க லுறுவதொன்று உண்டு. 1271

கண்நிறைந்த காரிகைக் காம்பேர்தோள் பேதைக்குப்
பெண்நிறைந்த நீர்மை பெரிது. 1272

மணியில் திகழ்தரு நூல்போல் மடந்தை
அணியில் திகழ்வதொன்று உண்டு. 1273

முகைமொக்குள் உள்ளது நாற்றம்போல் பேதை
நகைமொக்குள் உள்ளதொன்று உண்டு. 1274

செறிதொடி செய்திறந்த கள்ளம் உறுதுயர்
தீர்க்கும் மருந்தொன்று உடைத்து. 1275

பெரிதாற்றிப் பெட்பக் கலத்தல் அரிதாற்றி
அன்பின்மை சூழ்வது உடைத்து. 1276

தண்ணந் துறைவன் தணந்தமை நம்மினும்
முன்னம் உணர்ந்த வளை. 1277

நெருநற்றுச் சென்றார்எம் காதலர் யாமும்
எழுநாளேம் மேனி பசந்து. 1278

தொடிநோக்கி மென்றோளும் நோக்கி அடிநோக்கி
அஃதாண்டு அவள்செய் தது. 1279

பெண்ணினால் பெண்மை உடைத்தென்ப கண்ணினால்
காமநோய் சொல்லி இரவு. 1280

குறிப்பறிவுறுத்தல்

1271. நீ சொல்லாமல் மறைத்தாலும் அதற்கு உடன்படாமல் நின்மறைப்பையும் கடந்து நின் கண்கள் எனக்குக் குறிப்பாகச் சொல்ல முற்படுகின்ற செய்தி ஒன்று உள்ளதாகும்.

1272. கண் நிறைந்த பேரழகும் மூங்கில் போன்ற அழகிய தோளும் உடைய என் காதலிக்கு, பெண் தன்மை நிறைந்து பொலிவுறும் இயல்பு மிகுதியாக உள்ளது.

1273. நூலில் கோத்த மணியினுள்ளே காணப்படும் நூலைப் போல என் காதலியின் அழகினுள்ளேயும் அமைந்து புறத்தே திகழ்கின்ற குறிப்பு ஒன்று உள்ளது.

1274. அரும்பும் மொட்டினுள் அடங்கியிருக்கின்ற மணத்தைப் போல, என் காதலியின் புன்முறுவலின் உள்ளேயும் அடங்கி யிருக்கும் குறிப்பு ஒன்று உள்ளது.

1275. செறிந்த வளையல்களையணிந்துள்ளவளான என் காதலி செய்துவிட்டுப் போன கள்ளமான குறிப்பு, என் மிக்க துயரத்தைத் தீர்க்கும் மருந்து ஒன்று உடையதாக உள்ளது.

1276. பெரிதும் அன்பு காட்டி விருப்பம் மிகுதியாகுமாறு கூடுதல், அரிதான பிரிவைச் செய்து, அன்பில்லாமல் கைவிட்டுப் பிரிய எண்ணுகின்ற உட்கருத்தையும் உடையதாகும்.

1277. குளிர்ந்த நீர்த்துறைக்கு உரியவராகிய, நம் காதலர் நம்மைக் கைவிட்டுப் பிரிந்த பிரிவை நம்மைவிட நம் கை வளையல்கள் முன்னதாகவே உணர்ந்து, கழன்று விட்டனவே!

1278. நேற்றுதான் எம்முடைய காதலர் பிரிந்து சென்றார்; யாமும் மேனி பசலை நிறம் அடைந்து ஏழு நாட்கள் ஆய்விட்ட நிலையில் இருக்கின்றோம்.

1279. தன்னுடைய வளையல்களை நோக்கி, மெல்லிய தோள்களையும் நோக்கித் தன் அடிகளையும் நோக்கி, அவள் செய்த குறிப்பு உடன்போக்கு என்பதேயாகும்.

1280. மகளிர் தம் காம நோயைத் தம் கண்ணினாலே தெரிவித்துப் பிரியாமலிருக்குமாறு இரத்தல், பெண்தன்மைக்கு, மேலும் சிறந்த பெண் தன்மையுடையது என்று மொழிவர்.

129. புணர்ச்சி விதும்பல்

உள்ளக் களித்தலும் காண மகிழ்தலும்
கள்ளுக்குஇல் காமத்திற்கு உண்டு. 1281

தினைத்துணையும் ஊடாமை வேண்டும் பனைத்துணையும்
காமம் நிறைய வரின். 1282

பேணாது பெட்பவே செய்யினும் கொண்கனைக்
காணாது அமையல கண். 1283

ஊடற்கண் சென்றேன்மன் தோழி அதுமறந்து
கூடற்கண் சென்றதுஎன் நெஞ்சு. 1284

எழுதுங்கால் கோல்காணாக் கண்ணேபோல் கொண்கன்
பழிகாணேன் கண்ட விடத்து. 1285

காணுங்கால் காணேன் தவறாய காணாக்கால்
காணேன் தவறல் லவை. 1286

உய்த்தல் அறிந்து புனல்பாய் பவரேபோல்
பொய்த்தல் அறிந்தென் புலந்து. 1287

இளித்தக்க இன்னா செயினும் களித்தார்க்குக்
கள்ளற்றே கள்வநின் மார்பு. 1288

மலரினும் மெல்லிது காமம் சிலர்அதன்
செவ்வி தலைப்படு வார். 1289

கண்ணின் துனித்தே கலங்கினாள் புல்லுதல்
என்னினும் தான்விதுப் புற்று. 1290

புணர்ச்சி விதும்பல்

1281. நினைத்த பொழுதிலே கிளர்ந்தெழுதலும், கண்ட பொழுதிலே இன்புறுதலும் ஆகிய இந்த இருவகைத் தன்மையும் கள்ளுக்கு இல்லை; காமத்திற்கு உண்டு.

1282. காமம் பனையளவாகப் பெருகி வரும்போது காதலரோடு தினையளவுக்குச் சிறிதாகவேனும் பிணங்காமல் இருத்தல் வேண்டும்.

1283. நம்மை விரும்பாமல் புறக்கணித்துத் தமக்கு விருப்பமான வற்றையே செய்து ஒழுகினாலும் எம்முடைய கண்கள் காதலரைப் பார்க்காமல் அமைதி அடையவில்லை.

1284. தோழி! யான் அவரோடு பிணங்குவதற்காகச் சென்றேன்; ஆனால், என்னுடைய நெஞ்சம் அந்த நோக்கத்தை மறந்து விட்டு அவரோடு இணைந்து கூடுவதற்காகச் சென்றது.

1285. மை தீட்டும்பொழுது தீட்டும் கோலைக் காணாத கண்களைப்போல என் காதலரைக் கண்டபோது மட்டும் அவருடைய குற்றங்களை நினைக்காமல் மறந்து விடுகிறேன்.

1286. என் காதலரைக் காணும்போது அவர் போக்கிலே தவறானவற்றைக் காண்பதில்லை; அவரைக் காணாதபோதோ தவறல்லாத நல்ல செயல்களைக் காண்பதில்லை.

1287. ஓடும் வெள்ளம் இழுத்துச் செல்வதை அறிந்திருந்தும் அதனுள் பாய்கின்றவரைப்போல, பிணங்குதலால் பயனில்லை என்பதை அறிந்திருந்தும் நாம் ஊடுவதால் பயன் என்ன ?

1288. கள்வரே ! இழிவு வரத்தக்க துன்பங்களைச் செய்தாலும், கள்ளுண்டு களித்தவருக்கு மேன்மேலும் விருப்பம் தரும் கள்ளைப் போல நின்மார்பும் ஆசையூட்டுகின்றது.

1289. அனிச்ச மலரைவிடக் காமம் மிக மென்மையானது; அந்த உண்மையை அறிந்து அதன் சிறந்த பயனைப் பெறக்கூடியவர் ஒருசிலரேயாவர்.

1290. கண் நோக்கத்தளவில் பிணங்கினாள்; பின், என்னை விடத் தான் விரைந்து தழுவுவதில் விருப்பம் உடையவளாகத் தன்பிணங்கிய நிலையையும் மறந்து அவள் கலங்கினாள்.

130. நெஞ்சொடு புலத்தல்

அவர்நெஞ்சு அவர்க்காதல் கண்டும் எவன்நெஞ்சே
நீஎமக்கு ஆகா தது. 1291

உறாஅ தவர்க்கண்ட கண்ணும் அவரைச்
செறாஅரெனச் சேறிஎன் நெஞ்சு. 1292

கெட்டார்க்கு நட்டார்இல் என்பதோ நெஞ்சேநீ
பெட்டாங்கு அவர்பின் செலல். 1293

இனிஅன்ன நின்னொடு சூழ்வார்யார் நெஞ்சே
துனிசெய்து துவ்வாய்காண் மற்று. 1294

பெறாஅமை அஞ்சும் பெறின்பிரிவு அஞ்சும்
அறாஅ இடும்பைத்தென் நெஞ்சு. 1295

தனியே இருந்து நினைத்தக்கால் என்னைத்
தினிய இருந்ததுஎன் நெஞ்சு. 1296

நாணும் மறந்தேன் அவர்மறக் கல்லாஎன்
மாணா மடநெஞ்சிற் பட்டு. 1297

எள்ளின் இளிவாம்என்று எண்ணி அவர்திறம்
உள்ளும் உயிர்க்காதல் நெஞ்சு. 1298

துன்பத்திற்கு யாரே துணையாவார் தாமுடைய
நெஞ்சம் துணையல் வழி. 1299

தஞ்சம் தமரல்லர் ஏதிலார் தாமுடைய
நெஞ்சம் தமரல் வழி. 1300

நெஞ்சொடு புலத்தல்

1291. நெஞ்சமே! அவருடைய நெஞ்சம் நம்மை மறந்து அவர் விருப்பத்தையே மேற்கொள்வதைக் கண்ட பின்னரும் நீ எமக்குத் துணையாகாததுதான் ஏனோ ?

1292. என் நெஞ்சமே! நம்மீது அன்புகொள்ளாத காதலரைக் கண்டபோதும், அவர் வெறுக்கமாட்டார் என்று நினைத்து அவரிடமே செல்கின்றாயே! என்ன மடமை இது!

1293. நெஞ்சமே! நீ நின் விருப்பத்தின்படியே அவர்பின் செல்கின்றாயே. அதற்குக் காரணம் துன்பத்தால் அழிந்தவர்க்கு நண்பராக யாருமே இல்லை என்பதனாலோ ?

1294. நெஞ்சமே! நீ ஊடலைச் செய்து அதன் பயனையும் நுகரமாட்டாய்; இனிமேல் அத்தகையவற்றைப் பற்றி நின்னோடு கலந்து ஆராய்பவர்தாம் எவரோ ?

1295. காதலரைப் பெறாதபோதும் பெறாமைக்கு அஞ்சும்; பெற்றபோதும் பிரிவாரோ என்று நினைத்து அஞ்சும்; இவ்வாறு என் நெஞ்சமே தீராத துயரை உடையதாகின்றது.

1296. காதலரைப் பிரிந்த காலத்தில் தனியே இருந்து அவருடைய தவறுகளை நினைத்தபோது என் நெஞ்சம் எனக்குத் துணையாகாமல் என்னைத் தின்பதுபோல் துன்பம் தருவதாக இருந்தது.

1297. காதலரை மறக்க முடியாத என் சிறப்பில்லாத மடநெஞ்சோடு சேர்ந்து மறக்கத் தகாததாகிய நாணத்தையும் மறந்துவிட்டேன்.

1298. பிரிந்த காதலரை இகழ்ந்தால் இழிவாகும் என்று எண்ணி உயிரின்மீது காதல் கொண்ட என் நெஞ்சம் அவருடைய உயர்ந்த பண்புகளையே நினைக்கின்றது.

1299. தாம் உரிமையாகப் பெற்றுள்ள நெஞ்சமே தமக்குத் துன்பம் வந்தபோது துணையாகாவிட்டால் வேறு எவர்தாம் துணையாவார் ?

1300. தாம் உரிமையாகவுடைய நெஞ்சமே தமக்கு ஆகாதபோது அயலார் உறவில்லாதவராக அன்பற்று இருப்பது என்பதும் இயல்பானதேயாகும்.

131. புலவி

புல்லா திராஅப் புலத்தை அவர்உறும்
அல்லல்நோய் காண்கம் சிறிது. 1301

உப்பமைந் தற்றால் புலவி அதுசிறிது
மிக்கற்றால் நீள விடல். 1302

அலந்தாரை அல்லல்நோய் செய்தற்றால் தம்மைப்
புலந்தாரைப் புல்லா விடல். 1303

ஊடி யவரை உணராமை வாடிய
வள்ளி முதலரிந் தற்று. 1304

நலத்தகை நல்லவர்க்கு ஏஎர் புலத்தகை
பூஅன்ன கண்ணா ரகத்து. 1305

துனியும் புலவியும் இல்லாயின் காமம்
கனியும் கருக்காயும் அற்று. 1306

ஊடலின் உண்டாங்கோர் துன்பம் புணர்வது
நீடுவ தன்றுகொல் என்று. 1307

நோதல் எவன்மற்று நொந்தாரென்று அஃதறியும்
காதலர் இல்லா வழி. 1308

நீரும் நிழலது இனிதே புலவியும்
வீழுநர் கண்ணே இனிது. 1309

ஊடல் உணங்க விடுவாரொடு என்நெஞ்சம்
கூடுவேம் என்பது அவா. 1310

புலவி

1301. நாம் ஊடும்போது அவர் அடைகின்ற அல்லல் நோயையும் சிறிது நேரம் காணலாம்; அதற்காக அவர் வந்ததும் அவர்பாற் சென்று தழுவாமல் பிணங்குவாயாக.

1302. உணவுப் பண்டங்களில் அளவாக உப்பு சேர்ந்திருப்பது போன்றதே பிணங்குதல்; பிணங்குதலை அளவு கடந்து சிறிது நீட்டித்தாலும் அந்த உப்பு சிறிது மிகுந்தது போலாகும்.

1303. தம்மோடு பிணங்கியவரைத் தெளிவித்துத் தழுவாமல் விட்டுவிடுதல் துன்பத்தால் வருந்துவோரை மேலும் துன்பம் செய்து வருத்தினாற் போன்றது.

1304. ஊடிப் பிணங்கியவரைத் தெளிவித்து அன்பு செய்யாமல் கைவிடுதல், முன்னரே நீரின்றி வாடியுள்ள வள்ளிக் கொடியின் வேரை அறுப்பது போன்றது.

1305. நல்ல பண்புகள் பொருந்தியுள்ள நல்ல ஆடவர்க்கு அழகாவது, மலர்போன்ற கண்களையுடைய மகளிரின் நெஞ்சில் உண்டாகும் பிணங்குதலின் சிறப்பேயாகும்.

1306. பெரும் பிணக்கும் சிறு பிணக்கும் இல்லாவிட்டால் காமம் மிகப் பழுத்த பழமும் முற்றாத இளங்காயும் போலப் பயனற்றதாக அமைந்துவிடும்.

1307. ஊடியிருத்தலிலும் காதலர்க்கு ஒருவகைத் துன்பம் உள்ளது; 'கூடியிருக்கும் இன்பம் இனி மேல் நீட்டிக்காதோ ?' என்று நினைந்து ஏங்கி வருந்தும் அச்சமே அது.

1308. 'நம்மால் இவரும் வருந்தினார்' என்று உணர்ந்து அந்த வருத்தத்தைத் தீர்க்கமுயலும் காதலர் இல்லாதபோது வீணாக வருத்தம் அடைவதனால் என்ன பயன் ?

1309. நீரும் நிழலை அடுத்திருப்பதே இனிமையானது; அது போன்றே, ஊடலும் அன்பு செலுத்துவோரிடத்து மட்டிலும் நிகழுமானால், இனிமையைத் தருவதாகும்.

1310. பிணக்கு கொண்டபோது அதனைத் தெளிவித்து மகிழ் விக்காமல் வாடவிடுகின்றவரோடு என் நெஞ்சம் 'கூடுவோம்' என்று நினைப்பது அது கொண்டுள்ள ஆசையினாலே ஆகும்.

132. புலவி நுணுக்கம்

பெண்ணியலார் எல்லாரும் கண்ணின் பொதுஉண்பர்
நண்ணேன் பரத்தநின் மார்பு. 1311

ஊடி யிருந்தேமாத் தும்மினார் யாம்தம்மை
நீடுவாழ் கென்பாக்கு அறிந்து. 1312

கோட்டுப்பூச் சூடினும் காயும் ஒருத்தியைக்
காட்டிய சூடினீர் என்று. 1313

யாரினும் காதலம் என்றேனா ஊடினாள்
யாரினும் யாரினும் என்று. 1314

இம்மைப் பிறப்பில் பிரியலம் என்றேனாக்
கண்ணிறை நீர்கொண் டனள். 1315

உள்ளினேன் என்றேன்மற்று என்மறந்தீர் என்றென்னைப்
புல்லாள் புலத்தக் கனள். 1316

வழுத்தினாள் தும்மினே னாக அழித்தழுதாள்
யாருள்ளித் தும்மினீர் என்று. 1317

தும்முச் செறுப்ப அழுதாள் நுமர்உள்ளல்
எம்மை மறைத்திரோ என்று. 1318

தன்னை உணர்த்தினும் காயும் பிறர்க்குநீர்
இந்நீரர் ஆகுதிர் என்று. 1319

நினைத்திருந்து நோக்கினும் காயும் அனைத்துநீர்
யாருள்ளி நோக்கினீர் என்று. 1320

புலவி நுணுக்கம்

1311. பரத்தனே ! பெண்தன்மை உடையவர் எல்லாரும் தத்தம் கண்களால் நின்னைப் பொதுப் பொருளாகக் கொண்டு நுகர்கின்றனர்; ஆதலால் நின் மார்பை யான் தழுவேன்.

1312. காதலரோடு யாம் பிணங்கியிருந்தோமாக. அவரும் அந்த வேளையில் யாம் தம்மை 'நெடுங்காலம் வாழ்க' என்று வாழ்த்துரை வழங்குவோம் என்று நினைத்துத் தும்மினார்.

1313. மரக்கிளைகளில் மலர்ந்த பூவைச் சூடினாலும் என் காதலி 'நீர் இந்த அழகை யாரோ ஒருத்திக்குக் காட்டுவதற்காகச் சூடினீர்' என்று சினப்பாள்.

1314. 'யாரையும்விட நின்னையே விரும்புகின்றோம்' என்று சொன்னேனாக; 'யாரைவிட ? யாரை விட ?' என்று கூறி என்னைத் தழுவாமல் ஊடினாள்.

1315. 'இப்பிறப்பில் யாம் பிரியோம்' என்று காதலியிடம் சொன்னேனாக; இனிவரும் பிறப்பில் பிரிவதாக உணர்ந்து கண்நிறைய நீரைப் பெருக்கிக் கொண்டனள்.

1316. 'நின்னை நினைத்தேன்' என்றேன்; 'நினைப்பிற்கு முன் மறப்பு உண்டன்றோ ? என்னை ஏன் மறந்தீர்' என்று கூறி என்னைத் தழுவாமல் ஊடினாள்.

1317. யான் தும்மினேனாக; அவள் 'நூற்றாண்டு' என்று கூறி வாழ்த்தினாள். அடுத்து அதை விட்டு, 'யார் நினைத்ததால் தும்மினீர் ?' என்று வினவி அழுதாள்.

1318. அவள் பிணங்குவாள் என்று அஞ்சி யான் எழுந்த தும்மலை அடக்கிக் கொள்ள 'உம்மவர் உம்மை நினைப்பதை எனக்குத் தெரியாமல் மறைக்கின்றீரோ ?' என அழுதாள்.

1319. பிணங்கியிருந்தபோது அதைத் தெளிவித்து மகிழ்வித் தாலும், 'நீர் மற்ற மகளிர்க்கும் இத்தன்மையவராக ஆவீர்' என்று சொல்லிச் சினப்பாள்.

1320. அவளுடைய அழகையே நினைந்து அமைதியாக நோக்கினாலும் 'நீர் எவரையோ மனத்திற் கொண்டு ஒப்பிட்டு நோக்கினீரோ ?' என்று கூறிச் சினப்பாள்.

133. ஊடலுவகை

இல்லை தவறவர்க்கு ஆயினும் ஊடுதல்
வல்லது அவர்அளிக்கு மாறு. 1321

ஊடலில் தோன்றும் சிறுதுனி நல்லளி
வாடினும் பாடு பெறும். 1322

புலத்தலின் புத்தேள்நாடு உண்டோ நிலத்தொடு
நீரியைந் தன்னா ரகத்து. 1323

புல்லி விடாஅப் புலவியுள் தோன்றுமென்
உள்ளம் உடைக்கும் படை. 1324

தவறில ராயினும் தாம்வீழ்வார் மென்றோள்
அகறலி னாங்கொன்று உடைத்து. 1325

உணலினும் உண்டது அறல்இனிது காமம்
புணர்தலின் ஊடல் இனிது. 1326

ஊடலில் தோற்றவர் வென்றார் அதுமன்னும்
கூடலில் காணப் படும். 1327

ஊடிப் பெறுகுவங் கொல்லோ நுதல்வெயர்ப்பக்
கூடலில் தோன்றிய உப்பு. 1328

ஊடுக மன்னோ ஒளியிழை யாமிரப்ப
நீடுக மன்னோ இரா. 1329

ஊடுதல் காமத்திற்கு இன்பம் அதற்கின்பம்
கூடி முயங்கப் பெறின். 1330

ஊடலுவகை

1321. காதலரிடம் தவறு எதுவும் இல்லையாயினும் அவரோடு பிணங்குதல், அவர் நம்மீது மிகுதியாக அன்பு செலுத்தும்படி செய்யவல்லது.

1322. பிணங்குதலால் உண்டாகின்ற சிறிய துன்பம் அந்த நேரத்தில் அவர் காட்டும் நல்ல அன்பு வாடிவிடக் காரணமாக இருப்பினும் பின்னர் பெருமை பெறும்.

1323. நிலத்தோடு நீர் பொருந்திக் கலந்தாற்போன்ற அன்புடைய காதலரிடத்தில் ஊடுவதைவிட இன்பம் தருகின்ற தேவருலகம் உள்ளதோ ?

1324. காதலரைத் தழுவிக்கொண்டு விடாமலிருப்பதற்குக் காரணமான பிணக்கில், என்னுடைய உள்ளத்தை உடைக்கவல்ல படையும் தோன்றுகின்றது.

1325. தவறு இல்லாதபோதும் பிணக்கிற்கு ஆளாகித் தாம் விரும்புகின்ற மகளிரின் மென்மையான தோள்களைப் பிணக்கினால் சிறிது நீங்கியிருக்கும்போது பிணக்கிலும் ஓர் இன்பம் உள்ளது.

1326. உண்பதைவிட முன் உண்ட உணவு செரிப்பது இன்ப மாகும்; அதுபோல காமத்தில் கூடிப்பெறும் இன்பத்தைவிட ஊடிப் பெறும் இன்பமே சிறந்தது.

1327. ஊடல் களத்தில் தோற்றவரே வெற்றிபெற்றவர்; அந்த உண்மை, பிணக்கு தெளிந்தபின், அவர் கூடி மகிழும் நிலையில் தெளிவாகக் காணப்படும்.

1328. நெற்றி வியர்க்கும்படியாகக் கூடுவதில் உளதாகும் இனிமையைப் பிணங்கியிருந்து உணர்வதன் பயனாக இனியும் பெறுவேனா ?

1329. ஒளிவீசும் இழையையுடைய காதலி பிணங்குவாளாக; அதனைத் தணிக்கும்பொருட்டு யாம் இரந்து நிற்குமாறு இராக்காலம் இன்னும் நீள்வதாக !

1330. காம நுகர்ச்சிக்கு இன்பம் தருவது பிணங்குவதாகும்; பிணக்கு முடிந்தபின் இருவரும் கருத்தொன்றிக் கூடித் தழுவு தலையும் பெற்றால், அஃது அதனினும் மிகுந்த இன்பமாகும்.

திருவள்ளுவ மாலை

பொருக்கு மணிகள்

பூவிற்குத் தாமரையே பொன்னுக்குச் சாம்புனதம்
ஆவிற்கு அருமுனியா யானைக்கு அதரரும்பத்
தேவிற் றிருமால் எனச்சிறந்த தென்பவே
பாவிற்கு வள்ளுவர்வெண் பா. (36)

- கவிசாகரப் பெருந்தேவனார்

தேவிற் சிறந்த திருவள் ளுவர்குறள்வெண்
பாவிற் சிறந்திடுமுப் பால்பகரார் - நாவிற்
குயலில்லை சொற்சுவை யோர்வில்லை மற்றும்
செயலில்லை என்னும் திரு. (39)

- உறையூர் முதுகூற்றனார்

அறனறிந்தேம் ஆன்ற பொருளறிந்தேம் இன்பின்
திறனறிந்தேம் வீடு தெளிந்தேம் - மறனெறிந்த
வாளார் நெடுமாற வள்ளுவனார் தம்வாயில்
கேளா தனவெல்லாம் கேட்டு. (50)

- கொடிஞாழன் மாணிபூதனார்

வள்ளுவர் பாட்டின் வளமுறைக்கின் வாய்மடுக்கும்
தெள்ளமுதின் தீஞ்சுவையும் ஒவ்வாதால் - தெள்ளமுதம்
உண்டறிவார் தேவர் உலகடைய உண்ணுமான்
வண்டமிழின் முப்பால் மகிழ்ந்து. (53)

- ஆலங்குடிவங்கனார்

கடுகைத் துளைத்துஏழ் கடலைப் புகட்டிக்
குறுகத் தறித்த குறள். (54)

- இடைக்காடர்

அணுவைத் துளைத்துஏழ் கடலைப் புகட்டிக்
குறுகத் தறித்த குறள். (55)

- ஔவையார்

செய்யுள் முதற்குறிப்பு

(எண்: அதிகார எண்)

அஃகாமை 18
அஃகி அகன்ற 18
அகடாரார் 94
அகப்பட்டி ஆவாரை 108
அகரமுதல 1
அகலாது அணுகாது 70
அகழ்வாரைத் 16
அகனமர்ந்து ஈதலின் 10
அகனமர்ந்து செய்யாள் 9
அங்கணத்துள் 72
அசையியற்கு 110
அச்சமுடையார்க்கு 54
அச்சமே கீழ் 108
அஞ்சாமை அல்லால் 50
அஞ்சாமை ஈகை 39
அஞ்சும் அறியான் 87
அஞ்சுவ தஞ்சாமை 43
அஞ்சுவதோரும் 37
அடக்கம் அமரருள் 13
அடல்வேண்டும் 35
அடற்றகையும் 77
அடுக்கிய கோடி 96
அடுக்கியவரினும் 63
அடுத்ததுகாட்டும் 71
அணங்குகொல் 109
அணி அன்றோ 102
அந்தணர் என்போர் 3
அந்தணர் நூற்கும் 55
அமரகத்து ஆற்றறுக்கும் 82
அமரகத்து வன்கண் 103
அமிழ்தினும் 7
அமைந்தாங் 48
அரங்கின்றி 41
அரம்பொருத 89
அரம்போலும் 100
அரிதரோ 116
அரிதாற்றி 116
அரியஎன்று 54
அரியகற்று 51
அரியவற்றுள் 45
அருங்கேடன் 21
அருஞ்செவ்வி 57
அருட்செல்வம் 25
அருமறை 85
அருமை உடைத் 62
அரும்பயன் 20
அருவினை 49
அருளல்லது 26
அருளில்லார்க்கு 25
அருளென்னும் 76
அருளொடும் 76
அருள்கருதி 29
அருள்சேர்ந்த 25
அருள்வெஃகி 18
அலந்தாரை 131
அலரெழ 115
அலர்நாண 115
அல்லல் அருளாள் 25
அல்லவைதேய 10
அல்லற்பட்டு 56
அவர் தந்தார் 119
அவர்நெஞ்சு 130
அவா இல்லார்க்கு 37
அவா என்ப 37

அவாவினை ஆற்ற	37	அறவினையும்	91
அவிசொரிந்து	26	அறனீஜி இ	19
அவையறிந்து	72	அறநிந்து ஆன்ற	64
அவையறியார்	72	அறநிந்து மூத்த	45
அவ்வித்து அழுக்காறு	17	அறநிந்து வெஃகா	18
அவ்விய நெஞ்சத்தான்	17	அறனியலான்	15
அழக்கொண்ட	66	அறனிழுக்கா	39
அழச்சொல்லி	80	அறன் எனப்	5
அழல்போலும்	123	அறன் ஆக்கம்	17
அழிவதூஉம்	47	அறன் ஈனும்	76
கெடா அஅழிவந்த	81	அறன்கடை	15
அழிவினவை	79	அறன்நோக்கி	19
அழிவின்று அறை	77	அறன் வரையான்	15
அழுக்கற்று	17	அறிகிலார்	114
அழுக்காறு அவா	4	அறிகொன்று	64
அழுக்காறு உடையார்	17	அறிதோறு அறியாமை	111
அழுக்காறு உடையான்	14	அறிந்தாற்றிச்	52
அழுக்காறு என	17	அறிவற்றங்	43
அழுக்காற்றின்	17	அறிவிலார்	85
அளவல்ல	29	அறிவிலான்	85
அளவளாவில்லா	53	அறிவினான்	32
அளவறிந்தார்	29	அறிவினுள் எல்லாந்	21
அளவறிந்து	48	அறிவின்மை	85
அளவின்கண்	29	அறிவுடையார் ஆவது	43
அளித்தஞ்சல்	116	அறிவுடையார் எல்லாம்	43
அறங்கூறான்	19	அறிவுரு ஆராய்ந்த	69
அறஞ்சாரா	105	அறுவாய்	112
அறஞ்சொல்லும்	19	அறைபறை	108
அறத்தாறு இது	4	அற்கா இயல்பிற்றுச்	34
அறத்தாற்றின்	5	அற்றது அறிந்து	95
அறத்தான்	4	அற்றம் மறைக்கும்	68
அறத்திற்கே	8	அற்றம் மறைத்தலோ	85
அறத்திணஉஉங்கு	4	அற்றவர் என்பார்	37
அறம்பொருள்	51	அற்றாரைத்	51
அறவாழி	1	அற்றார் அழிபசி	23
அறவினை யாதெனில்	33	அற்றார்க்கொன்று	101

அற்றால் அளவறிந்து	95	ஆற்றின் அளவறிந்து கற்க	73
அற்றேமென்று	63	ஆற்றின் ஒழுக்கி	5
அனிச்சப்பூக்	112	ஆற்றின் நிலைதளர்ந்	72
அனிச்சமும்	112	ஆற்றின் வருந்தா	47
அன்பகத்தில்லா	8	ஆற்றுபவர்க்கும்	75
அன்பறிவு ஆராய்ந்த	69	ஆற்றுவார் - இக	90
அன்பறிவு தேற்றம்	52	ஆற்றுவார் - பசி	23
அன்பிலன்	87	ஆற்றுவார் - பண	99
அன்பிலார்	8	இகலானாம்	86
அன்பிற்கும்	8	இகலிற்கு எதிர்	86
அன்பின் வழியது	8	இகலின் மிக	86
அன்பின் விழையார்	92	இகலெதிர்	86
அன்பு ஈனும்	8	இகலென்ப	86
அன்புடைமை - இவ்	100	இகலென்னும்	86
அன்புடைமை - வேண்	69	இகல்காணான்	86
அன்புநாண்	99	இகழ்ச்சியின்	54
அன்பும் அறனும்	5	இகழ்ந்தெள்ளாது	106
அன்புற்று அமர்ந்த	8	இடமெல்லாம்	107
அன்பொரீஇத்	101	இடனில் பரு	22
அன்போடு இயைந்த	8	இடிக்குந்துணை	45
அன்றறிவாம்	4	இடிபுரிந்துள்ளுஞ்	61
ஆகாறு அளவிட்டி	48	இடிப்பாரை	45
ஆகூழால்	38	இடுக்கட்படினும்	66
ஆக்கமுங் கேடும்	65	இடுக்கண்கால்	103
ஆக்கம் அதர்வினாய்	60	இடுக்கண் வருங்கால்	63
ஆக்கம் இழந்தேம்	60	இடும்பைக்கு இடும்பை	63
ஆக்கம் கருதி	47	இடும்பைக்கே	103
ஆங்கமை	74	இடைதெரிந்து	72
ஆபயன் குன்றும்	56	இணரூழ்த்தும்	65
ஆயும் அறிவினர்	92	இணர்எரிதோய்	31
ஆய்ந்தாய்ந்து	80	இதனை இதனால்	52
ஆரா இயற்கை	37	இமைப்பின்	113
ஆவிற்கு நீரென்று	107	இமையாரின்	91
ஆள்வினையும்	103	இம்மைப் பிறப்பில்	132
ஆற்றாரும்	50	இயல்பாகும்	35
ஆற்றின் அளவறிந்து ஈக	48	இயல்பினான்	5

இயல்புளிக்	55	இழிவறிந்து	95
இயற்றலும்	39	இழுக்கல்	42
இரக்க	106	இழுக்காமை	54
இரத்தலின்	23	இழைத்தது	78
இரத்தலும்	106	இளித்தக்க	129
இரந்தும்	107	இளிவரின்	97
இரப்பன் இரப்பாரை	107	இளைதாக	88
இரப்பாரை	106	இளையர் இன	70
இரப்பான்	106	இறந்தமைந்த	90
இரவார் இரப்	104	இறந்த வெகுளியின்	54
இரவுள்ள	107	இறந்தார்	31
இரவென்னும்	107	இறப்பே புரிந்த	98
இருநோக்கு	110	இறல் ஈனும்	18
இருந்துள்ளி	125	இறுதி பயப்பினும்	69
இருந்தோம்பி	9	இறைகடியன்	57
இருபுனலும்	74	இறைகாக்கும்	55
இருமனப் பெண்டிரும்	92	இற்பிறந்தார் கண் அல்லது	96
இருமை வகை	3	இற்பிறந்தார் கண்ணேயும்	105
இருவேறு உலகத்து	38	இனத்தாற்றி	57
இருள்சேர்	1	இனம் போன்று	83
இருள்நீக்கி	36	இனி அன்ன	130
இலக்கம்	63	இனிய உளவாக	10
இலங்கிழாய்	127	இனைத்துணைத்	9
இலமென்று அசைஇ	104	இனையர் இவர்	79
இலமென்று வெஃகுதல்	18	இன்கண் உடைத்தவர்	116
இலர்பலராகி	27	இன்சொலால் ஈத்து	39
இலனென்னும்	23	இன்சொலால் ஈரம்	10
இலன் என்று	21	இன்சொல் இனிது	10
இல்லதென்	6	இன்பத்துள் - பயக்கும்	86
இல்லாரை	76	இன்பத்துள் - விழை	63
இல்லாளை	91	இன்பம் இடையறா	37
இல்லாள்கண்	91	இன்பம் ஒருவற்கு	106
இல்லைதவரவர்க்கு	133	இன்பம் கடல்	117
இல்வாழ்வான்	5	இன்பம் விழை-இடும்பை	63
இவறலும்	44	இன்பம் விழை - வினை	62
இழத்தொறூஉம்	94	இன்மை இடும்பை	107

இன்மை எனஒரு	105	உண்ணாது	16
இன்மை ஒருவற்கு	99	உண்ணாமை உள்ளது	26
இன்மையின் இன்னாதது	105	உண்ணாமை வேண்டும்	26
இன்மையின் இன்னாது	56	உதவி வரைத்தன்று	11
இன்மையுள் இன்மை	16	உப்பமைந்	131
இன்றியமையாச்	97	உயர்வகலம்	75
இன்றும் வருவது	105	உயிர் உடம்பின்	33
இன்னா எனத்தான்	32	உயிர்ப்ப உளரல்லர்	88
இன்னா செய்தாரை	32	உய்த்தல்	129
இன்னா செய்தார்க்கும்	99	உரமொருவற்கு	60
இன்னாது இரக்கப்	23	உரனென்னும்	3
இன்னாது இனன்	116	உரன்நசைஇ	127
இன்னாமை இன்பம்	63	உருவுகண்டு	67
ஈட்ட இவறி	101	உருளாயம்	94
ஈதல் இசைபட	24	உரைப்பார்	24
ஈத்துவக்கும்	23	உலகத்தார்	85
ஈர்ங்கை விதிரார்	108	உலகத்தோடு	14
ஈவார்கண்	106	உலகம் தழீஇய	43
ஈன்றபொழுதிற்	7	உலைவிடத்து	77
ஈன்றாள் பசி	66	உவக்காண் எம்	119
ஈன்றாள் முகத்தேயும்	93	உவந்துறைவர்	113
உடம்பாடு இலாதவர்	89	உவப்பத் தலைக்கூடி	40
உடம்பொடு	113	உழந்துழந்து	118
உடுக்கை	79	உழவினார்	104
உடுப்பதூஉம்	108	உழுதுண்டு	104
உடை செல்வம்	94	உழுவார்	104
உடைத்தம்	48	உழைப்பிரிந்து	53
உடைமையுள்	9	உளபோல்	58
உடையரெனப்படுவ	60	உளரெனினும்	73
உடையார்முன்	40	உளரென்னும்	41
உட்கப்படாஅர்	93	உளவரை தூக்காத	48
உட்பகை அஞ்சி	89	உள்ளக் களித்தலும்	129
உணர்வதுடையார்	72	உள்ளத்தார்	125
உணலினும்	133	உள்ளத்தால் உள்ள	29
உண்டார்கண்	109	உள்ளத்தால் பொய்	30
உண்ணற்க	93	உள்ளம் இலாதவர்	60

277

உள்ளம் உடைமை	60	ஊடற்கண்	129
உள்ளம் போன்று	117	ஊடிப்பெறுகுவங்	133
உள்ளற்க	80	ஊடியவரை	131
உள்ளியது எய்தல்	54	ஊடியிருந்தே	132
உள்ளியதெல்லாம்	31	ஊடுக மன்னோ	133
உள்ளினும்	121	ஊடுதல்	133
உள்ளினேன்	132	ஊணுடை	102
உள்ளுவதெல்லாம்	60	ஊதியம் என்பது	80
உள்ளுவன் - உரை	119	ஊரவர் கௌவை	115
உள்ளுவன் - மறப்பின்	113	ஊருணிநீர்	22
உள்ளொற்றி	93	ஊழிபெயரினும்	99
உறங்குவது	34	ஊழிற்பெருவலி	38
உரல் முறையான்	89	ஊழையும்	62
உறா அ தவர்க்கண்ட	130	ஊறொரால்	67
உறா அ தவர்போல்	110	ஊனைக் குறித்	102
உறா அதோ	115	எச்சமென்று	101
உறா அர்க்கு	120	எட்பகவன்ன	89
உறின்உயிர்	78	எண்சேர்ந்த	91
உறின்நட்டு	82	எண்ணித்துணிக	47
உறுதோறு	111	எண்ணிய எண்ணி	67
உறுசியும்	74	எண்ணியார்	50
உறுபொருளும்	76	எண்ணென்ப	40
உறுப்பமைந்து	77	எண்பத்தால்	100
உறுப்பொத்தல்	100	எண்பத்தான்	55
உறுவதுசீர்	82	எண்பொருளாவாச்	43
உறைசிறியார்	68	எதிரதாக் காக்கும்	43
உற்றநோய் நீக்கி	45	எந்நன்றி	11
உற்றநோய் நோன்றல்	27	எப்பொருளும் ஓரார்	70
உற்றவன்	95	எப்பொருள் எத்	36
உற்றான் அளவும்	95	எப்பொருள் யார்	43
ஊக்கமுடையான்	49	எய்தற்கரியது	49
ஊடலில் தோற்றவர்	133	எரியால் சுடப்	90
ஊடலில் தோன்றும்	133	எல்லாப் பொருளும்	75
ஊடலின் உண்டாங்	131	எல்லார்க்கும் எல்லாம்	59
ஊடல் உணங்க	131	எல்லார்க்கும் நன்றாம்	13
ஊடல் உணர்தல்	111	எல்லா விளக்கும்	30

எல்லைக்கண்	81	ஐயுணர்வு	36
எவ்வதுறைவது	43	ஒட்டார்பின்	97
எழுதுங்கால்	129	ஒண்ணுதற்கோ	109
எழு பிறப்பும்	7	ஒண்பொருள்	76
எழுமை எழுபிறப்பும்	11	ஒத்த தறிவான்	22
எளிதென	15	ஒப்புரவினால்	22
எள்ளாத எண்ணி	47	ஒருதலையான்	120
எள்ளாமை	29	ஒருநாள் எழுநாள்	127
எள்ளின் இளிவாம்	130	ஒருபொழுதும்	34
எற்றிற் குரியர்	108	ஒருமைக்கண்	40
எற்றென்று	66	ஒருமைச் செய	84
எனைத்தானும் எஞ்	32	ஒருமை மகளிரே	98
எனைத்தானும் நல்	42	ஒருமையுள்	13
எனைத்திட்பம்	67	ஒலித்தக்கால்	77
எனைத் துணையார்	15	ஒல்லும் கருமம்	82
எனைத்து நினைப்	121	ஒல்லும் வகையான்	4
எனைத்தும் குறுகுதல்	82	ஒல்லும் வாயெல்லாம்	68
எனைத்தொன்று	121	ஒல்வதறிவது	48
எனைப்பகை	21	ஒழுக்கத்தின் எய்துவர்	14
எனைமாட்சி	75	ஒழுக்கத்தின் ஒல்கார்	14
எனை வகையான்	52	ஒழுக்கத்து நீத்தார்	3
என்பிலதனை	8	ஒழுக்க முடையவர்க்	14
என்றும் ஒருவுதல்	66	ஒழுக்கமும்	96
என்னை முன்	78	ஒழுக்கம் உடைமை	14
ஏதம்பெரு	101	ஒழுக்கம் விழுப்பம்	14
ஏதிலார் ஆரத்	84	ஒழுக்காறாக்	17
ஏதிலார் குற்றம்	19	ஒளியார் முன்	72
ஏதிலார் போலாய்	110	ஒளியொருவற்கு	98
ஏந்திய கொள்கை	90	ஒறுத்தாரை	16
ஏமுற்றவரினும்	88	ஒறுத்தார்க்கு	16
ஏரினும் நன்றால்	104	ஒறுத்தாற்றும்	58
ஏரின்உழூஅர்	2	ஒற்றினான் ஒற்றி	59
ஏவவும் செய்கலான்	85	ஒற்றும் உரைசான்ற	59
ஐந்தவித்தான்	3	ஒற்றொற்றி	59
ஐயத்தின் நீங்கி	36	ஒற்றொற்று	59
ஐயப் படாஅது	71	ஒன்றா உலகத்து	24

ஒன்றாக நல்லது	33	கண்ணோட்டம் இல்	58
ஒன்றாமை	89	கண்ணோட்டம் என்	58
ஒன்றானும்	13	கண்தாம்	118
ஒன்றெய்தி	94	கண்நிறைந்த	128
ஒன்னார்	27	கண்நின்றுகண்	19
ஓஒ இனிதே	118	கதங்காத்து	13
ஓடுதல் வேண்டும்	66	கதுமெனத்தாம்	118
ஓதி உணர்ந்தும்	84	கயலுண்கண்	122
ஓம்பின் அமைந்தார்	116	கரத்தலும்	117
ஓர்த்துள்ளம்	36	கரப்பவர்க்கு	107
ஓர்ந்துகண்	55	கரப்பிடும்பை	106
கடலன்ன	114	கரப்பிலா நெஞ்சின்	106
கடலோடா	50	கரப்பிலார் வையகத்து	106
கடனறிந்து	69	கரப்பினும்	128
கடன் என்ப	99	கரவாது உவந்து	107
கடா அ உரு	59	கருமுஞ் சிதையாமல்	58
கடா அக் களிற்	109	கருமணியிற்	113
கடிதோச்சி	57	கருமத்தான்	102
கடிந்த கடிந்	66	கரும்ம் செய	103
கடுஞ்சொல்லன்	57	கருவியும் காலமும்	64
கடுமொழியும்	57	கலங்காது கண்ட	67
கடைக் கொட்கச்	67	கலந்துணர்த்தும்	125
கணைகொடிது	28	கல்லா ஒருவன்	41
கண்களவு	110	கல்லாத மேற்	85
கண்டது மன்னும்	115	கல்லாதவரின்	73
கண்டார் உயிர்	109	கல்லாதவரும்	41
கண்டு கேட்டு	111	கல்லாதான் ஒட்பம்	41
கண்ணிற்கு அணி	58	கல்லாதான் சொற்	41
கண்ணின் துனி	129	கல்லார்ப் பிணிக்	57
கண்ணின் பசப்போ	124	கல்லான் வெகுளும்	87
கண்ணுடையர்	40	கவறும் கழகமும்	94
கண்ணும் கொளச்	125	கவ்வையால்	115
கண்ணுள்ளார்	113	கழா அக்கால்	84
கண்ணுள்ளின்	113	களவினால் ஆகிய	29
கண்ணொடு கண்	110	களவின்கண்	29
கண்ணோட்டத்து	58	களவென்னும்	29

களித்தறியேன்	93	காமம் விடு	125
களித்தானை	93	காமம் வெகுளி	36
களித்தொறும்	115	காலத்தினாற்	11
கள்வார்க்கு	29	காலம் கருதி	49
கள்ளுண்ணா	93	காலாழ் களரில்	50
கறுத்து இன்னா	32	காலை அரும்பி	123
கற்கக் கசடற	40	காலைக்குச் செய்த	123
கற்றதனா லாய	1	கானமுயலெய்த	78
கற்றறிந்தார்	72	குடம்பை	34
கற்றாருள் கற்றார்	73	குடிசெயல்	103
கற்றார்முன்	73	குடிசெய்வார்க்கு	103
கற்றிலனாயினும்	42	குடிதழீஇக்	55
கற்றீண்டு	36	குடிபுறங்	55
கற்றுக்கண்	69	குடிப்பிறந்தார்	96
கனவினான்	122	குடிப்பிறந்து குற்றத்	51
கனவினும்	82	குடிப்பிறந்து தன்கண்	80
காக்க பொருளா	13	குடிமடிந்து	61
காக்கை கரவா	53	குடியாண்மை	61
காட்சிக் கெளியன்	39	குடியென்னும்	61
காணாச் சினத்தான்	87	குணநலம்	99
காணாதான்	85	குணமென்னும்	3
காணிற் குவளை	112	குணம்நாடி	51
காணுங்கால்	129	குணனிலனாய்	87
காண்கமன்	127	குணனும் குடிமை	80
காதல காதல்	44	குலஞ்சுடும்	102
காதலர் இல்வழி	123	குழல்இனிது	7
காதலர் தூதொடு	122	குறிக்கொண்டு	110
காதல் அவரிலராக	125	குறித்து கூறாமை	71
காதன்மை	51	குறிப்பறிந்து	70
காமக் கடல்	117	குறிப்பிற் குறிப்புணரா	71
காமக் கடும்புனல் உய்க்	114	குறிப்பிற் குறிப்புணர்வாரை	71
காமக் கடும்புனல் நீந்தி	117	குற்றமே காக்க	44
காமக் கணிச்சி	126	குற்றம் இலனாய்	103
காமமும் நாணும்	117	குன்றன்னார்	90
காமம் எனவொன்றோ	126	குன்றின் அனையாரும்	97
காமம் உழந்து	114	குன்றேறி	76

கூடிய காமம்	127	கொலை வினையர்	33
கூத்தாட்டு	34	கொல்லா நலத்	99
கூழும் குடியும்	56	கொல்லாமை	33
கூறாமை நோக்கி	71	கொல்லான்	26
கூற்றத்தை	90	கொளப்பட்டேம்	70
கூற்றமோ	109	கொளற்கரிதாய்	75
கூற்றம் குதித்தலும்	27	கொன்றன்ன	11
கூற்றுடன்று	77	கோட்டுப்பூ	132
கெடல்வேண்டின்	90	கோளில் பொறியில்	1
கெடா அ வழிவந்த	81	சமன் செய்து	12
கெடுங்காலை	80	சலத்தால்	66
கெடுப்பதூஉங்	2	சலம்பற்றிச்	96
கெடுவல்யான்	12	சாதலின் இன்னாத	23
கெடுவாக	12	சாயலும்	119
கெட்டார்க்கு	130	சார்புணர்ந்து	36
கேடறியா	74	சால்பிற்கு	99
கேடில்விழுச்	40	சான்றவர்	99
கேடும் பெருக்கமும்	12	சிதைவிடத்து	60
கேட்டார்ப்பிணிக்கும்	65	சிறப்பறிய	59
கேட்டினும் உண்டு	80	சிறப்பீனும் செல்வழும்	4
கேட்பினுங்	42	சிறப்பீனும் செல்வம்	32
கேளிழுக்கம்	81	சிறப்பொடு	2
கைம்மாறு வேண்டா	22	சிறியார் உணர்ச்சி	98
கையறியாமை	93	சிறுகாப்பிற்	75
கைவேல்	78	சிறுபடையான்	50
கொக்கொக்க	49	சிறுமை நமக்கு	124
கொடியார் - உரை	117	சிறுமை பல	94
கொடியார் - கொடுமை	124	சிறுமையும்	77
கொடுத்தலும்	53	சிறுமையுள்	10
கொடுத்தும்	87	சிறைகாக்குங்	6
கொடுப்பது அழுக்	17	சிறைநலனும்	50
கொடுப்பதூஉம்	101	சிற்றினம்	46
கொடும் புருவம்	109	சிற்றின்பம்	18
கொடையளி	39	சினத்தைப்	31
கொலைமேற்	56	சினமென்னும்	31
கொலையிற்	55	சீரிடம் காணின்	83

சீரினும் சீரல்ல	97	செவிச்சொல்லும்	70
சீருடைச் செல்வர்	101	செவியிற் சுவை	42
சீர்மை சிறப்	20	செவியுணவிற்	42
சுடச்சுடரும்	27	செறாஅச் சிறு	110
சுவை ஒளி	3	செறிதொடி	128
சுழலும் இசை	78	செறிவறிந்து	13
சுழன்றும் ஏர்ப்	104	செறுநரைக்	49
சுற்றத்தால்	53	செறுவார்க்கு	87
சூழமால்	103	சென்றவர் பின்	126
சூழ்ச்சி முடிவு	68	சென்றா ரெனக்கை	125
சூழ்வார்கண்	45	சென்றார்பின்	126
செப்பம் உடை	12	சென்ற இடத்தால்	43
செப்பின்	89	சொலல் வல்லன்	65
செயற்கரிய செய்	3	சொல்லப் பயன்	108
செயற்கரிய யாஉள	79	சொல்லுக சொல்விற்	20
செய்கை அறிந்	64	சொல்லுக சொல்லை	65
செயற்பால செய்யா	44	சொல்லுதல்	67
செயற்பால தோறும்	4	சொல் வணக்கம்	83
செயிரின் தலை	26	சொற்கோட்டம்	12
செய்க பொருளை	76	ஞாலங் கருதினும்	49
செய்தக்க	47	தகுதி என	12
செய்தேமஞ்	82	தக்காங்கு	57
செய்யாமற் செய்த	11	தக்காரினத்	45
செய்யாமற் செற்	32	தக்கார் தகவிலர்	12
செய்வானை நாடி	52	தஞ்சம் தமரல்லர்	130
செய்வினை	68	தணந்தமை	124
செருக்குஞ் சினமும்	44	தண்ணந்துறைவன்	128
செருவந்த	57	தந்தை மகற்கு	7
செல்லா இடத்து	31	தந்நலம்	92
செல்லாமை	116	தந்நெஞ்சத்து	121
செல்லான் கிழவன்	104	தமராகித் தன் துறந்தார்	53
செல்லிடத்துக்	31	தம்பொருள்	7
செல்வத்துள்	42	தம்மில் இருந்து	111
செல்விருந்து	9	தம்மிற் பெரியார்	45
செவிகைப்பச்	39	தம்மின் தம்	7
செவிக்குணவு	42	தலைப்பட்டார்	35

தலையின் இழிந்த	97	தீயவை தீய	21
தவஞ்செய்வார்	27	தீயளவன்றி	95
தவமறைந்து	28	தீயினாற் சுட்ட	13
தவமும் தவமுடை	27	தீவினையார்	21
தவறிலராயினும்	133	துஞ்சினார்	93
தள்ளா விளையுளும்	74	துஞ்சுங்கால்	122
தற்காத்துத்	6	துணைநலம்	66
தனக்குவமை	1	துப்பார்க்கு	2
தனியே இருந்து	130	துப்பின் எவனாவர்	117
தன்குற்றம் நீக்கி	44	துப்புரவு	105
தன்துணை இன்றால்	88	தும்முச் செருப்ப	132
தன்னுயிர்க்கு இன்	32	துளியின்மை	56
தன்னுயிர்தான்	27	துறந்தாரின்	16
தன்னுயிர் நீப்பினும்	33	துறந்தார்க்குத்	27
தன்னெஞ்சு பெருக்	26	துறந்தார்க்கும் துவ்வா	5
தன்னெஞ்சறிவது	30	துறந்தார் படிவ	59
தன்னை உணர்த்தி	132	துறந்தார் பெருமை	3
தன்னைத்தான் காக்கின்	31	துறப்பார்மன்	38
தன்னைத்தான் காதல	21	துறைவன்	116
தாமின்புறுவது	40	துனியும்	131
தாம்வீழ்வார் தம்	120	துன்பத்திற்கு	130
தாம்வீழ்வார் மென்	111	துன்பம் உற வரினும்	67
தாம் வேண்டின்	115	துன்புறஉழ்	10
தார்தாங்கி	77	துன்னாத் துறந்	125
தாளாண்மை இல்	62	துன்னியார்	19
தாளாண்மை என்	62	தூஉய்மை என்	37
தாளாற்றி	22	தூங்காமை	39
தானம் தவம்	2	தூங்குக தூங்கி	68
திறனல்ல	16	தூய்மை துணை	69
திறனறிந்து	65	தெண்ணீர் அடு	107
தினற்பொருட்டால்	26	தெய்வத்தான்	62
தினைத்துணை நன்றி	11	தெய்வந் தொழாஅள்	6
தினைத்துணையாங்	44	தெரிதலும்	64
தினைத்துணையும்	129	தெரிந்தஇனத்	47
தீப்பால தான்	21	தெரிந்துணரா	118
தீயவை செய்தார்	21	தெருளாதான்	25

தெளிவிலதனை	47	நயனில சொல்லி	20
தென்புலத்தார்	5	நயனிலன்	20
தேரான் தெளிவும்	51	நயனுடையான்	22
தேரான் பிறனை	51	நயனொடு நன்றி	100
தேவர் அனையர்	108	நயன் ஈன்று	10
தேறற்க	51	நயன்சாரா	20
தேறினும்	88	நலக்குரியார்	15
தொகச் சொல்லி	69	நலத்தகை	131
தொடங்கற்க	50	நலத்தின்கண்	96
தொடலைக்	114	நலம் வேண்டின்	96
தொடிநோக்கி	128	நல்குரவு	105
தொடிப்புழுதி	104	நல்லவை	38
தொடியொடு	124	நல்லாண்மை	103
தொடிற்சுடின்	116	நல்லார்கண்	41
தொட்டனைத்	40	நல்லாறு என	33
தொல்வரவும்	105	நல்லாறு எனினும்	23
தொழுதகை	83	நல்லாற்றான்	25
தோன்றின்	24	நல்லினத்தி	46
நகல்வல்லர்	100	நவில்தொறும்	79
நகுதற் பொருட்	79	நற்பொருள்	105
நகை ஈகை	96	நனவினால் கண்ட	122
நகையும்	31	நனவினால் நம்	122
நகையுள்ளும்	100	நனவினால் நல்காக்	122
நகைவகைய	82	நனவினால் நல்காத	122
நசைஇயார்	120	நனவினால் நல்காரை	122
நச்சப்படாதவன்	101	நனவென	122
நடுவின்றி	18	நன்மையும்	52
நட்டார்குறை	91	நன்றிவாரின்	108
நட்டார்க்கு	68	நன்றாகும் ஆக்கம்	33
நட்டார் போல்	83	நன்றாங்கால்	38
நட்பிற்கு வீற்றிருக்கை	79	நன்றாற்ற உள்ளுஞ்	47
நட்பிற் குறுப்புக்	81	நன்றிக்கு வித்து	14
நன்பாற்றாராகி	100	நன்றி மறப்பது	11
நத்தம்போல்	24	நன்றென்ற	72
நயந்தவர்க்கு	119	நன்றேரினும்	12
நயந்தவர் நல்	124	நன்னீரை	112

நாச்செற்று	34	நீரும் நிழலது	131
நாடாது நட்டலிற்	80	நீர்இன்று அமையாது	2
நாடென்ப	74	நுணங்கிய	42
நாடொறும் நாடி	56	நுண்ணிய நூல்	38
நாடொறும் நாடுக	52	நுண்ணியம்	71
நாணாமை	84	நுண்மாண்	41
நாணால் உயிரை	102	நுனிக்கொம்பர்	48
நாணும் மறந்தேன்	130	நூலாருள் நூல்	69
நாணென ஒன்றோ	126	நெஞ்சத்தார்	113
நாணொடு நல்	114	நெஞ்சில் துறவார்	28
நாண் அகத்தில்லார்	102	நெடுங்கடலும்	2
நாண் என்னும்	93	நெடுநீர் மறவி	61
நாண் வேலி	102	நெடும்புனலுள்	50
நாநலம் என்னும்	65	நெய்யால்	115
நாம் காதல்	120	நெருநல் உளன்	34
நாளென ஒன்று	34	நெருநற்று	128
நிணந்தீயில்	126	நெருப்பினுள்	105
நிலத்தியல்பால்	46	நோக்கினாள் - நோக்கி	110
நிலத்தில்	96	நோக்கினாள் - நோக்கு	109
நிலவரை நீள்	24	நோதல் எவன்	131
நிலை அஞ்சி	33	நோய் எல்லாம்	32
நிலைமக்கள்	77	நோய்நாடி	95
நில்லயில் திரியாது	13	நோவற்க	88
நில்லாதவற்றை	34	நோனா உடம்பும்	114
நிழல் நீரும்	89	பகட்சொல்லி	19
நிறைநீர	79	பகல் கருதி	86
நிறை நெஞ்சம்	92	பகல் வெல்லும்	49
நிறைமொழி	3	பகுத்துண்டு	33
நிறையரியர்	114	பகை என்னும்	88
நிறையுடைமை	16	பகை நட்பாக்	88
நிறையுடையேன்	126	பகை நட்பாம்	83
நினைத்திருந்து	132	பகை பாவம்	15
நினைத்தொன்று	125	பகைமையும்	71
நினைப்பவர்	121	பகையகத்துச் சாவார்	73
நீங்கான் வெகுளி	87	பகையகத்துப் பேடிகை	73
நீங்கின் தெறூஉம்	111	பசக்கமன்	119

பசந்தாள்	119	பழகிய நட்பெவன்	81
பசப்பெனப்	119	பழிமலைந்து	66
படலாற்றா	118	பழியஞ்சி	5
படியுடையார்	61	பழுதெண்ணும்	64
படுபயன்	18	பழைமை எனப்	81
படைகுடி	39	பழையம் எனக்	70
படைகொண்டார்	26	பற்றற்ற கண்ணும்	53
பணியுமாம்	98	பற்றற்ற கண்ணே	35
பணிவுடையன்	10	பற்றற்றேம்	28
பணை நீங்கிப்	124	பற்றி விடாஅ	35
பண் என்னாம்	58	பற்றுக பற்ற	35
பண்டறியேன்	109	பற்றுள்ள	44
பண்பிலான்	100	பனி அரும்பி	123
பண்புடையார்ப்	100	பன்மாயக்	126
பதிமருண்டு	123	பாடுபெறுதியோ	124
பயனில பல்லார்	20	பாத்தூண்	23
பயனில சொல்	20	பாலொடு தேன்	113
பயன் தூக்கார்	11	பிணிக்கு மருந்து	111
பயன் தூக்கிப்	92	பிணியின்மை	74
பயன் மரம்	22	பிணையேர்	109
பரிந்தவர் நல்கார்	125	பிரித்தலும்	64
பரிந்தோம்பிக்	14	பிரிவுரைக்கும்	116
பரிந்தோம்பிப்	9	பிழைத்துணர்ந்தும்	42
பரியது கூர்ங்கோட்டது	60	பிறப்பென்னும்	36
பரியினும்	38	பிறப்பொக்கும்	98
பருகுவார்	82	பிறர்க்கு இன்னா	32
பருவத்தோடு	49	பிறர்நாணத்	102
பருவரலும்	120	பிறர்பழியும்	102
பலகுடை	104	பிறவிப்	1
பலசொல்லக்	65	பிறன்பழி	19
பலநல்ல கற்றக்	83	பிறன்பொருளாள்	15
பல்குழுவும்	74	பிறன்மனை	15
பல்லவை கற்றும்	73	பீலிபெய்	48
பல்லார் பகை	45	புகழ்இன்றால்	97
பல்லார் முனிய	20	புகழ்ந்தவை	54
பழகிய செல்வமும்	94	புகழ்பட வாழா	24

புகழ் புரிந்த	6	பேணாது பெட்டார்	118
புக்கில்	34	பேணாது பெட்பவே	129
புணர்ச்சி	79	பேணாது பெண்	91
புத்தேளுலகத்	22	பேதை பெருங்	82
புரந்தார்கண்	78	பேதைப் படுக்கும்	38
புலத்தலின்	133	பேதைமை என்ப	84
புலப்பலெனச்	126	பேதைமை ஒன்றோ	81
புலப்பென்கொல்	127	பேதைமை யுள்எல்லாம்	84
புல்லவையுள்	72	பேராண்மை	78
புல்லாதிரா அப்	131	பொச்சாப்பார்க்கு	54
புல்லிக்கிடந்தேன்	119	பொச்சாப்புக் கொல்லும்	54
புல்லிவிடா அப்	133	பொதுநலத்தார்	92
புறங்குன்றி	28	பொதுநோக்கான்	53
புறங்கூறி	19	பொய்படும்	84
புறத்துறுப்பு	8	பொய்ம்மையும்	30
புறந்தரய்மை	30	பொய்யாமை அன்ன	30
புன்கண்ணை	123	பொய்யாமை பொய்	30
பெண்ணியலார்	132	பொருட்பெண்டிர்	92
பெண்ணிற்	6	பொருட்பொருளார்	92
பெண்ணினால்	128	பொருளல்லவரை	76
பெண்ணேவல்	91	பொருளல்லவற்றை	36
பெயக்கண்டும்	58	பொருளற்றார்	25
பெயாற்றா	118	பொருளாட்சி	26
பெரிதாற்றிப்	128	பொருளானாம்	101
பெரிதினிது	84	பொருளென்னும்	76
பெரியாரைப்	90	பொருள் கருவி	98
பெருக்கத்து	97	பொருள் கெடுத்து	94
பெருங்கொடையான்	53	பொருள் தீர்ந்த	20
பெருமை உடை	98	பொருள் நீங்கிப்	25
பெருமைக்கும்	51	பொருள் மாலை	123
பெருமைபெரு	98	பொள்ளென	49
பெரும்பொருளால்	74	பொறியின்மை	62
பெறா அமை	130	பொறி வாயில்	1
பெறின் என்னாம்	127	பொறுத்தல்	16
பெறுமவற்றுள்	7	பொறையொருங்கு	74
பெற்றாற் பெறின்	6	போற்றின்	70

மகன் தந்தைக்கு	7	மறைப்பேன்மன் யானிஃதோ	117
மக்களே போல்வர்	108	மற்றியான்	121
மக்கள் மெய்	7	மற்றும் தொடர்ப்	35
மங்கலம் என்ப	6	மனத்தது மாசக	28
மடலூர்தல்	114	மனத்தானாம்	46
மடிமடிக்	61	மனத்தின் அமையா	83
மடிமை குடிமை	61	மனத்துக்கண்	4
மடியிலா	61	மனத்துளது	46
மடியுளாள்	62	மனத்தொடு	30
மடியை மடியா	61	மனநலத்தின்	46
மடுத்த வாய்	63	மனநலம் நன்கு	46
மணிநீரும்	75	மனநலம் மன்	46
மணியில் திகழ்தரு	128	மனந்தூயார்க்	46
மண்ணொடு	58	மனந்தூய்மை	46
மதி நுட்பம்	64	மனம்மாணா	89
மதியும் மடந்தை	112	மனைத்தக்க	6
மயிர்நீப்பின்	97	மனைமாட்சி	6
மருந்தாகி	22	மனையாளை	91
மருந்தென	95	மனைவிழைவார்	91
மருந்தோமற்று	97	மன்னர்க்கு	56
மருவுக மாசற்றார்	80	மன்னர் விழைப	70
மலரன்ன - அருமை	115	மன்னுயிர் எல்லாம்	117
மலரன்ன - முகம்	112	மன்னுயிர் ஓம்பி	25
மலரினும்	129	மாதர் முகம்போல்	112
மலர்காணின்	112	மாலைநோய்	123
மலர்மிசை	1	மாலையோ	123
மழித்தலும் நீட்ட	28	மாறுபாடு	95
மறத்தல்	31	மிகச் செய்து	83
மறந்தும்	21	மிகல்மேவல்	86
மறப்பினும்	14	மிகினும் குறையினும்	95
மறப்பின்	121	மிகுதியான்	16
மறமானம்	77	முகத்தான் அமர்ந்து	10
மறவற்க	11	முகத்தின் இனிய	83
மறைந்தவை	59	முகத்தின் முதுக்	71
மறை பெறல்	118	முகநக நட்பது	79
மறைப்பேன்மன் காமத்தை	126	முகம் நோக்கி	71

முகை மொக்குள்	128	வசையென்ப	24
முடிவும் இடை	68	வஞ்ச மனத்தான்	28
முதலிலார்க்கு	45	வருகமன்	127
முயக்கிடைத்	124	வருமுன்னர்	44
முயங்கிய	124	வருவிருந்து	9
முயற்சி திருவினை	62	வரைவிலா	92
முரண் சேர்ந்த	50	வலியார்க்கு	87
முறிமேனி	112	வலியார்முன்	25
முறைகோடி	56	வலியில்நிலைமை	28
முறைசெய்து	39	வழங்குவ	96
முறைப்படச்	64	வழிநோக்கான்	87
முற்றாற்றி	75	வழுத்தினாள்	132
முற்றியும்	75	வறியார்க்கொன்று	23
முனைமுகத்து	75	வன்கண்குடி	64
முன்னுறக்	54	வாணிகஞ் செய்	12
மேலிருந்தும்	98	வாய்மை என	30
மேற்பிறந்தா	41	வாராக்கால்	118
மையல் ஒருவன்	84	வாரிபெருக்கி	52
மோப்பக் குழையும்	9	வாழ்தல் உயிர்	113
யாகாவாராயினும்	13	வாழ்வார்க்கு	120
யாங்கண்ணின்	114	வாளற்று	127
யாண்டுச்சென்று	90	வாளொடென்	73
யாதனின்	35	வாள்போல்	89
யாதானும்	40	வானுயர்	28
யாழும் உளேங்	121	வானோக்கி	55
யாமெய்யாக்	30	வான்நின்று	2
யாரினும் காதலம்	132	விசும்பின்	2
யான் எனது	35	விடா அது	121
யான் நோக்குங்	110	விடுமாற்றம்	69
வகுத்தான்	38	விண்இன்று	2
வகைமாண்ட	90	வித்தும் இடல்	9
வகையரச்	47	வியவற்க	44
வகையறிந்து தற்செய்து	88	விருந்துபுறத்	9
வகையறிந்து வல்லவை	73	விருப்பராச்	53
வசை ஒழிய	24	விரைந்து	65
வசையிலா	24	விலங்கொடு	41

வில்லேருழவர்	88	வீழ்நாள்படா	4
விழித்தகண்	78	வீழ்வாரின்	120
விழுப்புண்	78	வீறெய்தி	67
விழுப்பேற்றின்	17	வெண்மை எனப்	85
விழைதகையான்	81	வெருவந்த	57
விழையார்	81	வெள்ளத் தனைய இடும்பை	63
விளக்கற்றம்	119	வெள்ளத்தனைய மலர்	60
விளிந்தாரின்	15	வேட்ட பொழுதின்	111
விளியுமென்	121	வேட்பத்தாஞ்	65
வினைகலந்து	127	வேட்பன	70
வினைக்கண் வினைகெடல்	62	வேண்டற்க வெஃகி	18
வினைக்கண் வினையுடை	52	வேண்டற்க வென்றி	94
வினைக்குரிமை	52	வேண்டாமை	37
வினைசெய்வார்	59	வேண்டிய வேண்டி	27
வினைத்திட்பம்	67	வேண்டின் உண்	35
வினைபகை	68	வேண்டுங்கால்	37
வினையால்	68	வேண்டுதல்	1
வினைவலியும்	48	வேலன்று	55
வீழப்படுவார்	120	வேலொடு நின்	56
வீழுநர் வீழ	120	வைத்தான் வாய்	101
வீழும் இருவர்க்கு	111	வையத்துள்	5

● திருவள்ளுவர் - வேறு பெயர்கள் ●

நாயனார்
முதற்பாவலர்
தெய்வப் புலவர்
தேவர்
நான்முகனார்
மாதானுபங்கி
செந்நாப்போதார்
பெருநாவலர்

— ஆக பெயர்கள் எட்டு

● திருக்குறள் - வேறு பெயர்கள் ●

முப்பால்
உத்தரவேதம்
பொது மறை
பொய்யாமொழி
திருவள்ளுவம்
வாயுறை வாழ்த்து
தமிழ்மறை
தெய்வநூல்

— ஆக பெயர்கள் எட்டு